பூங்காற்றிலே உன் சுவாசம் - முதல் பாகம்

நித்யா மாரியப்பன்

Copyright © Nithya Mariappan
All Rights Reserved.

This book has been self-published with all reasonable efforts taken to make the material error-free by the author. No part of this book shall be used, reproduced in any manner whatsoever without written permission from the author, except in the case of brief quotations embodied in critical articles and reviews.

The Author of this book is solely responsible and liable for its content including but not limited to the views, representations, descriptions, statements, information, opinions and references ["Content"]. The Content of this book shall not constitute or be construed or deemed to reflect the opinion or expression of the Publisher or Editor. Neither the Publisher nor Editor endorse or approve the Content of this book or guarantee the reliability, accuracy or completeness of the Content published herein and do not make any representations or warranties of any kind, express or implied, including but not limited to the implied warranties of merchantability, fitness for a particular purpose. The Publisher and Editor shall not be liable whatsoever for any errors, omissions, whether such errors or omissions result from negligence, accident, or any other cause or claims for loss or damages of any kind, including without limitation, indirect or consequential loss or damage arising out of use, inability to use, or about the reliability, accuracy or sufficiency of the information contained in this book.

Made with ❤ on the Notion Press Platform
www.notionpress.com

பொருளடக்கம்

என்னுரை	v
1. பூங்காற்று 1	1
2. பூங்காற்று 2	8
3. பூங்காற்று 3	14
4. பூங்காற்று 4	23
5. பூங்காற்று 5	30
6. பூங்காற்று 6	39
7. பூங்காற்று 7	49
8. பூங்காற்று 8	56
9. பூங்காற்று 9	65
10. பூங்காற்று 10	72
11. பூங்காற்று 11	81
12. பூங்காற்று 12	92
13. பூங்காற்று 13	102
14. பூங்காற்று 14	112
15. பூங்காற்று 15	121
16. பூங்காற்று 16	131
17. பூங்காற்று 17	142
18. பூங்காற்று 18	150
19. பூங்காற்று 19	161
20. பூங்காற்று 20	169
21. பூங்காற்று 21	179
22. பூங்காற்று 22	189
23. பூங்காற்று 23	198

பொருளடக்கம்

24. பூங்காற்று 24	210
25. பூங்காற்று 25	220
26. பூங்காற்று 26 (முதல் பாகத்தின் இறுதி அத்தியாயம்)	227

என்னுரை

வணக்கம்!

நான் நித்யா மாரியப்பன். Tax practitioner பணியில் இருந்தபடி கடந்த நான்கு வருடங்களாக எழுதி வருகிறேன். எனது எட்டு நாவல்கள் ஸ்ரீ பதிப்பகம் மற்றும் **அருணோதயம் பதிப்பகம்** வாயிலாக புத்தகங்களாக வெளிவந்துள்ளன. **பூங்காற்றிலே உன் சுவாசம்** எனும் இந்நாவல் எனது நான்காவது நெடுநாவலாகும்.

அமைதியான பெண் **கிருஷ்ணஜாட்சியும்** அவளது தங்கை **நீரஜாட்சியும்** சந்தர்ப்பவசத்தால் தாத்தாவிடம் அடைக்கலம் புகுகின்றனர். அங்கே அவர்களுக்கு எதிரியாய் நிற்கும் அத்தை **பத்மாவதியையும்** அவரது மைந்தர்கள் ஹர்சவர்தனையும், ரகுநந்தனையும் அவர்கள் எவ்வாறு சமாளிக்கிறார்கள் என்பதை கூறும் குடும்ப நாவலின் முதல் பாகம் இது.

இதில் காதல், குடும்ப உறவுகளுக்கிடையே இருக்கும் சிக்கல்களை என என்னால் முடிந்தளவு அழகாக கூறியிருக்கிறேன். நாவலைப் பற்றிய உங்கள் கருத்துகளை nithyamariappankn@gmail.com என்ற மின்னஞ்சலுக்கு அனுப்பி வைக்கலாம்.

நன்றியுடன்
நித்யா மாரியப்பன்

1

பூங்காற்று 1

கதவை யாரோ தட்டும் சத்தம் கேட்க திடுக்கிட்டு எழுந்தாள் அந்த இளம்பெண். ஒல்லியான மேனி, சுருண்ட நீண்ட கூந்தல் உறக்கத்தால் நெற்றியில் மீது புரள அதை காதின் பின்புறம் ஒதுக்கியவள், தன் நீண்ட விழிகளை சுழற்றி தன் அருகில் உறங்கிக் கொண்டிருக்கும் தங்கையை பார்த்தாள். அவளைப் போலவே ஒல்லி தேகம் தான். ஆனால் தந்தை-யின் பால்நிறம், கூர்நாசியை உரித்து வைத்தபடி கழுத்தைத் தொட்டக் கூந்தலுடன், இன்னும் குழந்தைத்தனம் போகாத அந்த முகம் உறக்-கத்திலும் அதில் தெரிந்த தெளிவு என அவளை ரசித்தவள் கதவை திறக்கலாமா வேண்டாமா என்ற யோசனையுடன் இருக்க கதவு இன்னும் ஓங்கித் தட்டப்பட்டது.

அவள் இயல்பிலேயே கொஞ்சம் பயந்த சுபாவம் வேறு. என்ன செய்ய என்று புரியாமல் பயந்து கொண்டிருக்க அந்த சத்தம் கேட்டு அவளின் தங்கை விழித்ததை அப்போது தான் பார்த்தாள்.

அவள் கண்ணை கசக்கி கொண்டபடி மலங்க மலங்க விழித்துவிட்டு படுக்கையை விட்டு இறங்க பெரியவள் பதறிப்போய் “எங்க போற இந்த நேரத்துல?” என்று கேட்க இளையவள் “உனக்கு கதவு தட்டுற சத்தம் கேக்கலையா? நான் போய் யாருனு பாக்குறேன்” என்று சொல்லிவிட்டு படுக்கையறையை விட்டு விறுவிறுவென்று நடக்க பெரியவள் அவள் பின்னே ஓடினாள்.

சின்னவள் ஒன்றும் இவளை போல் அல்ல. அவள் இந்த வயதிலேயே தைரியமானவளாக வளர அவளின் தந்தையும் ஒரு காரணம் என்று நினைத்தவாறே “நீரு கொஞ்சம் நில்லுடி” என்று அவள் பின்னே ஓட அதற்குள் அவள் கதவை திறந்திருந்தாள்.

பதைபதைத்த மனதுடன் தங்கையின் அருகில் சென்றவள் வாயிலில் நின்றவர்களை கண்டதும் நெற்றியை சுருக்கி இவர்களை எங்கேயோ பார்த்தது போலுள்ளதே என்று யோசிக்க அங்கே நின்ற இரண்டு நடுத்தர வயது ஆண்களுக்கு அந்த இரண்டு பெண்களையும் கண்டு பாசத்தில் கண்கள் கலங்கியது.

பெரியவள் அவர்களை கண்டு கொண்ட உற்சாகத்துடன் “மாமா!” என்று விளிக்க சின்னவள் இன்னும் அவர்களை நம்பாத பாவனையுடன் தான் பார்த்துக் கொண்டிருந்தாள். அதை அறிந்தவள் தங்கையிடம் “நீரு! இவங்க நம்ம மாமா. அம்மாவோட பழைய ஆல்பத்துல இவங்க போட்டோ இருக்குடி” என்று சொல்லி புரியவைக்க அதன் பின்னர் தான் சின்னவளின் முகத்தில் அந்த சந்தேகபாவம் சென்றது.

இருவரையும் உள்ளே அழைத்து சென்றவள் “உக்காருங்க மாமா. நீங்க வருவிங்கன்னு நான் யோசிக்கவே இல்ல” என்று சொல்லிவிட்டு சுவற்றை பார்க்க அங்கே புகைப்படமாய் தொங்கிக் கொண்டிருந்தனர் இந்த இரு பெண்களின் தாய் மதுரவாணியும், தந்தை மதிவாணனும்.

வந்திருந்த அந்த இரண்டு ஆண்களுக்கும் இவர்களின் தாய் உடன்பிறந்த தங்கை. இரத்தப்பாசம் அவர்களின் கண்ணில் கண்ணீரை வரவழைக்க இருவருமே தங்கையை இந்த கோலத்தில் காணவா இருபது ஆண்டுகள் கழித்து வந்தோம் என்று உள்ளுக்குள் உருகினர்.

அங்கே தங்கையின் வார்ப்பாய் நிற்கும் பெரியவளும், அவர்கள் தந்தையின் பிரதிபிம்பமாய் நிற்கும் இளையவலூம் அவர்கள் மனதை நிறைவு செய்ய அவர்களில் மூத்தவர் பேச ஆரம்பித்தார்.

“பாருங்கோடா நான் தான் உங்க பெரிய மாமா வேங்கடநாதன், இவன் என்னோட ஒடம்பிறந்தான் கோதண்டராமன். எங்க ரெண்டு பேரோட தங்கை தான் உங்க அம்மா மதுரா” என்று சொல்லி தங்களை அறிமுகப்படுத்த இளையவர் தங்கை மகள்களை பற்றி விசாரிக்க ஆரம்பித்தார்.

"குழந்தே! உன் பேர் என்னடா?" என்று கேட்க மூத்தவள் "கிருஷ்-ணஜாட்சி மாமா. அப்புறம் இவ பேரு நீரஜாட்சி" என்று கையோடு சிறியவளையும் அறிமுகப்படுத்தினாள்.

இருவரும் தங்கை மகள்களை பார்த்து புன்னகைத்தவர்கள் "ரெண்டு பேரும் என்ன படிக்கிறேள்?" என்று கேட்க இளையவள் "நான் டென்த் போர்ட் எக்சாம் எழுதியிருக்கேன். கிருஷ்ணா பிளஸ் டூ எக்சாம் எழுதி-யிருக்கா" என்று தங்களின் கல்வி விவரங்களை தெரிவிக்க இரு சகோ-தரர்களும் அர்த்தபுஷ்டியுடன் ஒருவரை ஒருவர் பார்த்துக் கொண்டனர்.

பின்னர் இளையவர் "நீங்க ரெண்டு பேரும் எங்காத்துக்கு எங்-களோட வர்றேளா? அங்க உங்களுக்கு பாட்டி, தாத்தா இருக்கா. ரெண்டு மாமிகள் இருக்கா. அது போக விளையாட்டு துணைக்கு ரெண்டு அம்-மங்கா இருக்கா. மாமா ரெண்டு பேரும் உங்களை நல்லா பாத்துப்-போம்டா" என்று தளுதளுத்த குரலில் கூற மூத்தவளுக்கு தினமும் இரவில் தானும் தங்கையும் பயந்து கொண்டே உறங்குவது, மளிகை சாமான் வாங்க செல்லும் போது சந்திக்கும் குறுகுறுத்த பார்வைகளை கண்டு நடுங்குவது, இது எல்லாவற்றுக்கும் மேலாக இரண்டு நாட்களாக அவளை பின் தொடரும் பக்கத்துவீட்டு இளைஞனின் முகமும் நினை-வில் வர சட்டென்று "சரி மாமா. எங்களையும் உங்க கூடவே கூட்டிட்டு போங்க. இங்க தனியா இருக்க பயமா இருக்கு" என்று சொல்ல இரு-வரும் கலங்கிய கண்களை துடைத்து கொண்டனர்.

"சரி! உங்க ஜாமானெல்லாம் எடுத்து வைங்கோ!" என்று இரு-வரையும் அனுப்பிய கோதண்டராமன் கலங்கிப் போனவராய் சுவரில் கணவருடன் சிரித்து கொண்டிருக்கும் தங்கையின் முகத்தை பார்த்தவர் "அம்மா மதுரா! உன் குழந்தேள் ரெண்டு பேரும் இனிமே நம்மாத்துல வளருவா. நாங்க அவாளை கண்ணுக்குள்ள வச்சு பாத்துப்போம்டா" என்று சொல்லிவிட்டு அந்த போட்டோவையும் கழற்றி கிருஷ்ணஜாட்சி கொண்டு வந்த பேக்கினுள் வைத்தார்.

இருவரும் தாங்கள் பிறந்து வளர்ந்த வீட்டை ஒரு முறை பார்த்துக் கொண்டனர். பின்னர் மாமாக்களின் கையை பிடித்து கொண்டு வெளி-யேறிய அவர்களுக்கு விதி கடினமான பாதையை சென்னையில் போட்டு வைத்துக்கொண்டு காத்திருந்தது.

சென்னை சென்று இறங்கியவர் தங்கையின் மகள்களுடன் வீட்-டுக்குள் நுழையும் போது மனைவியும், அவளது தங்கையும் துளசிமா-லையைக் கோர்த்துக் கொண்டிருந்தனர். இரு பெண்குழந்தைகளுடன் நுழைந்த கணவன்மார்களை கேள்வியாகப் பார்த்தவர்களிடம் கோதண்ட-ராமன் சுருக்கமாக "இவா ரெண்டு பேரும் மதுரவாணியோட குழந்தேள். இனிமே இவா நம்மாத்துல தான் இருக்கப் போறா" என்று சொல்லவும் மூத்த மருமகளும் வேங்கடநாதனின் மனைவியுமான அந்த வைரபேசரி பெண்மணி பொங்கி விட்டார்.

"யாரை கேட்டு இவா ரெண்டு பேரையும் இந்த ஆத்துக்குள்ள அழைச்சிண்டு வந்திருக்கேள்? இது ஸ்ரீநிவாசவிலாசம். அனாதை விடுதி இல்ல" என்று காளி சொரூபமாய் நின்ற மனைவியை வேங்கடநாதன் எவ்வளவோ முயன்றும் அமைதிப்படுத்த முடியவில்லை.

கோதண்டராமன் தயக்கத்துடன் "மன்னி! அவாளுக்கு நம்மளை விட்டா இந்த லோகத்துல சொந்தம்னு சொல்லிக்க யாரு இருக்கா? பெத்தவா இல்லாத குழந்தேள் மன்னி" என்று சொல்ல

பத்மாவதி அவர் தான் மூத்தவர் வேங்கடநாதனின் மனைவி "நீங்க சித்த நாழி சும்மா இருக்கேளா? இவாளைப் பெத்த புண்ணியவதியால அன்னைக்கு என் அண்ணா மணமேடையில அம்போனு நின்னானே, அப்போ அவன் பரிதவிச்சது நேக்கு மட்டும் தான் தெரியும்" என்று சொல்லிவிட்டு அங்கே நின்ற இரு சகோதரிகளையும் எரிப்பது போலப் பார்த்தார். அவரருகில் கையைப் பிசைந்தபடி இரு பெண்களையும் பரி-தாபமான முகத்தோடு பார்த்துக் கொண்டிருந்தார் பத்மாவதியின் தங்-கையும், கோதண்டராமனின் தர்மபத்தினியும், அந்த வீட்டின் இளைய மருமகளுமான மைதிலி. அவராலும் அவரது தமக்கையின் கோபத்தைக் கட்டுப்படுத்த முடியவில்லை.

அவர்களின் தாயாரான மதுரவாணி மைதிலியின் இளம்பிராய தோழியுமாவார். இரு பெண்களையும் வாஞ்சையுடன் பார்த்தவர் மனதில் மதுரவாணிக்கு என்னவாகியிருக்கும் என்ற கேள்வி எழாமல் இல்லை.

ஆனால் அவரது தமக்கை பத்மாவதியின் சிந்தனை வேறுவிதமாகச் சென்றது. அவரது பார்வை மூத்தவள் கிருஷ்ணஜாட்சியின் மீது படும் போது அவர் வியந்தது ஒரு விஷயத்தில் தான். மூத்தவள் அப்படியே நாத்தனாரின் பிரதிபிம்பமாக நின்றது தான். அதே தேன் நிறம், பெரிய

அகண்ட கண்கள், சுருண்ட கூந்தல் என்று இளம்வயது மதுரவாணியின் பிரதிபிம்பமாக நின்றவளை அவருக்குச் சுத்தமாகப் பிடிக்கவில்லை. அவளின் அருகில் நின்ற சிறுமி அவளது முட்டைக்கண்ணை உருட்டி அவரை விழிக்க அவர் “சின்னது தோப்பனாரை உரிச்சு வச்சிருக்கு” என்று தனக்குள் சொல்லிக் கொண்டார்.

அதே நேரம் மாடிப்படியில் யாரோ இறங்கி வருவது போல காலடியோசை கேட்க அனைவரும் நிமிர்ந்துப் பார்க்க அங்கே படிகளில் இறங்கி வந்து கொண்டிருந்தான் பத்மாவதியின் சாயலில் ஆறடி உயரத்தில் ஒரு ஆடவன். அவனது பார்வை புதியவர்களான அந்த இரண்டு பெண்களையும் கூர்மையாகத் தாக்க கிருஷ்ணஜாட்சி அந்தப் பார்வைவீச்சைத் தாங்கிக் கொள்ள முடியாமல் தலையைக் குனிந்து கொண்டாள். அவன் தான் ஹர்சவர்தன். வேங்கடநாதன் பத்மாவதி தம்பதியினரின் மூத்தப் புத்திரன். லண்டனின் எம்.பி.ஏ செய்து கொண்டிருந்தவன் விடுமுறைக்காக வீட்டுக்கு வந்திருந்தான்.

அவன் பத்மாவதியின் அருகில் நின்றவன் “மா! காத்தாலே என்ன பிரச்சனை உங்களுக்கு? இவாள்ளாம் யாரு?” என்றவனின் பார்வை மூத்தவளின் சாயலைப் பார்த்ததும் துணுக்குற்றது.

வேங்கடநாதன் மனைவியை முந்திக் கொண்டு “இவா ரெண்டு பேரும் உன்னோட அத்தை மதுரவாணியோட பொண்ணுங்க. இவா இனிமே நம்மாத்துல நம்மோட தான் இருக்கப் போறா ஹர்ஷா” என்று சொல்ல அவரை உணர்ச்சியற்ற முகத்துடன் பார்த்தான் அவன்.

அவனது முகமாற்றத்தைக் கண்ட அவனது சித்தி மைதிலி அவன் அருகில் வந்து “ஹர்ஷா! இங்க பாருடா கண்ணா! அவா பாவமோன்னோ. பெத்தவா இல்லாத பெண் குழந்தேள்டா! நம்மாத்துல இருந்துட்டுப் போகட்டுமேடா கண்ணா” என்று தோழியின் மகளுக்காகப் பரிந்துப் பேசியவர் தமக்கையின் விழிவீச்சின் தாக்கத்தில் அமைதியானார்.

வீட்டின் மூத்த இளவரசனான ஹர்சவர்தன் தன்னுடைய தந்தையை நோக்கி “அப்பா நான் சொல்லுறதை தப்பா எடுத்துக்காதிங்க! இவா ரெண்டு பேரும் ஆத்துக்குள்ள வந்தா பிரளயம் வரும்னு தெரிஞ்சுமா அழைச்சிண்டு வந்திங்க? அப்பா புரிஞ்சுக்கோங்க இது நம்ம வீடு, ஆதரவு இல்லாதவங்களை அழைச்சிண்டு வர்றதுக்கு இது ஒன்னும்

ரெப்யூஜிஸ் கேம்ப் இல்ல" என்றான் உறுதியாக.

வேங்கடநாதன் மனைவியின் மறு அவதாரமாகப் பிறந்தவன் வேறு எப்படி இருப்பான் என்று நொந்து கொண்டபடி மகனிடம் அவர்களுக்-காகப் பரிந்து பேச வர அவன் "அப்பா எதிர்த்துப் பேசறதா நெனைக்-காதிங்க. இவா ரெண்டு பேரையும் எதாச்சும் ஆர்ஃபனேஜ்ல சேர்த்து விடுங்க. அங்கே இவாளை நல்லபடியா பார்த்துப்பாங்க" என்று அவனது அன்னைக்கு ஆதரவாகப் பேசி பத்மாவதியின் மனதைக் குளிர்வித்தான் அவரது சீமந்தப்புத்திரன்.

அவன் பேசி முடிக்கும் போதே "இந்த பட்டாபிராமன் உயிரோட இருக்கறச்ச என் பேத்திகளை ஏன்டா அனாதை ஆசிரமத்துக்கு அனுப்-பனும்?" என்றச் சிம்மக்குரல் வீட்டுவாயிலில் இருந்துக் கேட்க இரு சகோதரிகளுடன் சேர்ந்து மொத்த குடும்பமும் வீட்டின் வாயிலை நோக்-கித் திரும்ப அங்கே நெற்றியில் திருமண் தரித்து நின்ற ஒரு பெரியவரும் அவர் அருகில் நின்றபடி அந்த இரு சகோதரிகளையும் வாஞ்சையோடு பார்த்துக் கொண்டிருந்த ஸ்ரீசூர்ணம் அணிந்த அவரின் மனைவியும் இன்னும் இரண்டு பெண்களோடு நின்று கொண்டிருந்தனர்.

அவர் தான் பட்டாபிராம ஐயங்கார். அந்த வீட்டின் பெரியவர். அவரின் அருகில் நின்றப் பெண்மணி சீதாலெட்சுமி தான் வேங்கடநா-தன், கோதண்டராமன் மற்றும் மதுரவாணியைப் பெற்றெடுத்த அன்னை. அவருடன் நின்று கொண்டிருந்த இரு பெண்களும் கோதண்டராமன், மைதிலியின் சீமந்தப்புத்திரிகள். மூத்தவள் மைத்ரேயிக்கு ஹர்சவர்தனின் வயது தான். சாந்தம் தவழும் அவளின் முகமே பார்த்தவுடன் நீரஜாட்-சியை கவர்ந்துவிட அவளைப் பார்த்துச் சினேகமாகப் புன்னகைத்தாள். மைத்ரேயியும் அவளையும், கிருஷ்ணஜாட்சியையும் பார்த்துப் பதிலுக்குப் புன்னகைத்தாள்.

ஆனால் அவளின் அருகில் நின்ற இளையவளோ இவர்கள் இரு-வரையும் துச்சமாகப் பார்க்க நீரஜாட்சிக்கு அவளை முதல் பார்வையி-லேயே பிடிக்காமல் போய்விட்டது. அவள் தான் ஸ்ருதிகீர்த்தி. மைத்-ரேயியின் தங்கை. அவள் அப்படியே பத்மாவதியின் வார்ப்பு. அவள் கிருஷ்ணஜாட்சியை பார்வையால் அளவிட்டவள் அவளது அழகில் பொறாமைக் கொண்டாள் அக்கணமே. பின்னர் நீரஜாட்சியைப் பார்த்-தவள் மனதில் "இது பொண்ணா பையனா" என்று கேட்டுக் கொண்-

• 6 •

டாள். நீரஜாட்சியின் கழுத்தளவு முடியும், திலகமற்ற நெற்றியும், அவள் அணிந்திருந்த டாப் மற்றும் பட்டியாலாவும் அவளை எந்த விதத்திலும் பெண்ணாகக் காட்டவில்லை தான். ஆனால் அந்த பதினைந்து வயது சிறுமி நீரஜாட்சிக்கு இந்த விஷயங்களில் எல்லாம் ஆர்வமில்லை என்பதால் அவள் இது எதையும் கண்டுகொள்வதில்லை.

தங்களை ரட்சிக்க வந்த பரந்தாமனாக நின்ற தாத்தாவைக் கண்டதும் இரு பெண்களும் முகம் மலர பட்டாபிராமனுக்கு கிருஷ்ணஜாட்சியின் சிரிப்பைக் கண்டதும் மதுரவாணியின் கள்ளமற்ற முகம் நினைவுக்கு வர "அம்மாடி மதுரா" என்று தழுதழுத்தக் குரலில் அவளை அழைத்தவர் அவளை அணைத்துக் கொண்டார்.

தாத்தாவின் பாசத்தில் நெகிழ்ந்துப் போய் நின்ற கிருஷ்ணஜாட்சி பேச முடியாமல் கண்ணீரை மட்டும் வடிக்க நீரஜாட்சியை மார்போடு அணைத்துக் கொண்டார் சீதாலெட்சுமி.

ஹர்சவர்தன், பத்மாவதி, ஸ்ருதிகீர்த்தியைத் தவிர மற்ற அனைவரும் இந்தப் பாசப்போராட்டத்தை கண்ணில் திரையிடும் கண்ணீருடன் கவனித்துக் கொண்டிருந்தனர். பத்மாவதியின் மனதில் துவேசமும், ஸ்ருதிகீர்த்தியின் மனதில் பொறாமையும் கொழுந்து விட்டு எரிய, ஹர்சவர்தனோ அவர்களைப் போல் அல்லாமல் வீட்டின் அமைதிக்கு இந்தப் பெண்களால் குந்தகம் வருமோ என்ற சந்தேகத்துடன் அவர்களைப் பார்த்துக் கொண்டிருந்தான்.

2

பூங்காற்று 2

பட்டாபிராமன் மூத்த பேத்தியை அணைத்தபடி கண்ணீர் வடித்தவர் நிமிர்ந்து மருமகளை வெறித்தவாறே "அன்னைக்கு உன்னோட அண்ணா மணமேடையில என் பொண்ணால அவமானப்பட்டாங்கிற ஒரே காரணத்துக்காகத் தான் உயிரோட இருந்தவரைக்கும் என் பொண்ணு முகத்தை நான் பார்க்கல. அவளும், அவ ஆத்துக்காரரும் ஒரு ஆக்சிடெண்ட்ல காலமாயிட்டான்னு நேக்கு கும்பகோணம் போனப்போ தான் தெரிய வந்தது. என் பொண்ணோட பிரதிபிம்பமா நிக்-கறவாளை கோவத்துல ஒதுக்கி வைக்கற அளவுக்கு நான் ஒன்னும் கல்-நெஞ்சக்காரன் இல்லடிம்மா!" என்றுச் சொல்லி விழிநீரைத் துடைத்தவர் மருமகளின் முகம் இன்னும் இளகாததைக் கண்டு மனம் வெதும்பினார்.

"என்னோட பேத்திகளுக்கு இடம் இல்லாத வீட்டில நானும் இனி தங்கப் போறதில்ல. நீயும் கௌம்புடிம்மா. நமக்கு நம்ம பேத்திகள் இருக்கா. இனி அவா தான் நமக்கு எல்லாமே" என்றபடி நடுங்கும் கரங்களால் பேத்திகளின் சூட்கேசைத் தூக்கிக் கொண்டு மனைவியுடன் வெளியேறத் தொடங்கினார் பட்டாபிராமன்.

அவர் வீட்டை விட்டு வெளியேறி நடந்தவர் கனத்த இதயத்துடன் தோட்டத்தின் நடுவில் இருக்கும் கிருஷ்ணன் சிலையோடு கூடிய நீரூற்-றின் பக்கவாட்டுச்சுவரில் அமர்ந்தார். அவர் அருகில் அமர்ந்த சீதா-லெட்சுமி அவரின் முகவாட்டத்தைக் கண்டுகொண்டு "ஏண்ணா எதும் பண்றதா உங்களுக்கு? நான் வேணும்னா ஜலம் கொண்டு வரவா?"

• 8 •

என்று பதறிப் போய் கேட்க

அவர் மனைவியையும் பேத்தியையும் அர்த்தபுஷ்டியோடு பார்த்தபடி "நேக்கு ஒன்னுமில்லடி சீதே! வயசாயிடுதோன்னோ அதான் சரீரம் என்னோட பேச்சைக் கேக்காம அடம்பிடிக்கறது. அது மட்டுமில்லாம லட்டு போல பேத்திகள் கண் முன்னே நிக்கறச்ச அவாளை விட்டுட்டு அவ்ளோ ஜல்தியா போய்ச் சேர்ந்துட மாட்டேன்டி நான்" என்று மனைவிக்கும் பேத்திகளுக்கும் தைரியம் சொல்ல அவர்கள் முகம் தெளியவும் வீட்டினுள் இருந்து பத்மாவதி வெளியே வரவும் சரியாக இருந்தது.

வந்தவரின் முகத்தில் வயதான மாமனார் மாமியாரின் மீது அவர் வைத்திருக்கும் அன்பு தெளிவாகத் தெரிய இரு பெண்களையும் முறைத்தவாறே மாமனாரின் அருகில் நின்றவர் "அப்பா ஆத்துக்குள்ளே வாங்கோ. நான் இனி உங்க பேத்திகள் ரெண்டு பேரையும் எதுவும் சொல்லப் போறது இல்ல" என்றுச் சொல்ல சீதாலெட்சுமிக்கே ஆச்சரியம்.

அவருக்குத் தெரிந்த பத்மாவதிக்குத் தான் பிடித்த முயலுக்கு மூன்று கால்கள் என்று சொல்லும் அளவுக்குப் பிடிவாதம் உண்டு. தன் மருமகளா இது என்றபடி பார்வையை அவள் முகத்தில் பதிக்க மாமனாரின் மீது வைத்திருக்கும் மரியாதை அதில் தெளிவாகத் தெரியவே சீதாலெட்சுமி தன் கணவரிடம் "உங்க மாட்டுப்பொண்ணு தான் சொல்றாளோன்னோ! பிடிவாதம் பிடிக்காதேள்ணா!" என்று கணவரைச் சமாதானம் செய்ய முயன்றார்.

பத்மாவதி இரு பெண்களையும் கூரியவிழிகளால் அளவிட்டப்படியே "ஆனா இவா ரெண்டு பேரும் அந்த ஆத்துக்குள்ள வரப்படாது. இவா நம்ம அவுட் ஹவுஸிலேயே தங்கிக்கட்டும். என்னால அவ்ளோ சுலபமா இவாளோட அம்மா பண்ணுன காரியத்தை மறக்க முடியாது. நம்மாத்துல தங்குனா நானே இவா மனம் கோணுறபடி ஏதும் சொல்லி அதால குழந்தேள் மனசு கஷ்டப்பட்டுடக் கூடாது பாருங்கோ" என்று தன் மனநிலையைத் தெளிவாக எடுத்துரைக்க மூத்தவளுக்கு இது நன்றாகவே புரிந்தது.

தாத்தாவின் காலடியில் அமர்ந்தவள் "தாத்தா மாமி தான் இவ்ளோ தூரம் சொல்லுறாங்கள்ல. நீங்களும் பாட்டியும் உள்ளே போங்க. நானும் நீருவும் அவுட் ஹவுஸிலே இருந்துப்போம். எங்களுக்குப் பயம் ஒன்னும் இல்ல" என்று பெரியவருக்குத் தைரியம் சொல்ல அவருக்கும் மருமகள்

மற்றும் பேத்திகளின் மனநிலை புரிய மருமகளின் அந்த முடிவுக்கு அவரும் கட்டுப்பட்டார்.

பத்மாவதியின் முகத்தில் ஒரு நிமிடம் ஜெயித்ததற்கான சிரிப்பு வந்ததோ என்று கிருஷ்ணஜாட்சிக்குத் தோன்றினாலும் அதை அவள் கண்டுகொள்ளவில்லை. அவளுடைய பாட்டனாரும் மருமகளின் முகத்தில் தோன்றிய மாற்றத்தைக் கவனிக்கவில்லை. ஒரு வேளை இருவரில் ஒருவர் அதைக் கண்டிருந்தால் பிற்காலத்தில் நிகழப் போகும் பல மோசமான சம்பவங்களைத் தவிர்த்திருக்கலாமோ என்னவோ!

பத்மாவதி உள்ளே சென்றதும் கிருஷ்ணஜாட்சி தாத்தாவின் கையைப் பிடித்துத் தூக்கிவிட எழுந்தவர் நீரஜாட்சியைப் பார்த்து

“குழந்தே! உன் அக்கா கஷ்டம்னாலும் யார் கிட்டவும் சொல்லிக்க மாட்டா. ஏன்னா என் பொண்ணு மதுரவாணி அப்படி தான். ஆனா நீ ரொம்ப தைரியமான பொண்ணு தானே! இங்கே யார் உன்னை எதுவும் சொன்னாலோ, இல்ல கிருஷ்ணாவை திட்டினாலோ அதை உடனே தாத்தா பாட்டி கிட்டச் சொல்லிடணும். சரியா?” என்றுச் சொல்ல அவள் தலையை மேலும் கீழுமாக ஆட்ட

சீதாலெட்சுமி அவளது கூந்தலைக் கண்டு கேலியாக “உங்க தாத்தா உன்னை முதல் தடவை பார்த்துட்டு உன்னைப் பத்தி என் கிட்ட சொல்லறச்ச என்ன சொன்னார் தெரியுமோ? மதுராவோட ரெண்டாவது பொண்ணு பையனா பிறக்க வேண்டியவன்னார். நேக்கு அது இப்போ புரியறது” என்றுச் சொன்னபடி அவளது தலையைக் கலைத்துவிட அவள் முடியைச் சிலுப்பிக் கொண்டாள்.

“ஸ்ஸ்... சித்து சும்மா சும்மா என்னோட முடியில கை வைக்காதே” என்று மூக்கைச் சுருக்கிக் கொண்டு அவள் சொன்ன விதம் கணவன் மனைவி இருவரையும் கவர்ந்து விட

சீதாலெட்சுமி “என்னதுடிம்மா? சித்துவா? இது வரைக்கும் என் ஆத்துக்காரர் கூட என்னை இப்பிடி கூப்பிட்டதில்லடி” என்றுச் செல்லமாக அங்கலாய்க்க பட்டாபிராமன் இளைய பேத்தி மனைவிக்கு வைத்த செல்லப்பெயரை நினைத்துச் சிரித்தார்.

“நன்னா சிரிங்கோ! நாளைக்கே உங்களுக்கும் ஒரு செல்லப்பேரை வைக்கப் போறா உங்க பேத்தி” என்று பதிலுக்குக் கணவரைக் கேலி செய்ய

நீரஜாட்சி அவரை குறும்புடன் பார்த்து "நான் ஆல்ரெடி வச்சிட்-டேன் சித்து. தாத்தாவோட ஷார்ட் நேம் பட்டு" என்றுச் சொல்லிவிட்டு நமுட்டுச்சிரிப்பு சிரிக்க

பட்டாபிராமன் "நீ வைச்சுக்கோடி ராஜாத்தி. நீ வைக்காம வேற எந்த கொம்பன் எனக்கு பேர் வச்சு அழைக்கப் போறான்?" என்று சின்ன பேத்தியைக் கொஞ்சிக் கொண்டிருக்கும் போதே ராயல் என்ஃ-பீல்டின் சத்தம் அந்த வீட்டுக் காம்பவுண்டுக்குள் கேட்க சீதாலெட்சுமிக்கு வருவது யாரென்று அப்போதே புரிந்துவிட்டது.

அந்தச் சத்தம் பார்க்கிங் ஏரியாவுக்குச் சென்று நிற்கவும் சில கண இடவெளியில் தட்தட்டென்ற காலணியின் சத்தத்துடன் யாரோ வரும் அரவம் கேட்க கிருஷ்ணஜாட்சி கழுத்தை வளைத்துத் எட்டிப் பார்த்-தாள்.

அங்கே வந்து கொண்டிருந்தவன் அந்த வீட்டின் சிறிய இளவரசன் ரகுநந்தன். வெள்ளை நிற ஸ்போர்ட்ஸ்வேரில் அவன் அண்ணனைப் போன்ற உயரம், அவனைப் போன்ற நிறம் என்று தோற்றத்தில் ஒரு குறைபாடும் சொல்ல இயலாது. கல்லூரி முதலாமாண்டில் காலடி எடுத்து வைத்திருப்பதால் கல்லூரி மாணவர்களுக்கே உரித்தான கண்மூடித்தன-மான ஃபேஷனை கடவுள் புண்ணியத்தால் அவன் அளவோடு பின்பற்-றியதாலோ என்னவோ அவனது தலைமுடி தப்பித்துவிட்டது.

கிளீன் ஷேவ் முகத்துடன் சிகரெட் அறியா உதடுகளுடன் தங்களை நோக்கி நடந்து வருபவன் யாரென்ற கேள்வி கிருஷ்ணஜாட்சிக்குள் எழ நீரஜாட்சியோ அவள் பாட்டுக்குத் தாத்தா பாட்டியிடம் வம்பிழுத்துக் கொண்டிருந்தாள்.

ரகுநந்தன் அவர்கள் இருவரையும் நோட்டமிட்டபடி "யாரு இந்தப் பொண்ணும், குட்டிப்பையனும்? இவா ஏன் தாத்தா பாட்டி கூட நின்-னுண்டிருக்கா?" என்று தனக்குள் கேட்டபடி வந்தவன் நேரே தாத்தா-வின் எதிரில் சென்று நின்றான்.

"தாத்தா இவா ரெண்டு பேரும் யாரு? இந்தப் பொண்ணு முகத்தை எங்கேயோ பார்த்த மாதிரி தோணறது! ஆனா இந்த குட்டிப்பையன் யாரு?" என்று நீரஜாட்சியை தலையிலிருந்து கால் வரை பார்க்க அவள் முகம் கோபத்தில் மிளகாய்ப்பழம் போல் சிவக்க அதைக் கண்டதும் ஒரு கணம் ஜெர்க் ஆகி நின்றான் அவன்.

நீரஜாட்சி கோபத்துடன் "யாருடா பையன்? நானா? அதுவும் குட்-டிப்பையனா? நான் ஒன்னும் குட்டிப்பையன் இல்ல. எனக்கு இந்த செப்-டம்பர் வந்தா சிக்ஸ்டீன் இயர்ஸ் வரப் போகுது" என்று சண்டைக்கோ-ழியாய் சீற அவன் வாயில் கைவைத்து ஆச்சரியப்பட்டான்.

பின்னர் கேலியாய் அவளைப் பார்த்தபடி "அப்போ உனக்கு பையன்னு சொன்னது பிரச்சனை இல்ல, குட்டிப்பையன்னு சொன்னது தான் பிரச்சனையாக்கும்?" என்று இன்னும் அவளைச் சீண்டிவிட அவள் எதுவும் சொல்லி அவர்களுக்குள் கலகம் மூள்வதற்குள் பட்டா-பிராமன் இரு பெண்களையும் அவனுக்கு அறிமுகப்படுத்தி வைத்தார்.

"இவா ரெண்டு பேரும் உன் அத்தை மதுரவாணியோட மகள்கள். இது மூத்தவா கிருஷ்ணஜாட்சி. இது இளையவா நீரஜாட்சி" என்று அவர்களை அறிமுகப்படுத்த

அவன் தலையைத் தட்டி யோசித்தபடி "நியாபகம் வந்துடுச்சு. மதுரா அத்தையோட பொண்ணுங்களா இவா? ஓகே ஓகே. சரி வெளியே ஏன் நின்னுண்டிருக்கா? உள்ளே அழைச்சிண்டு வர வேண்டியது தானே!" என்று அவனைப் பெற்ற புண்ணியவதி இவ்வளவு நேரம் ஆடிவிட்டுச் சென்ற தாண்டவத்தை அறியாமல் சாதாரணமாகக் கூற பட்டாபிராமன் அவர்கள் சிறிது காலத்துக்கு அவுட் ஹவுஸில் தங்குவார்கள் என்று மட்டும் சொல்லவே அவன் சரியென்று தலையாட்டிவிட்டு வீட்டிற்குள் சென்றான்.

நேரே மாடிக்குச் சென்றவன் மாடி வராண்டாவில் நின்றபடி கீழே தோட்டத்தில் நின்று தாத்தா பாட்டியுடன் உரையாடிக் கொண்டிருந்த பெண்களைப் பார்த்துக் கொண்டிருந்த அண்ணனைப் பார்த்ததும் அவன் அருகில் சென்று அவன் காதுக்குள் "ஓ" என்று கத்த அவன் பதறிய-வனாய் விலகி நின்றான்.

ஒரு கணம் அவன் இதயம் நின்று துடிக்க தன்னைப் பார்த்து விழுந்து விழுந்துச் சிரிக்கும் தம்பியை நினைத்து தலையில் அடித்துக் கொண்டான் ஹர்சவர்தன்.

"என்னடா அண்ணா பயந்துட்டியோன்னோ?" என்று கேலி செய்த-படி அண்ணனின் பார்வை இன்னும் அந்த பெண்களின் மீதே இருப்ப-தைக் கண்டதும் "டேய் அண்ணா! நம்ம அத்தை பெத்த பூங்குயில்களை ரசிச்சிண்டு இருக்கியா?" என்று கேலி செய்தபடி அவனும் அவர்களை

• 12 •

நோட்டம் விட ஆரம்பித்தான்.

ஹர்சவர்தன் அவன் தோளில் கை வைத்தபடி யோசிக்க ஆரம்பிக்க ரகுநந்தன் "ப்ச்.. தப்பா சொல்லிட்டேன்டா. அத்தை பெத்தது ஒரே ஒரு பூங்குயில் தான். இன்னொன்னு சரியான ஆங்ரி பேர்ட். அது கிட்ட மனுசன் பேசுவானா? ஃபர்ஸ்ட் அதை நான் பையன்னு நெனைச்சிண்டேனா பார்த்துக்கோ" என்றுச் சொல்ல

ஹர்சவர்தன் "பார்த்துடா! தாத்தா காதுபட சொல்லிடாதே. காத்தாலே இந்தப் பொண்ணுங்க வந்ததுலே இருந்தே அவர் சரியில்ல" என்றான் யோசனையாக.

ரகுநந்தன் "அதை விடுடா அண்ணா. நான் நம்ம அத்தையை போட்டோல மட்டும் தானே பார்த்திருக்கேன். ஆனா அவங்கள பார்த்தா ஏதோ இண்டலெக்சுவல் மாதிரி தெரிஞ்சது. பட் இந்தப் பொண்ணுங்களொட பேர் விஷயத்துல அத்தை ஒரு தப்பு பண்ணிட்டாங்க. பொண்ணுக்குப் பையனோட பேரான கிருஷ்ணாவை வச்சிருக்காங்க! ஆனா அந்தப் பையனுக்குப் பொண்ணு பேரான நீரஜாவை வச்சிருக்காங்க. நம்ம அத்தை அவா ரெண்டு பேருக்கும் பேர் வச்ச விஷயத்துல பெருசா சொதப்பிட்டாங்க போல" என்று கேலி செய்த ரகுநந்தனுக்குச் சிரித்தபடி ஹைஃபை கொடுத்தான் அவனது அண்ணன் ஹர்சவர்தன்.

பின்னர் "அவங்க அவுட் ஹவுஸில இருக்கறதுக்கு தாத்தாவும் ஒத்துண்டார். ஆனா இவாளால நம்மாத்துல எதும் பிரச்சனை வருமோங்கிறது தான் நேக்கு டவுட்" என்றான் சந்தேகம் நிறைந்த குரலில்.

ரகுநந்தன் அவனைத் தோளோடு அணைத்தபடி "அதுங்க ரெண்டும் அப்பிராணிங்கடா அண்ணா. அவாளுக்குலாம் அவ்ளோ சீன் இல்ல" என்று சொல்ல அப்போதைக்கு அதை தலையாட்டிக் கேட்டுக் கொண்டாலும் அவன் மனம் நிம்மதியடையவில்லை.

3

பூங்காற்று 3

பட்டாபிராமன் இரு பேத்திகளையும் அவுட் ஹவுஸில் கொண்டு போய்-விட்டவர் அவர்களிடம் "ரெண்டு பேரும் இருங்கடா. நான் போய் மைத்-தியை உங்களுக்கு உதவிக்கு அனுப்பிவிடறேன்" என்று சொல்லிவிட்டு வீட்டை நோக்கிச் செல்ல சீதாலெட்சுமி பேத்திகளுடன் இருந்து அவர்-களுடையை உடைமைகளை எடுத்து வைக்க உதவிக் கொண்டிருந்தார்.

அவர்கள் வீட்டின் அவுட் ஹவுஸ் முறைப்படி பராமரிக்கப்பட்டு சுத்-தம் செய்யப்பட்டிருப்பதால் அவர்களுக்கு ஒதுங்க வைக்க வேண்டிய அவசியம் ஏதுமில்லை. தோட்டத்துக்கு நடுவே கலைநயத்தோடு கட்டப்-பட்டிருந்த அந்த அவுட் ஹவுஸ் இரண்டு படுக்கையறை, சமையலறை, ஒரு நடுத்தரமான ஹால் மற்றும் நீண்ட வராண்டாவை உள்ளடக்கியது. வராண்டா பாதியளவு கான்கீரிட் சுவரும் மீதி உயரத்துக்கு மரத்தடுப்பும் போடப்பட்டு கோடைகாலத்தில் அங்கேயே இளைப்பாறுவதற்கு ஏற்றபடி கட்டப்பட்டிருந்தது.

கிருஷ்ணஜாட்சி பாட்டியுடன் பொருட்களை எடுத்து வைத்துக் கொண்டிருக்க நீரஜாட்சி வராண்டாவின் சுவரின் மீது ஏறி மரத்தடுப்பின் இடைவெளி வழியே தோட்டத்தை வேடிக்கை பார்த்துக் கொண்டிருந்-தாள். திடீரென்று அவளுக்குப் பின்புறம் யாரோ நகைக்கும் ஒலி கேட்க வேகமாக கீழே குதித்தவள் அங்கே நின்ற இளம்பெண்ணைப் பார்த்ததும் சினேகமாகச் சிரித்தாள்.

அவள் நீரஜாட்சியின் அருகில் சென்று "நீ நீரஜா தானே! நான் மைத்ரேயி. உன்னோட சின்னத்தை மைதிலியோட பொண்ணு" என்று தன்னை அறிமுகப்படுத்திக் கொள்ள

நீரஜாட்சி சிரித்த முகத்துடன் "நான் உங்களை காலையிலே தாத்தா கூடப் பார்த்தேன்கா. அப்போவே எனக்கு உங்களை ரொம்பப் பிடிச்சுப் போச்சு. உள்ளே கிருஷ்ணாவும், சித்துவும் திங்ஸை அடுக்கி வச்சிட்டு இருக்காங்க. நீங்க போய் ஹெல்ப் பண்ணுங்க" என்றுச் சொல்லி மீண்டும் சுவரில் ஏறி நின்று வேடிக்கை பார்ப்பதைத் தொடர்ந்தாள்.

மைத்ரேயி அவளிடம் "பார்த்துடி! கீழே விழுந்து வச்சிடாதே! அப்புறம் அதுக்கும் பெரியம்மா எதாச்சும் சொல்லப் போறா" என்றபடி வீட்டினுள் சென்றாள்.

கிருஷ்ணஜாட்சி பாட்டியுடன் பேசிக் கொண்டிருந்தவள் அறைவாயிலில் நிழலாட உள்ளே வந்த மைத்ரேயியைக் கண்டதும் தயக்கத்துடன் எழ அவள் புன்னகை தவழும் முகத்துடன் "உக்காரு கிருஷ்ணா! தாத்தா தான் நீங்கள்லாம் தனியா இருப்பேள்னு சொல்லி உங்களுக்கு பேச்சுத்துணைக்கு என்னை அனுப்பி வச்சார்" என்றபடி தானும் அமர்ந்து கிருஷ்ணஜாட்சியையும் தன்னருகில் அமர்த்திக் கொண்டாள்.

பின்னர் பாட்டியிடம் "பாட்டி! இவா அப்பிடியே அத்தை மாதிரி இருக்கா பாக்கறதுக்கு. கிருஷ்ணா! நீரஜா உங்க தோப்பனார் மாதிரியோ?" என்று தன்னுடைய சந்தேகத்தைக் கேட்க கிருஷ்ணஜாட்சி அதற்கு ஆமென்று தலையை மட்டும் ஆட்டினாள்.

மைத்ரேயி அவளுடைய கையைப் பிடித்து தட்டிக் கொடுத்தவள் "இங்க நோக்கு என்ன பிரச்சனைனாலும் நீ என் கிட்ட ஷேர் பண்ணிக்கலாம். என்னடா பெரிய மாமி காத்தாலே அப்பிடி பேசிட்டாளேனு வருத்தப்படாத. காலம் எல்லாரையும் மாத்தும். சோ நீ இப்பிடி தயங்கிண்டே பேசாம உரிமையா பேசு. சரியா?" என்று ஆறுதலாகப் பேச

கிருஷ்ணஜாட்சி கண்கள் பனிக்க "அம்மா அப்பாக்கு அப்புறமா எங்களுக்கு யாருமில்லனு நெனைச்சு வருத்தப்பட்டுட்டிருந்தப்போ கடவுளா பார்த்து எங்களுக்கு குடுத்த வரம் தான் தாத்தா, பாட்டி, பெரிய மாமா, சின்ன மாமா எல்லாரும். மாமி பேசுனதை நெனைச்சு வருத்தப்படலைக்கா. ஆனா அதுக்கு அப்புறம் இந்த வீட்டில இருக்கிறவங்க எங்களை எப்பிடி நடத்துவாங்கன்னு ரொம்ப கவலையா இருந்துச்சு. உங்க

பேச்சைக் கேட்டதுக்கு அப்புறமா எல்லாமே மாறும்கிற நம்பிக்கை வந்திருக்கு'' என்று கூற

மைத்ரேயி தன் சுடிதாரின் துப்பட்டாவை எடுத்து அவள் கண்ணீரைத் துடைத்தவள் "சீ அசடு மாதிரி அழக் கூடாதுடி! மைத்ரேயியோட அத்தங்காவா லெட்சணமா இருக்கணும்'' என்று கேலி செய்ய கிருஷ்ணஜாட்சியின் இதழில் புன்னகை அரும்பத் தொடங்கியது. சீதாலெட்சுமிக்கு இளைய தலைமுறையாவது பழைய கசப்பான சம்பவங்களை மறந்துவிட்டு மகிழ்ச்சியாக இருக்கிறதே என்ற மனநிறைவு.

அப்போது தான் அவர் புத்தியில் பட்டது நீரஜாட்சியைக் காணவில்லை என்பது. மைத்ரேயி அவள் வெளி வராண்டாவில் நின்று வேடிக்கை பார்த்துக் கொண்டிருப்பதாகக் கூற அவர் வெளியே வந்துப் பார்க்க அவள் அங்கே இல்லை.

பதறிப் போனவராய் ஹாலினுள் வந்தவர் மைத்ரேயியிடம் "மைத்தி நீரு அங்கே இல்லடி. குழந்தே எங்கப் போனானு தெரியலயே பகவானே! ஏன் இந்த இளம்வயசுல இவாளை இப்பிடி சோதிக்கிற?'' என்று புலம்பத் தொடங்கினார்.

மைத்ரேயியும் கிருஷ்ணஜாட்சியும் அவரைச் சமாதானப்படுத்திக் கொண்டிருக்க அந்த வீட்டின் பெரிய காம்பவுண்ட் சுவரைத் தாண்டி நீரஜாட்சியின் குரல் கேட்கவும் சீதாலெட்சுமி இரு பேத்திகளுடன் வீட்டின் வெளியே வந்துப் பார்க்க தெருவில் கிரிக்கெட் விளையாடிக் கொண்டிருக்கும் சிறுவர்களிடம் விவாதித்துக் கொண்டிருந்தாள் நீரஜாட்சி.

"டேய் பிளீஸ்டா என்னையும் சேர்த்துக்கோங்க. நான் சூப்பரா பேட்டிங் பண்ணுவேன்டா'' என்றுப் பேசிக் கொண்டிருக்க சீதாலெட்சுமி ஆகாயத்தைப் பார்த்து கும்பிட்டுக் கொண்டே அவள் அருகில் சென்றார்.

திடீரென்று தன்னருகில் வந்து நின்ற பாட்டியுடன் மைத்ரேயியும், கிருஷ்ணஜாட்சியும் அவளைப் பார்த்து முறைக்கவே அவள் உதட்டைப் பிதுக்கிவிட்டு "ஏன் நீங்க எல்லாரும் இப்பிடி ஒரு ரியாக்சன் குடுக்கிறிங்க? சித்தம்மா பிளீஸ் இவங்க கிட்ட சொல்லி என்னையும் இவங்க டீம்ல சேர்த்துக்கச் சொல்லு'' என்று பாவமாகக் கேட்க

கிருஷ்ணஜாட்சி பொறுமையிழந்தவளாய் "கிரிக்கெட் டீம்ல அப்புறமா சேர்ந்துக்கலாம். இப்போ எங்களோட வா'' என்று கையைப் பிடித்து

அவளை இழுத்துச் செல்ல அந்த சிறுவர்கள அதை வேடிக்கை பார்த்-தபடி தங்களுக்குள் பேசிக் கொண்டனர்.

கிருஷ்ணஜாட்சி வீட்டினுள் அவளை அழைத்துச் சென்று கடிந்து கொள்ள நீரஜாட்சி "எனக்கு டைம்பாஸ் ஆக வேண்டாமா கிருஷ்ணா? இங்கே மைத்திக்கா மட்டும் தான் நம்ம செட். சித்துவும், பட்டுவும் ஓல்ட் ஜெனரேசன். அந்த இன்னொரு பொண்ணு நம்ம ரெண்டு பேரையும் பார்த்தப்போவே விளக்கெண்ணெய் குடிச்ச மாதிரி முகத்தை வச்சிக்-கிட்டா. அப்புறம் அந்த ரெண்டு நெடுமரத்தையும் எனக்குச் சுத்தமா பிடிக்கல. இப்போ சொல்லு! நான் என்ன தான் பண்ணுறது? அதான் வெளியே குட்டிப்பசங்க கிரிக்கெட் விளையாடிட்டு இருந்ததைப் பார்த்து அவங்க டீம்ல என்னைச் சேர்த்துக்கச் சொல்லி கேட்டேன். அவங்க மாட்டேனு சொல்லிட்டாங்க" என்றுச் சொல்ல சீதாலெட்சுமி அவளை அணைத்துக் கொண்டார்.

"சாயந்திரமா ரெண்டு மாமாவும் வீட்டுக்கு வரட்டும்டி. என் செல்லப் பேத்திக்கு என்ன வேணும்னு லிஸ்ட் போட்டுக் குடு. அவா எல்லாத்-தையும் வாங்கிண்டு வருவா. கிருஷ்ணா, மைத்தி நீங்க ரெண்டு பேரும் கிச்சன்ல என்னென்ன தேவைப்படும்னு லிஸ்ட் போடுங்கோ. நீரு நீயும் உனக்கு என்னென்ன வேணும்னு லிஸ்ட் எழுதி வை. நான் உங்க மூனு பேருக்கும் சாப்பாடு எடுத்திண்டு வர்றேன்" என்றுச் சொல்லிவிட்டு வீட்டை நோக்கிச் சென்றார்.

அவர் சொன்னபடி மூவரும் லிஸ்டை தயார் செய்துவிட்டு அவுட் ஹவுஸை சுற்றி இருக்கும் தேவையற்ற செடிகளைப் பிடுங்கத் தொடங்கி-னர். தோட்டத்தின் மரநிழலில் உள்ள ஊஞ்சலில் சாய்ந்து ஹெட்போனில் பாடல்களை கேட்டுக் கொண்டிருந்த ரகுநந்தனின் பார்வையில் அவர்-கள் படவே எழுந்து அவர்களிடம் சென்றான்.

வியர்வை வழிய வேலை செய்து கொண்டிருந்தவர்களைக் கண்டதும் மைத்ரேயியைப் பார்த்து "மைத்திக்கா நோக்கு ஏதாச்சும் ஹெல்ப் தேவையா?" என்க மைத்ரேயி சந்தேகத்துடன் தம்பியைப் பார்த்தபடி "வேண்டாம்டா நந்து. அப்புறம் இதைச் சாக்கா வச்சு உன்னோட அசைன்மெண்ட் ஒர்க்கை என் தலையில கட்டிடுவ" என்றுச் சொல்லி-விட்டு தன் வேலையைக் கவனிக்கத் தொடங்கினாள்.

அவளிடமிருந்து நகர்ந்தவன் கிருஷ்ணஜாட்சியிடம் "பெரிய அத்-தங்கா! நோக்கு ஏதாச்சும் ஹெல்ப் தேவையா?" என்று வேண்டுமென்றே கேலி செய்தான்.

கிருஷ்ணஜாட்சி புன்னகையுடன் வேண்டாமென்று மறுக்கவே அவன் பதிலுக்குச் சிரித்துவிட்டு அவர்களிடமிருந்து சிறுது தூரம் தள்ளி நின்று ஏதோ செடியை நட்டு வைத்துக் கொண்டிருந்த நீரஜாட்சியிடம் சென்-றான்.

"குட்டி அத்தங்கா! எதுக்கு இவ்ளோ சிரமப்படற? நான் வேணா ஹெல்ப் பண்ணட்டுமா?" என்றுக் கேலி விரவிய குரலில் கேட்க அவள் நிமிர்ந்து அவன் பார்வையைச் சந்தித்தவாறே "ஒன்னும் தேவை இல்ல" என்று அவன் தன்னை பையன் என்றுச் சொன்ன கடுப்பை மறைக்காது குரலில் காட்டவே

அவன் "இந்தப் பொன்னான கைகள் புண்ணாகலாமா? உதவிக்கு வரலாமா? சம்மதம் வருமா?" என்று இழுத்துப் பாடியபடியே அவளைப் பார்த்துக் கொண்டே பின் நோக்கி நடக்க அவள் கோபத்துடன் பக்-கத்தில் தண்ணீருடன் குழம்பிக் கிடந்த மண்ணை அள்ளி அவன் மீது வீசிவிட்டு கை அலம்பச் சென்றுவிட்டாள்.

அதைக் கண்டவன் "இந்த ஆங்ரி பேர்டுக்கு கோவம் மூக்கு மேல நிக்கறது. ஹே பகவான்! இவளைக் கட்டிண்டு முழிக்கப் போறவன் எவனோ?" என்று எண்ணியபடி வீட்டை நோக்கிச் செல்ல வழியிலேயே இவ்வளவு நேரம் அவன் செய்த திருவிளையாடல்களை ஓரமாக நின்று பார்த்துக் கொண்டிருந்த அவனது அன்னை பத்மாவதியிடம் மாட்டிக் கொண்டான்.

அவர் மனதிற்குள் "அந்த ரெண்டையும் நான் விஷமா வெறுக்-கிறேன். இவன் என்னடான்னா அவா கிட்டப் போய் உறவுமுறை கொண்டாடிண்டு நிக்கறான்?" என்று வெதும்பியவர் அதை மறைக்காமல் முகத்தில் காட்டியபடி "நந்து பொம்மனாட்டி இருக்கற இடத்துல நோக்கு என்ன வேலை?" என்று இறுகிய குரலில் கேட்க

ரகுநந்தன் இலகுவான குரலில் "மை டியர் மம்மி! ஏன் இவ்ளோ கோவப்படற? நான் சும்மா அவாளை வம்பிழுத்திண்டு வர்றேன். நீ சீரி-யசா எடுத்துக்காதே. இப்போ வா! நேக்கு ரொம்ப பசிக்கறது. சாதம் போடு" என்று அவரைத் தோளோடு அணைத்துக் கொண்டுச் செல்ல

பத்மாவதியும் அதற்கு மேல் அவனிடம் வாதிடாமல் அவனுடன் சென்றார்.

எவ்வளவு கோபமாய் இருந்தாலும் பிள்ளைகள் பசிக்கிறது என்றுச் சொல்லிவிட்டால் போதும்! அந்தக் கோபம் காற்றிலிட்ட கற்பூரமாக மறைந்துவிடும். உடனே பிள்ளைகளை உண்ண வைத்துப் பார்த்தால் தான் அவர் சமாதானமாவார். அவரின் அந்த பலகீனத்தை அறிந்த ரகுநந்தன் அதை இப்போது பயன்படுத்திக் கொண்டான்.

அதே நேரம் மைத்ரேயியும், கிருஷ்ணஜாட்சியும் அவுட் ஹவுசை சுற்றி ஓரளவுக்கு சீர்படுத்திவிட்டு சீதாலெட்சுமி கொண்டு வந்த மதியவுணவை நீரஜாட்சியுடன் சேர்ந்து ஒரு பிடி பிடித்தனர்.

மதியம் உண்ட களைப்பு தீர வராண்டாவில் மினி மெத்தையை விரித்த சீதாலெட்சுமியுடன் நீரஜாவும் படுத்துக் கொள்ளவே மைத்ரேயி அவுட் ஹவுஸின் மரக்கதவை தாளிட்டுவிட்டு வந்து கிருஷ்ணஜாட்சியுடன் அமர்ந்து கதை பேச ஆரம்பித்தாள்.

சீதாலெட்சுமியும், நீரஜாட்சியும் ஜிலுஜிலு காற்றில் கண்ணயர்ந்தவர்கள் நன்றாகவே உறங்கிவிட்டனர். மாலையில் மைதிலி வந்து கதவை தட்டவும் தான் கிருஷ்ணஜாட்சி மைத்ரேயியின் மடியில் உறங்கிப் போனவள் வேகமாகச் சென்று கதவைத் திறந்தாள். அங்கே மைதிலியும், கூடவே பத்மாவதியும் நிற்கவே இருவரையும் பார்த்துப் புன்னகைத்துவிட்டு உள்ளே செல்ல வழிவிட்டு நிற்க இரு சகோதரிகளும் வராண்டாவுக்குச் சென்றனர்.

மைதிலி அங்கே சீதாலெட்சுமியின் கழுத்தைக் கட்டிக் கொண்டு உறங்கும் நீரஜாட்சியை ரசித்தவர் அவளது நாடியைக் கிள்ளி தன் உதட்டில் முத்தமிட்டுக் கொண்டபடி "என் செல்லம்! உறங்கறப்போ எவ்ளோ அழகு" என்றுச் சொல்ல பத்மாவதி வெறுப்புடன் "நோக்கு அறிவில்லையா மைதிலி?" என்றுக் குரோதத்துடன் சொல்ல அந்தக் குரலில் திடுக்கிட்டு விழித்தார் மைத்ரேயி.

கிருஷ்ணஜாட்சி தன் அதிர்ச்சியை மறைக்காமல் முகத்தில் காட்ட அதைக் கண்டு கொண்ட பத்மாவதி "அது... தூங்கறவா முகத்தை ரசிக்க கூடாதுனு பெரியவா சொல்லிருக்காளோன்னோ!" என்றுச் சமாளிக்கவே மைதிலியும் அதை ஒத்துக் கொண்டார்.

மைதிலி கிருஷ்ணஜாட்சியிடம் பால் பாக்கெட்டுகளை கொடுத்த-வண்ணம் "இதை ஃபிரிட்ஜில வச்சுக்கோடிம்மா! காத்தாலே நம்மாத்துக்-குப் பால் போடுறவர்ட்ட நான் இங்கே குடுக்கச் சொல்லிடறேன். நோக்கு வேற எதாச்சும் வேணுமா?" என்றுப் பேச அந்தச் சத்தத்தில் விழித்தனர் பாட்டியும் பேத்தியும்.

சீதாலெட்சுமி நீரஜாட்சியை தன்னுடன் அழைத்துச் சென்று முகம் அலம்பி விட்டு வர நீரஜாட்சி முகத்தை துடைத்தபடி மைதிலிக்கு ஒரு புன்முறுவலை வழங்கியவள் பத்மாவதியைக் கண்டதும் உதட்டைச் சுழித்துக் கொண்டாள்.

பத்மாவதி அதைக் கண்டுகொண்டவராய் மனதிற்குள் "இத்து-ணூண்டு இருக்கறச்ச இதுக்கு திமிரைப் பாரு. இருடி நோக்கு நான் யாருனு காட்டறேன்" என்று மனதிற்குள் பொறுமியபடி தேன் சொட்டும் குரலில் அவளைப் பார்த்து "ஏன்டிம்மா நீரஜா நீ ஏன் பொம்மனாட்டியா லெட்சணமா உடுத்திக்கக் கூடாது? நம்மாத்து பொண்ணுங்க நெத்தியை இப்பிடி பால்நெத்தியா வச்சிக்கப்படாது. ஏன்மா உங்க பேத்திக்கு இதை-லாம் சொல்லித் தர மாட்டேளா?" என்று மாமியாரிடம் அவளைப் பற்-றிய குறைவான எண்ணத்தை உருவாக்க முயன்றார்.

நீரஜா முந்திக் கொண்டு "மாமி பொம்மனாட்டி மாதிரி உடுத்-திண்டுருக்கவா மட்டும் பொம்மனாட்டி மாதிரியா நடந்துக்கறா? காளி அவதாரம்னா எடுக்கறா!" என்று காலையில் அவர் ஆடிய ஆட்டத்தை மறைமுகமாகக் குத்திக் காட்டிவிட்டு கண்ணைச் சிமிட்டியவள் "நான் இன்னும் நீங்க சொன்ன மாதிரி பொம்மனாட்டியா ஆகலே! ஆனதுக்கு அப்புறமா உங்க அட்வைஸை ஃபாலோ பண்ண டிரை பண்ணுறேன்" என்றுச் சொல்லிவிட்டு தன் கட்டைக்கூந்தலைச் சிலுப்பியபடி அங்கி-ருந்து நகர்ந்து தோட்டத்துப்பக்கம் சென்றாள்.

பத்மாவதி அவள் பேச்சைக் கேட்டு பல்லைக் கடித்துக் கொண்டு அமைதி காத்தார். ஆனால் மைதிலி அவள் சொன்ன "நான் இன்னும் நீங்க சொன்ன மாதிரி பொம்மனாட்டியா ஆகலே!" என்ற வார்த்தை-யைக் கேட்டுத் துணுக்குற்றவராய் கிருஷ்ணஜாட்சியைப் பார்க்க அவள் மெதுவாக "ஆமா மாமி! அவ இன்னும் பெரிய மனுஷி ஆகல" என்-றுச் சொல்லவும் சீதாலெட்சுமிக்கும் மைத்ரேயிக்கும் அவளுடைய சிறு-பிள்ளைத் தனத்துக்கான காரணம் முழுவதுமாய் புரியவந்தது.

மைதிலி பெருமூச்சுடன் “எல்லாத்துக்கும் காலம் நேரம் கூடி வரணும்மா!” என்றுச் சொல்லிவிட்டு பத்மாவதியுடன் நகர்ந்தார்.

அதன் பின் நான்கு பெண்கள் மட்டும் காபியுடன் அரட்டையைத் தொடர சிறிது நேரத்தில் பட்டாபிராமனும் அவரது மகன்களும் கூட அதில் கலந்து கொண்டனர். அவுட் ஹவுஸிலிருந்து கேட்டச் சிரிப்புச்-சத்தம் வீட்டில் தனது அறையின் முன் இருந்த வராண்டாவில் அமர்ந்து லேப்டாப்பில் ஏதோ நோண்டிக் கொண்டிருந்த ஹர்சவர்தனின் உதட்-டிலும் சிரிப்பை வரவழைக்க அவன் புன்னகைத்தவாறு வேலையைத் தொடர்ந்தான்.

அதே நேரம் நீரஜாட்சி தாத்தாவிடம் அடம் பிடித்து அன்று இரவே கிரிக்கேட் பந்து மற்றும் மட்டையை வாங்கிவிட அதைக் கட்டி அணைத்தவாறே தூங்கிப் போனாள். கிருஷ்ணஜாட்சி அவளை எழுப்ப மனமின்றி அவள் அருகில் படுத்துக் கொண்டு அன்றையை நிகழ்வு-களை அசைப் போடத் துவங்கினாள்.

திடீரென்று வீட்டின் வெளியே சரசரவென்ற சத்தம் கேட்க விதிர்-விதிர்த்தவளாய் மரக்கதவை திறந்து வெளியே சென்றவள் எதன் மீதோ கால் வைத்து வீலென்று அலறப் போக அவளது வாயைப் பொத்தியது ஒரு ஆண்கரம். பயத்தில் அவளது இதயத்துடிப்பு மத்தளம் போல் கேட்க வியர்வை ஊற்றெடுக்க ஆரம்பித்தது.

அவளது வாயிலிருந்து கரம் நீக்கப்பட அவள் திரும்பி யாரென்று பார்க்க அவளை முறைத்தவாறு நின்றவன் ஹர்சவர்தன். கையைக் கட்டிக் கொண்டு தன்னை கூறுபோடும் விழிகளால் அளவெடுக்கும் அவனது விழிவீச்சை அப்போதும் எதிர்கொள்ள இயலாது சிரம் தாழ்த்த அவள் நெற்றியில் வியர்வைப்பூக்கள் அரும்பத் தொடங்கியிருந்தன.

அவனது வழக்கமான கடினக்குரலில் “இருட்டில வர்றப்போ கையில டார்ச் வச்சிண்டு வர மாட்டியா? இல்ல நோக்கு ஆந்தை மாதிரி ராத்திரி கண் தெரியுமோ? நான் மட்டும் பிடிக்கலன்னா உன் செல்லத் தங்கை பறிச்சு வச்சிருந்த குழில உன் கால் மாட்டிண்டிருக்கும். அதுல டூல்ஸை வேற போட்டு வச்சிருக்கா அவ. அதுல்லாம் கால்ல வெட்டிச்-சுனு வை, இந்த ராத்திரில நோக்கு டி.டி இஞ்செக்சன் போட டாக்ட-ரைத் தேடி அலையணும். சோ இனிமே நைட் வெளியே வந்தா டார்ச்-சோட வரணும். புரியறதா?” என்றவனின் குரலில் இருந்த்து அக்கறையா

கோபமா என்றுப் புரியாமல் கிருஷ்ணஜாட்சி விழிக்க ஹர்சவர்தனுக்கோ அவளுடைய இந்த விழிச்சுழல் தன்னை விழுங்குவது போன்ற பிரம்மை.

தலையை உலுக்கி தன்னைச் சமனப்படுத்தியபடி "ஆத்துல டார்ச் இருக்காது. இதைப் பிடி" என்று அவளிடம் நீட்ட அவள் அதை வாங்கத் தயங்கியபடி நின்றாள்.

காலையில் அவன் பேசிய பேச்சுக்கள் அப்படி. தங்களை அகதிகளுடன் ஒப்பிட்டுப் பேசியவனின் கையிலிருந்து ஒரு குண்டூசியை அவள் வாங்கினாலும் அது அவளது தாய் அவளுக்கு ஊட்டி வளர்த்திருந்த சுயமரியாதைக்கு இழுக்கு தான் என்று நினைத்தபடி சுடிதார் துப்பட்டாவின் முனையை கைகளால் திருகியபடி அதை வாங்காமல் நின்றாள் கிருஷ்ணஜாட்சி.

ஹர்சவர்தன் அவளது கைவிரல் துப்பட்டாமுனையை படுத்தும் பாட்டை பார்த்தபடியே "இப்போ வாங்கப் போறியா இல்லையா?" என்று அதட்ட அவள் பதறிப்போனவளாய் அவன் கையிலிருக்கும் டார்ச்சை வாங்கிக் கொண்டு விறுவிறுவென்று வீட்டினுள் சென்று மரக்கதவை அடைத்துக் கொண்டாள். அவள் சென்றபின் அங்கிருந்து நகர்ந்தவன் தூக்கம் வரும் வரை ஊஞ்சலில் அமர்ந்து அவன் தோழர்களுடன் மொபைலில் பேச ஆரம்பித்தான்.

வீட்டுக்குள் வந்த கிருஷ்ணஜாட்சி ஹர்சவர்தனைப் பற்றி ஒரு முடிவுக்கு வர முடியாமல் தவித்தபடி தங்கையை அணைத்துக் கொண்டு உறங்க ஆரம்பித்தாள்.

4

பூங்காற்று 4

மறுநாள் விடியலின் பூபாள ராகத்தைப் பறவைகள் பாட விழித்துக் கொண்டாள் கிருஷ்ணஜாட்சி. அருகில் உறங்கிக் கொண்டிருக்கும் நீரஜாட்சிக்குப் போர்வையை நன்றாக மூடிவிட்டு படுக்கையிலிருந்து எழுந்தாள். அவுட் ஹவுஸின் கதவைத் திறந்தவளின் பார்வை துளசிமாடத்தில் விளக்கேற்றி அதைச் சுற்றி வந்து கொண்டிருந்த பாட்டியின் மீது பட காலை நேரத்தின் இனிமை அவரது தரிசனத்தால் இன்னும் அதிகரித்ததுப் போல தோன்றப் புன்னகையுடன் பாட்டியை நோக்கிச் சென்றாள்.

“பாட்டி” என்ற அழைப்புடன் வந்த பெரிய பேத்தியைக் கண்ட சீதாலெட்சுமி “கிருஷ்ணா முதல்ல போய் குளிச்சிட்டு பாட்டியண்ட வரணும். நான் மடியா இருக்கேன்டி” என்க அவள் சரியென்று தலையசைத்துவிட்டுக் குளிக்கச் சென்றாள். வாசலில் பால் பாக்கெட்டுகள் இருக்கவே அதை எடுத்துக் கொண்டு வீட்டினுள் சென்றாள் அவள்.

அதற்குள் விழித்துவிட்ட நீரஜாட்சி அவளுக்கு முன்னர் குளிக்கச் சென்றுவிட அவள் வரும் வரை காத்திருந்தவள் நீரஜாட்சி வெளிவரவும் “நீரு காபி போட்டுருவியாடி? அக்கா குளிச்சிட்டு வந்து பிரேக்ஃபாஸ்ட் ரெடி பண்ணுறேன்” என்க அவளும் தலையை ஆட்டிவிட்டுச் சென்றாள்.

கிருஷ்ணஜாட்சி குளித்துவிட்டு வந்தவள் அவுட்ஹவுஸின் வெளியே சென்று நின்றபடி கூந்தலை உலர்த்த ஆரம்பிக்க ரகுநந்தனுடன் ஜாக்கிங் சென்றுவிட்டு வந்த ஹர்சவர்தனின் பார்வையில் நீண்ட கூந்தலை

உலர்த்தும் அவள் படவே அவனது கால்கள் நகர மறுத்து நின்று விட்டது.

ரகுநந்தன் அண்ணனின் பேச்சுச்சத்தம் ஏன் நின்றுவிட்டது என்று திரும்பி பார்க்க தமையனின் பார்வை அங்கே காலை வெயிலில் கூந்தல் உலர்த்தும் கிருஷ்ணஜாட்சியின் மீதிருக்க அவன் ஆச்சரியத்துடன் அண்ணனின் அருகில் வந்தான்.

அதே நேரம் காபி போட்டுக் கொண்டிருந்த நீரஜாட்சிக்கு எத்தனை ஸ்பூன் காபிப்பொடி போடுவது என்ற சந்தேகம் வரவே அக்காவிடம் கேட்பதற்காக அவுட் ஹவுஸின் வெளியே வர, அவள் கண்ணில் சிக்கிக் கொண்டான் கிருஷ்ணஜாட்சியைக் கண்டு மெய்மறந்து நின்ற ஹர்சவர்தன். ஒரு நிமிடம் ஆச்சரியப்பட்டவள் கிருஷ்ணஜாட்சியைப் பார்க்க அவளோ இதை அறியாமல் அவள் வேலையைச் செய்து கொண்டிருந்தாள்.

அவளைப் பார்த்துக் கொண்டிருந்த ஹர்சவர்தனைக் கண்டவளின் மூளையில் நேற்று இதே நேரத்தில் அவன் வாயிலிருந்து உதிர்த்த முத்துக்கள் நினைவுக்கு வரவே சுறுசுறுவென்று கோபம் வர வேகமாக கிருஷ்ணஜாட்சியையும் தாண்டி நடந்தவள் மாமா மகன்களின் முன் சென்று நிற்க இருவரும் அவளை வினோதமாகப் பார்த்து வைத்தனர்.

அவள் கோபத்துடன் ஹர்சவர்தனைப் பார்த்து “இப்போ எதுக்கு கிருஷ்ணாவை குறுகுறுனு பார்த்துட்டிருக்கிங்க? ரெஃப்யூஜிஸ் கேம்ப்ல இருக்கிறவங்களை இப்பிடி தான் பார்ப்பாங்கன்னு யாராவது உங்க கிட்ட சொன்னாங்களா?” என்று கேட்க ஹர்சவர்தன் அவளது கோபத்தைக் கண்டு அயர்ந்துவிட்டான்.

இந்தச் சின்னப் பெண்ணுக்கு தான் எவ்வளவு கோபம் என்று யோசித்துக் கொண்டிருக்கும் போதே கிருஷ்ணஜாட்சி தங்கையின் காட்டுக்கத்தலில் திடுக்கிட்டவளாய் யாரும் வீட்டிற்குள் இருந்து வரும் முன் அவளை அவுட் ஹவுஸினுள் அழைத்துச் செல்வதற்காக அவள் அருகில் வந்தாள்.

நீரஜாட்சியின் பேச்சில் எரிச்சலான ரகுநந்தன் கடுப்பில் “ஏய் ஆழாக்கு சைசுல இருந்துண்டு நோக்கு வாய் மட்டும் எட்டூருக்கு நீள்றதோ? எங்கண்ணா என்னடி பண்ணுனான்? அப்பிடியே உன்னோட அக்கா ரதிதேவி பாரு! ஓவரா பேசாம வேலையைப் பார்த்துண்டு போ”

என்று பதிலுக்கு அவளை வறுத்தெடுத்தான்.

கிருஷ்ணஜாட்சி நிலமை கை மீறும் முன் நீரஜாட்சியை வீட்டிற்குள் வரும்படி இழுத்துச் செல்ல முயல அவளோ கல் போன் நின்று கொண்டு "நீ முதல்ல உங்கண்ணாவ அழைச்சிட்டுப் போடா" என்று பதிலுக்குப் பதில் பேச கிருஷ்ணஜாட்சி சிரமத்துடன் அவளை அழைத்துச் சென்றாள்.

ரகுநந்தனும் தன் அண்ணனைக் கைப்பற்றி அழைத்துச் செல்ல அந்நேரத்தில் வீட்டின் காம்பவுண்டுக்குள் ஒரு கார் நுழைந்தது. காரிலிருந்து இறங்கிய பெண்மணிக்கு பத்மாவதியின் வயது தான் இருக்கும்.

இறங்கியதும் அவரது பார்வை அங்கே நின்று கொண்டிருந்த ஹர்சவர்தன் மற்றும் ரகுநந்தன் மீது படிய வாயெல்லாம் பல்லாக "ஹர்சா என்னடாப்பா காத்தாலேயே வாக்கிங்கா?" என்றுக் கேட்க

ரகுநந்தன் அவரைப் போலவே பாவனை செய்து "இல்ல விஜி மாமி! பீச்சுக்குப் போய் துணி துவைச்சிண்டு வந்தோம்" என்று நக்கலடிக்க மனதுக்குள் கடுப்பானாலும் அவனை அவரால் எதுவும் சொல்ல முடியவில்லை.

பின்னே என்னவாம்! அவர் தனது மகள் வர்ஷாவுக்கு ஹர்சவர்தனை மணாளனாக வரித்து வைத்த பிறகு அவனது தம்பியை அவரால் எவ்வாறு கடிந்து கொள்ள முடியும்.

இருந்தாலும் சமாளிப்பதற்காக "உனக்கு எப்போவுமே ஜோக் தான். ஆனா ஒன்னு வர்ஷாவும் உன்னை மாதிரி தான்டா ஹர்சா. இந்த ஃபிட்னெஸை மெயின்டெயின் பண்ணுற விஷயத்துல அவளையும் அடிச்சிக்க முடியாது" என்றுச் சொல்ல வர்ஷா என்ற பெயரைக் கேட்டதும் ஹர்சவர்தனின் முகம் பூவாய் மலர அந்தப் பெண்மணியைத் தன்னுடன் அழைத்துச் சென்றான் அவன்.

அவரைக் கண்டதும் பூஜையறையில் இருந்து வெளியே வந்த பத்மாவதி "விஜி மன்னி! வாங்கோ வாங்கோ. உங்களுக்காக தான் நான் வெயிட் பண்ணிண்டு இருந்தேன்" என்று அவரை வரவேற்க அவரது குரல் கேட்டு சமையலறையில் இருந்து வெளியே வந்தார் மைதிலி.

"வாங்கோ மன்னி" என்று அவரை பொதுப்படையாக வரவேற்றுவிட்டு மீண்டும் சமையலறைக்குள்ளே சென்றவர் மனதிற்குள் "மதுரா இது நீ இருந்திருக்க வேண்டிய இடம்டி! ஆனா எங்கண்ணா கொடுத்து

வச்சது அவ்ளோ தான். இவா ரெண்டு பேரும் சேர்ந்துண்டு என்ன பண்ண காத்திருக்கான்னு தெரியலயேடி. என்னை இப்பிடி தனியா புலம்ப விட்டுண்டு நீ மட்டும் போயிட்டியேடி'' என்று புலம்பிக் கொண்டார்.

அவர் சென்ற சிறிது நேரத்தில் சமையலறையில் நுழைந்த மாமியாரைப் பார்த்ததும் ''அம்மா! விஜி மன்னி ஆத்துக்கு வந்துருக்கா. நீங்க பார்த்தேளா?'' என்று கேட்க சீதாலெட்சுமி மவுனமாக தலையாட்டினார்.

பெருமூச்சுடன் ''நீ உன் அக்காவை எதும் சொல்லிடாதடிம்மா! அவ மனசறிஞ்சு யாரையும் வெறுக்கறவ இல்ல. என் பொண்ணு செஞ்ச காரியத்தை அவளால மறக்க முடியல. அவா ரெண்டு பேரும் என்னவோ பேசிட்டுப் போறா. நீ அதைல்லாம் கண்டுக்காம குழந்தேளைப் பொறுப்பா கவனிச்சுக்கோ'' என்று வீட்டின் பெரியமனுஷியாய் இளைய மருமகளுக்கு ஆறுதல் கூறிவிட்டுச் சென்றார் அவர்.

அதற்குள் தோட்டத்தில் நாற்காலிகளைப் போட்டு அமர்ந்த பத்மாவதியும் அவரது அண்ணனின் மனைவியான விஜயலெட்சுமியும். ஆம் அது தான் அவரது பெயர். பத்மாவதியின் அண்ணன் ஆதிவராஹனின் மனைவி. அதோடு அவருக்கு ஒன்று விட்ட அத்தை மகளும் கூட. அவரது மகள் வர்ஷாவை தான் தனது மருமகளாக்கிக் கொள்ள வேண்டும் என்பது பத்மாவதியின் நீண்டநாள் கனவு.

இருவரும் ஸ்ருதிகீர்த்தியை அழைத்து கிருஷ்ணஜாட்சியையும், நீரஜாட்சியையும் அழைத்து வருமாறு சொல்ல அவள் முகம் சுழித்து ''நேக்கு அவா ரெண்டு பேரையும் சுத்தமா பிடிக்கல பெரியம்மா. அதிலயும் அந்த நீளமுடிக்காரியை கொஞ்சம் கூட பிடிக்கல'' என்க அவளின் அந்த வார்த்தையைக் கேட்டதும் ஒரு குடும்பத்தலைவியாக ஒரு பெண்ணாக பத்மாவதி அவளைக் கடிந்து கொண்டிருக்க வேண்டும்.

ஆனால் அதற்கு மாறாக அவளது வெறுப்பு நிறைந்த வார்த்தைகள் அவரது மனதிலிருக்கும் வெறுப்புணர்வை இன்னும் வளர்க்கவே அவள் கன்னத்தைக் கிள்ளிக் கொஞ்சினார் பத்மாவதி.

''என் செல்லம்! நான் கூட நீயும் உங்கம்மா, மைத்தியை மாதிரி அவா போடுற நாடகத்துல மயங்கிட்டியோனு நினைச்சுட்டேன்டிம்மா. பெரியம்மா வயித்துல பாலை வார்த்த போ! நீ போய் அவா மூஞ்சியைக் கூடப் பார்க்க வேண்டாம். நான் கூப்பிட்டேனு சொல்லி அழைச்சிண்டு

வா. போதும்'' என்க அவள் இன்னும் முகம் சுழித்தபடியே அவுட் ஹவுஸை நோக்கிச் சென்றாள்.

உள்ளே நுழைந்தவளின் நாசியை தாக்கியது கிருஷ்ணஜாட்சியின் சமையலின் இனிய மணம். அதை ரசித்தபடியே வந்தவள் ஹாலின் நடுவில் உள்ள சோஃபாவில் அமர்ந்து மேஜையின் மீது கால் நீட்டி அமர்ந்து புதிய கிரிக்கெட் மட்டையை ஆராய்ந்து கொண்டிருந்த நீரஜாட்சியின் பார்வையைச் சந்திக்க நேர்ந்தது.

அவளின் துச்சமான பார்வையில் ஒரு கணம் குன்றினாலும் இவள் என்ன என்னைப் பார்ப்பது என்பது போல உள்ளே நுழைந்தவள் அவளை ஏறிட்டபடியே "உன் அக்காவை பெரியம்மா கூப்பிட்டாங்க. வாங்க ரெண்டு பேரும்'' என்று ஆணையிட நீரஜாட்சி கிரிக்கெட் மட்டையுடன் எழுந்தவள் அவள் அருகில் வர சற்று பயந்தவளாய் நகர்ந்தாள்.

தன்னைக் கண்டு பயந்த ஸ்ருதிகீர்த்தியை நினைத்து மனதில் சிரித்துக் கொண்டவள் சமையலறையை நோக்கி சத்தமாக "கிருஷ்ணா நம்மளை மாமி கூப்பிட்டிருக்காங்களாம். வீட்டோட சர்வெண்ட் லேடி வந்து சொல்லுறா. வா போவோம்'' என்க அவளது சர்வெண்ட் என்ற வார்த்தை ஸ்ருதிகீர்த்தியின் கோபத்தைத் தூண்ட நீரஜாட்சியை ஏதோ சொல்ல வந்தவள் அவள் கையிலிருக்கும் கிரிக்கெட் மட்டைக்குப் பயந்து அமைதியானாள்.

அதற்குள் கிருஷ்ணஜாட்சி சமையலறைக்குள் இருந்து வெளியே வந்தவள் அங்கே நின்ற ஸ்ருதிகீர்த்தியைக் கண்டதும் தங்கையை முறைத்துவிட்டு அவளையும் கையோடு அழைத்துக் கொண்டு மாமியிடம் சென்றாள்.

தோட்டத்தில் அமர்ந்திருந்த விஜயலெட்சுமி தூரத்தில் நடந்துவரும் கிருஷ்ணஜாட்சியைக் கண்டதும் "பத்மா! அதோ வர்றாளே! அதுவா மதுராவோட பொண்ணு? பார்க்கறதுக்கு அவ அம்மாவோட ஜெராக்ஸ் காப்பியா இருக்காடி. அதே அழகு, அதே சாந்தமான முகம்'' என்றுச் சொல்ல அதற்குள் மூவரும் அவர் அருகில் வந்துவிட்டனர்.

கிருஷ்ணஜாட்சிக்கு மனதை மறைத்த புன்னகையை வீசிய பத்மாவதி "இவா என்னோட மன்னி. என் அண்ணா ஆதிவராஹன் அதான் உங்கம்மா வேண்டானு சொல்லிட்டுப் போனாளே அதே ஆதிவரா-

ஹனோட மனைவி" என்று குத்தலாகச் சொல்ல ஸ்ருதிகீர்த்தி அதைக் கேட்டு நமட்டுச்சிரிப்பு சிரித்தாள்.

இரு பெண்களின் முகத்திலும் ஒரு கணம் வலி வந்து மறைந்தாலும் சமாளித்தபடி அவருக்கு வணக்கம் சொல்ல பத்மாவதி "சரி ரெண்டு பேரும் போங்கோ! வெயில் வேற அடிக்கறது" என்க கிருஷ்ணஜாட்சி தலையாட்டிவிட்டு நகர விஜயலெட்சுமி மெதுவாக "மூத்தது கொள்ளை அழகா இருக்குடி பத்மா! ஆனா அந்த மதுரவாணிங்கிற பாம்புக்குப் பிறந்தது நல்லவளாவா இருக்கும்?" என்று பத்மாவதியின் காதில் கிசு-கிசுத்தார்.

அவரோ "மன்னி மூத்தது இருக்கே அதைக் கூட விட்டுடலாம். ஆனா இளையது இருக்கே அது விஷத்திலும் விஷம் ஆலகால விஷம்" என்று தன்னைக் குறித்துக் குறை பேசிக் கொண்டிருந்த மாமி-யின் பேச்சை நன்றாகவே கேட்டுவிட்டாள் நீரஜாட்சி.

தன் அருகில் நடந்து வந்த அக்காவிடம் "இந்த மாமி மண்டையை ஒரு நாள் கிரிக்கெட் பேட்டை வச்சு பொலக்கப் போறேன் கிருஷ்ணா, நான் அதுக்கு ஆலகால விஷமா?" என்று முகம் சிவக்கக் கத்திய தங்-கையின் வாயைப் பொத்தினாள் கிருஷ்ணஜாட்சி.

"பார்த்துடி! அவங்க காதுல விழுந்துடப் போகுது" என்ற அக்காவை முறைத்தபடி "விழுந்தா விழட்டும் கிருஷ்ணா! இன்னைக்கே அந்த மாமிக்கு அதுக்கான தண்டனையைக் குடுக்கல, என் பேரு நீரஜாட்சி இல்ல" என்று சபதம் செய்துவிட்டு வராண்டாவில் குறுக்கும் நெடுக்கு-மாக நடந்தபடி யோசித்த தங்கையை அங்கேயே விட்டுவிட்டு சமைய-லறைக்குள் புகுந்தாள் கிருஷ்ணஜாட்சி.

நீரஜாட்சி நீண்ட நேரமாக யோசித்தவளுக்கு ஐடியா எதுவும் புலப்-படாது போக அந்நேரம் அவளின் செவியைக் குளிர்வித்தது வீதியில் கிரிக்கெட் விளையாடிக் கொண்டிருக்கும் சிறுவர்களின் சத்தம்.

அதைக் கேட்டதும் அவள் இதழில் ஒரு வில்லத்தனமான சிரிப்பு மின்ன "என்னையா மாமி ஆலகால விஷம்னு சொன்னிங்க? இந்த விஷம் இன்னைக்கு என்ன செய்யப் போகுதுனு பொறுத்திருந்துப் பாருங்க" என்றுச் சொல்லிக் கொண்டே அவுட் ஹவுஸை விட்டு வெளி-யேறினாள்.

• 28 •

வீட்டிலிருந்து யாரும் தன்னைக் கவனிக்கிறார்களா என்று சுற்றும் முற்றும் பார்த்தவாறு வீட்டின் வாயில் கதவை மெதுவாகத் திறந்துவிட்டு கிரிக்கெட் மட்டை மற்றும் பந்துடன் வெளியேறினாள் அவள். ஆனால் இந்த காட்சி ரகுநந்தனின் பார்வையிலிருந்து தப்பவில்லை. தனக்குள்ளே "இந்த குட்டிப்பிசாசு போற விதமே சரியில்லயே! நந்து இவ ஏதோ பண்-ணப் போறாடா. அது மட்டும் நிச்சயம்" என்றுச் சொல்லிக் கொண்டான் அவன்.

5

பூங்காற்று 5

நீரஜாட்சி கிரிக்கெட் மட்டை மற்றும் பந்துடன் வெளியே வந்தவள் கையில் அவற்றை வைத்துக் கொண்டு அந்தச் சிறுவர்களின் முன் அங்கும் இங்குமாக நடந்தாள்.

அவள் கையில் மின்னிய புத்தம் புது கிரிக்கெட் மட்டையைக் கண்டவர்கள் ஆர்வத்துடன் "அக்கா புது பேட்டாக்கா?" என்று கேட்க

நீரஜாட்சி அப்போது தான் அவர்களை கவனித்தது போல "இதுவா? இது என் தாத்தா நேத்து வாங்கித் தந்தாரு. எப்பிடி இருக்கு?" என்று புருவத்தை உயர்த்தி கேட்க

அந்தச் சிறுவர்கள் "சூப்பரா இருக்குக்கா. எனக்கு ஒரு தடவை குடுப்பியா?" என்று ஆசையாக கேட்டுவிட்டு கண்கள் மின்ன அந்த கிரிக்கெட் மட்டையைப் பார்த்தனர்.

அவளும் பெரியமனதுடன் அவர்களிடம் கொடுக்க அவர்கள் சிறிது நேரம் விளையாடிவிட்டு கொடுக்க மனமில்லாமல் திருப்பியளித்தனர்.

நீரஜாட்சி அவர்களை ஓரக்கண்ணால் பார்த்தபடி "உங்க எல்லாரும் இந்த பேட் ரொம்ப பிடிச்சிருக்கோ?" என்று கேட்க அவர்கள் தலையாட்ட அவள் "ஓகே! அப்போ என்னை இந்த டீம்ல சேர்த்துக்கிட்டிங்கன்னா டெய்லி இந்த பேட் வச்சு விளையாடலாம்" என்று ஆசை காட்டினாள்.

அவள் பேச்சைக் கேட்ட சிறுவர்கள் அவர்களுக்குள் ஏதோ பேசிக் கொண்டு அவர்களுக்குள் தலைவன் போல இருந்தவன் நீரஜாட்சியைப் பார்த்து "சரிக்கா, நீயும் இனிமே எங்க டீம் பிளேயர். உனக்கு பேட்டிங்

பிடிக்குமா, பவுலிங் பிடிக்குமா?" என்று கேட்க நீரஜாட்சி அவளின் மூளையில் உதித்த திட்டத்தை செயல்படுத்த நேரம் வந்துவிட்டதை அறிந்து மனதிற்குள் மகிழ்ந்தாள்.

அவர்களிடம் "எனக்கு பேட்டிங்னா இஷ்டம்டா கோபு. உன் பேரு கோபால் தானே! நான் உன்னை கோபுனு கூப்புடுறேன் சரியா?" என்க அவனும் தலையை உருட்டிவிட்டு தன் நண்பர்களிடம் அவர்கள் நிற்க வேண்டிய இடத்தைச் சொல்லிவிட்டு ஸ்டெம்புக்கு முன் காலால் கோடு கிழித்தான்.

அவன் விக்கெட் கீப்பராக நின்று கொள்ள அவனது நண்பன் பந்து வீச தயாராக நின்றான். நீரஜாட்சி தான் நிற்கும் இடத்திலிருந்து பந்தை அடித்தால் அது மாமியின் மண்டை உடைபடுமா என்ற சிந்தனையுடன் பந்து செல்லப் போகும் கோணத்தை கற்பனையில் எண்ணித் திருப்திப்பட்டுக் கொண்டவள் "நான் ரெடிடா" என்றாள்.

அந்த பந்து வீசும் பையன் "அக்கா பீ கேர்ஃபுல்" என்று மிரட்ட நீரஜாட்சி அமர்த்தலாக "என்னை எங்க ஊருல லேடி எம்.எஸ்.டி னு சொல்லுவாங்கடா" என்று சொல்லிவிட்டு கிரிக்கெட் மட்டையைத் தரையில் தட்டினாள்.

அவன் "உன் ஹேர்ஸ்டைலைப் பார்த்துச் சொல்லிருப்பாங்க" என்று கேலி செய்தபடி பந்தை வீச நீரஜாட்சி மட்டையை ஓங்கிப் பந்தை அடித்ததில் அது மாமியின் மண்டையைத் தாக்காமல் நேராக ரகுநந்தனின் அறை ஜன்னல் கண்ணாடியை நொறுக்கித் தள்ளியது.

சிறுவர்கள் "என்னக்கா கண்ணாடியை உடைச்சிட்ட?" என்று அப்பாவியாய்க் கேட்க

அவள் கிரிக்கெட் மட்டையைத் தோளில் வைத்துக் கொண்டு "சே! டார்கெட் மிஸ் ஆயிடுச்சு. இட்ஸ் ஓகே! மாமி மண்டைக்கு பதிலா அவங்க வீட்டு கண்ணாடி போயிடுச்சு. நெக்ஸ்ட் டைம் உன் கான்சென்ட்ரேசனை மிஸ் பண்ணாம அவங்களை அட்டாக் பண்ணு நீரு" என்று தனக்குள் சொல்லிக் கொண்டாள்.

அதற்குள் தன் அறை ஜன்னல் கண்ணாடி சிலீரென்ற சத்தத்துடன் நொறுங்கும் சத்தத்தைக் கேட்டு ஓடிவந்து ரகுநந்தன் பார்க்க அவன் காலடியில் கண்ணாடி சில்லுகளுடன் புத்தம் புதிய கிரிக்கெட் பந்து கிடந்தது.

பூங்காற்றிலே உன் சுவாசம் - முதல் பாகம்

உடைந்த ஜன்னல் வழியாகப் பார்த்தவனின் கண்ணில் மட்டையைத் தோளில் ஏந்தியபடி சிறுவர்கள் புடைச்சூழ நின்ற நீரஜாட்சி பட்டுவிட்-டாள்.

"எல்லாம் இந்த குட்டிப்பிசாசோட வேலையா? கண்ணாடியை நொறுக்கிட்டு பீமன் கதாயுதத்தோட நிக்கிற மாதிரி போஸ் வேறயாடி குடுக்கற? தோ வர்றேன்" என்று கடுப்புடன் தன் அறைக்கதவை மூடி-விட்டு படிகளில் தடதடவென்று இறங்கினான்.

கீழே தோட்டத்தில் உட்கார்ந்து கதையளந்து கொண்டிருந்த அன்-னையையும் அத்தையையும் நோட்டமிட்டு விட்டு தெருவுக்குச் சென்ற-வன் சிறுவர்களிடம் பேசிக் கொண்டு நின்றவளை நோக்கி "ஏய் நீர-ஜாட்சி! இங்க வாடி" என்றுக் கத்தினான்.

அவள் அவனது குரலில் இருந்தே யார் அழைத்தது என்பதைக் கண்டுபிடித்தவள் அந்த சிறுவர்களிடம் "நீங்க கிளம்புங்கடா. நம்ம டுமாரோ ஃபுல் சன் வெளிச்சத்துல விளையாடுவோம்" என்றுச் சொல்லி அனுப்பி வைத்துவிட்டு அவனை நோக்கி வந்தாள்.

அவன் கோபமாக இருப்பது தெரிந்தே "கூப்பிட்டேளா அம்மாஞ்சி?" என்று நக்கலாக அவனது பாஷையைப் பேசியபடி அருகில் வந்தவளின் காதைப் பிடித்து திருகியபடி வீட்டினுள் அழைத்துச் சென்றான் ரகுநந்-தன்.

அவளோ "டேய் எருமை மாடு! நெட்டைக் கொக்கு, வளர்ந்து கெட்-டவனே! காதை விடுடா. வலிக்குது" என்று கத்தியபடி அவனுடன் செல்ல மொத்தவீடும் அவள் போட்ட கூப்பாட்டில் தோட்டத்தில் கூடிவிட வேங்கடநாதன், கோதண்டராமன் மற்றும் ஹர்சவர்தன் மட்டும் அதில் மிஸ்ஸிங்.

அவளது திருவிளையாடலை அவன் சொன்னதும் பத்மாவதி பத்திர-காளி அவதாரம் எடுக்க தயாராக, மைதிலி என்னடி பண்ணி வச்சிருக்க என்றவாறு கையைப் பிசைந்து கொண்டு நிற்க, கிருஷ்ணஜாட்சி பயத்-துடன் நின்று கொண்டிருந்தாள்.

நீரஜாட்சி வீட்டினுள் இருந்து வந்து கொண்டிருந்த தாத்தா பாட்டி-யைக் கண்டதும் பெருங்குரல் எடுத்து "ஐயோ சித்தம்மா, பட்டு சீக்கி-ரமா வாங்க. சின்ன அம்மாஞ்சி என் காதை பிய்ச்சு எடுத்துவார் போல" என்று அழ சீதாலெட்சுமி பதறியவராய் ஓடி வந்தார்.

• 32 •

கோபத்தில் சிவந்த முகத்துடன் நிற்கும் இளையப்பேரனை பார்த்தவர் அவன் கையில் சிக்கியிருக்கும் பேத்தியின் கண்ணீரைக் கண்டதும் "டேய் நந்து! சின்னப் பொண்ணு கிட்ட நோக்கு என்னடா வம்பு வேண்டி கிடக்கறது? முதல்ல அவ காதை விடுடா" என்று அதட்ட அவன் எப்போதும் போல அவரது வார்த்தைக்குப் பணிந்து அவளது காதை விட்டான்.

அவள் ஓடிச் சென்று சீதாலெட்சுமியைக் கட்டிக் கொள்ள அவர் அவளது தலைமுடியை வருடிக் கொடுத்தவாறு "என்னடாம்மா, அம்மாஞ்சி ஏன் உன் மேல கோவமா இருக்கறான்?" என்று கேட்டார்.

அவளோ அப்பாவியாய் முகத்தை வைத்தபடி "சித்தம்மா நான் பட்டு வாங்கிக் குடுத்த பேட் பாலை எடுத்துட்டு கிரிக்கெட் விளையாடப் போனேன். எப்போவுமே நான் சூப்பரா பேட்டிங் பண்ணுவேன். ஆனா இன்னைக்கு என்னோட டார்கெட் மிஸ் ஆகி சின்ன அம்மாஞ்சியோட ரூம் ஜன்னல்ல பால் பட்டு கண்ணாடி உடைஞ்சுப் போச்சு. நான் வேணும்னே பண்ணல சித்தம்மா" என்றுச் சொல்லிவிட்டு அவரை மீண்டும் கட்டிக்கொண்டாள்.

பட்டாபிராமன் இதை இலகுவாக எடுத்துக் கொண்டு சிரித்தவர் "இவ்ளோ தானா? டேய் நந்து ஜன்னல் கண்ணாடி உடைஞ்சதுக்காடா இவ்ளோ அழிச்சாட்டியம் பண்ணுன? நான் கூட என்னவோ ஏதோனு பயந்து போயிட்டேன் போ. குழந்தே ஏதோ தெரியாம பந்தை அடிச்சிட்டா. இனிமே கவனமா இருப்பா. எல்லாரும் போங்கோ. போய் வேலையைப் பாருங்கோ" என்று சீதாலெட்சுமியிடம் மாலை கதாகாலட்சேபத்துக்குச் செல்ல வேண்டும் என்பதை நினைவுறுத்த நீரஜாட்சி பாட்டியிடம் இருந்து விலகிக் கொண்டாள்.

இப்போது சென்று சிறிது நேரம் ஓய்வெடுத்தால் தான் கதாகாலட்சேபத்தை கேட்க முடியும் என்பதால் அவரும் கணவருடன் ஓய்வெடுக்கச் செல்லவே பத்மாவதி ஒரு முறைப்புடன் விஜயலெட்சுமியை அழைத்துக் கொண்டு வீட்டினுள் சென்று விட கிருஷ்ணஜாட்சி நீரஜாட்சியை அழைத்தாள்.

"நான் சின்ன அம்மாஞ்சி கிட்ட மன்னிப்பு கேட்டுட்டு வர்றேன் கிருஷ்ணா" என்று அவள் நல்லபிள்ளையாகச் சொல்ல அவளும் தங்கையின் எண்ணம் அறியாதவளாய் தன் பங்குக்கு ரகுநந்தனிடம் ஒரு மன்னிப்பை கேட்டு விட்டு அவுட் ஹவுஸினுள் சென்றாள்.

• 33 •

நீரஜாட்சி அவள் போய்விட்டாளா என்று கழுத்தை வளைத்துப் பார்த்து விட்டு ரகுநந்தனின் புறம் திரும்பியவள் "உனக்கு எவ்ளோ தைரியம் இருந்தா என் காதை பிடிச்சி திருகுவ? ஜன்னல் கண்ணாடி தானே உடைஞ்சுது. உன் மண்டையா உடைஞ்சுது?" என்று கோபத்துடன் சொல்ல

ரகுநந்தன் கை முஷ்டி இறுக "அடியே செய்யறதையும் செஞ்சிட்டு நீ இவ்ளோ திமிரா வேற பேசுவியோ?" என்றபடி அவள் அருகில் வர

அவள் கையிலிருந்த கிரிக்கெட் மட்டையை உயர்த்தி அவன் தலைக்கு குறி வைத்தவாறு "அங்கேயே நில்லு! இல்லன்னா உன் மண்டையை உடைச்சுடுவேன். என்னையும் கிருஷ்ணா மாதிரி பிள்ளைப்பூச்சினு நெனைச்சிட்டியோ? எங்க ஊருல போய் கேட்டுப் பாரு. என் கிட்ட கல்லடி படாத ஆளே கிடையாது. உனக்கு உங்கண்ணாவுக்கு உங்கம்மாக்குலாம் நாங்க பாக்க எப்பிடி தெரியுறோம்? பிச்சைக்காரங்க மாதிரியா? உங்க இஷ்டத்துக்கு திட்டுறிங்க. உங்க அம்மாவை வாயை கொஞ்சம் கம்மி பண்ணிக்கச் சொல்லு. என்னை ஆலகால விஷம்னு சொல்லி திட்டுறாங்க. அப்புறம் நானும் ஆலகால விஷம் என்னென்ன பண்ணும்னு டெமோ காட்ட வேண்டியிருக்கும். ஆக்சுவலி இன்னைக்கு என் டார்கெட்டே பத்து மாமி தான். என்னோட பேட்டிங் சரியில்லாம போனதால அவங்க மண்டை பிழைச்சுது. அதனால தான் உன் ரூம் விண்டோவோட கிளாஸ் உடைஞ்சு போச்சு. ஆனா எப்போவும் ஒரே மாதிரி குறி தப்பிட்டே இருக்காது" என்று மிரட்டினாள்.

அவன் முகம் கடினமுற "லிசன்! நீயும் உங்க அக்காவும் தான் எங்க ஆதரவுல இருக்கிங்களே தவிர நாங்க ஒன்னும் உங்களை அண்டிப் பிழைக்கல. யாரும் இல்லாம தனிமரமா நிக்கறச்சேவே நோக்கு இவ்ளோ திமிரு இருக்கறதே! அத்தை மாமா உயிரோட இருந்தா உன்னைலாம் கையில் பிடிக்க முடியாதுனு தான் பகவான் அவா ரெண்டு பேரையும் சீக்கிரமா அழைச்சிட்டார்" என்று கண் மண் தெரியாத கோபத்தில் என்ன பேசுகிறோம் என்பது புரியாமல் பேசியவன் மைதிலி வீட்டுக்குள் இருந்து வந்ததை கவனிக்கவில்லை.

ஆனால் மைதிலி அவன் பேசிய வார்த்தைகள் அனைத்தையும் அட்சரம் பிசகாமல் கேட்டு மனம் உடைந்தவர் "நந்து" என்று கோபத்துடன் அவனை அழைக்க நீரஜாட்சியுமே அப்போது தான் அவரைக் கவனித்தாள்.

விறுவிறுவென்று சின்ன மகனிடம் வந்த மைதிலி "என்ன பேச்சுடா பேசுற? அவ சின்ன குழந்தே! தெரியாம ஏதோ பேசிட்டான்னா அதுக்கு நீ பெரியவனா பொறுத்து போகாட்டியும் இப்பிடி காலமானவாளை இழுத்து வச்சு பேசிருக்க வேண்டாம்" என்று அவனை உலுக்கி எடுத்தபடி கடிந்து கொள்ள

அவன் விடாமல் "நான் இப்போ என்ன தப்பா சொல்லிட்டேன் சித்தி? இவா ரெண்டு பேரும் தான் நம்மை அண்டிப் பிழைக்க இங்க வந்திருக்காளே ஒழிய நம்ம யாரும் இவா ஆத்துல போய் இருக்கல. இந்த குட்டிப்பிசாசு இருக்கே, இதுக்கு தலையில இருந்து கால் வரைக்கும் அகங்காரம் மட்டும் தான் இருக்கு. ஏதோ பெத்தவா இல்லாத பொண்ணாச்சேனு பார்த்தா என் அம்மாவைப் பத்தி என்னண்டவே தப்பா பேசறா. ஹர்சாவோட பயத்துலயும் நியாயம் இருக்கு. இவா இன்னும் இந்த ஆத்துக்கு என்னென்ன சீர்கேட்டைக் கொண்டு வரப் போறாளோ?" என்று கையை உதறிவிட்டு வெறுப்புடன் சென்றுவிட்டான்.

மைதிலி திரும்பி நீரஜாட்சியைப் பார்க்க அவள் முகமும் அவன் பேசிய பேச்சில் கலங்கிவிட்டது.

மைதிலி சமாதானப்படுத்த அவள் அருகில் செல்ல அவரைத் தடுத்துவிட்டு "வேண்டாம் சின்ன மாமி. நான் வீட்டுக்குப் போறேன்" என்றபடி அவுட் ஹவுஸ் செல்லும் ஒற்றையடிப்பாதையில் நடக்கத் தொடங்கினாள்.

மைதிலி அவளை நீர் நிறைந்த விழிகளால் ஏறிட்டவர் வீட்டினுள் இருந்து தமக்கை அழைக்கும் சத்தம் கேட்க முந்தானையில் கண்ணீரை துடைத்துவிட்டு வீட்டினுள் சென்றார் அவர்.

அவுட் ஹவுஸிற்கு சென்ற நீரஜாட்சி வராண்டாவின் ஒரு மூலையில் அமர்ந்து ரகுநந்தனின் வார்த்தைகளை அசை போடத் தொடங்கினாள்.

"லிசன் நீயும் உங்க அக்காவும் தான் எங்க ஆதரவுல இருக்கிங்களே தவிர நாங்க ஒன்னும் உங்களை ஒண்டிப் பிழைக்கல" என்றவனின் குத்தல் மொழியை கேட்டதும் தந்தை எப்போதும் சொல்லும் வார்த்தை நினைவுக்கு வந்தது.

"என் நீரு குட்டி தான் இந்த வீட்டோட இளவரசி. யாரும் அவளை எதுவும் சொல்லக் கூடாது" என்றவரின் கர்வம் தவழும் முகம் நினைவில் அலையடிக்கத் தொடங்கியது.

"யாரும் இல்லாம தனிமரமா நிக்கறச்சேவே நோக்கு இவ்ளோ திமிரு இருந்தா அத்தை மாமா உயிரோட இருந்தா உன்னைலாம் கையில் பிடிக்க முடியாதுனு தான் பகவான் அவா ரெண்டு பேரையும் சீக்கிரமா அழைச்சிட்டார்" இந்த வார்த்தைகள் தான் அவளை மிகவும் காயப்படுத்திவிட்டது.

ஆனால் அவள் அழுது அரற்றவில்லை. அவளின் பிஞ்சுமனதில் அவனது வார்த்தைகள் பதிந்துவிட அவளுக்கு பத்மாவதியும் அவரது பிள்ளைகளும் மிகவும் மோசமான மனிதர்களாக தோற்றமளிக்கத் தொடங்கினர்.

அன்று முழுவதும் அவளால் இயல்பாக இருக்கமுடியவில்லை. சிந்தனைவயப்பட்டவளாக இருந்த தங்கையிடம் கிருஷ்ணஜாட்சி எதுவும் பிரச்சனையா என்று வினவ

நீரஜாட்சி தெளிவான குரலில் "நம்ம சீக்கிரமா படிச்சு முடிச்சுட்டு ஒரு பெரிய வேலைக்குப் போகணும் கிருஷ்ணா. அப்போ தான் இந்த வீட்டை விட்டுச் சீக்கிரமா போக முடியும்" என்றுச் சொல்ல கிருஷ்ணஜாட்சிக்கு தங்கை எதையோ மறைக்கிறாளோ என்று தோன்ற நீரஜாட்சியை அதட்டி விஷயத்தை அவள் வாயிலிருந்து வாங்கிவிட்டாள்.

அவளுக்குமே அத்தையின் புத்திரர்கள் தங்களைப் பற்றி இவ்வளவு மோசமான எண்ணம் வைத்திருப்பது அவளது சுயமரியாதையை தாக்க தான் செய்தது.

ஆனால் அவர்கள் சொன்னதில் ஒரு விஷயம் சரி தானே. இன்றைய நிலையில் தானும், தங்கையும் மாமா குடும்பத்தை தானே அண்டி நிற்க வேண்டியுள்ளது என்பதை வருத்தத்துடன் நினைத்துக் கொண்டாள் கிருஷ்ணஜாட்சி.

அன்றைய கசப்பான சம்பவத்தை நாள் முழுவதும் நினைத்துக் கொண்டே இருந்த நீரஜாட்சி அதை நினைத்தபடியே இரவில் உறங்கிப் போனாள்.

மறுநாள் காலை விழித்ததும் அவள் முகம் சுருக்கி அமர்ந்திருப்பதைக் கண்ட கிருஷ்ணஜாட்சி தங்கையிடம் "என்னாச்சு நீரு? உடம்பு எதுவும் சரியில்லயா?" என்றுக் கேட்க அவள் "வயிறு ரொம்ப வலிக்குது கிருஷ்ணா" என்றுச் சொல்ல அவளது ஸ்கர்ட்டைப் பார்த்த கிருஷ்ணஜாட்சிக்கு விஷயம் புரிந்துவிட்டது.

சந்தோசத்துடன் தங்கையை அணைத்துக் கொண்டவள் "ஒன்னும் இல்ல நீரு. என் குட்டித்தங்கச்சிம்மா இன்னைக்கு பெரிய பொண்ணா ஆயிட்டா. இது சந்தோசமான விஷயம் தான். வா அக்கா உனக்கு சொல்லிப் புரிய வைக்கிறேன்" என்று தங்கையை பாத்ரூமுக்கு அழைத்-துச் சென்று அவளை குளிக்கச் சொன்னவள் அவளிடம் என்ன செய்ய வேண்டும் என்பதை ஒரு அக்காவாக மட்டுமின்றி அன்னையாக விளக்கி கூறிவிட்டு சீதாலெட்சுமியிடம் இந்தச் சந்தோசமான தகவலைச் சொல்ல சென்றாள்.

வழக்கம் போல துளசிமாடத்தின் அருகில் நின்றவரை நெருங்காமல் "சித்தம்மா! நீரு பெரிய மனுசி ஆயிட்டா" என்று மகிழ்ச்சியுடன் கூற சீதாலெட்சுமி மகிழ்ச்சியில் திக்குமுக்காடிப் போனார்.

அவளை அவுட் ஹவுஸிற்கு அனுப்பிவிட்டு மைதிலியிடம் விஷயத்-தைக் கூறியவர் பட்டாபிராமனிடமும் மகன்களிடமும் பகிர்ந்து கொள்ள விஷயம் மெதுவாக பத்மாவதியின் செவியையும் எட்டியது.

மாமியாரிடம் வந்தவர் "அம்மா! உங்க பேத்தி ருதுவாயிட்டாளாமே. நம்ம சாம்புமாமாவை கூப்பிட்டு பதினாறாம் நாள் கிரகசுத்தி, புண்ணி-யானம் பண்ணிடுவோம். மத்த விஷயத்தை அவரண்ட நீங்களும் அப்-பாவும் பேசிடுங்கோ" என்று தன்னுடைய சொந்த விருப்பு வெறுப்புகளை ஒதுக்கி வைத்துவிட்டு மூத்த மருமகளாக தனது கடமையைச் செய்ய விழைந்தார்.

அவர் அவ்வளவு தூரம் சொன்னதே சீதாலெட்சுமிக்கு சந்தோசம். பத்மாவதி சொன்னதை போலவே பதினாறாம் நாள் ஹோமம் வளர்த்து கிரகசுத்தி, புண்ணியாகவாசனம் எல்லாம் செய்து ருது சாந்தி பூஜை நடைபெற கிருஷ்ணஜாட்சிக்கு பெற்றோர் இல்லாத குறை தெரியாவண்-ணம் மூத்த மாமி செய்த ஏற்பாடுகள் மனதை நிறைத்தது.

அதே போல் பத்மாவதியும் அந்த குடும்பத்தின் மூத்தமருமகளாக தனது கடமையை செவ்வனே செய்தவர் நீரஜாட்சியின் தலையில் அட்-சதையைத் தூவி வாழ்த்திவிட்டுத் தான் சென்றார்.

மைதிலிக்கு தன் அக்காவைப் பற்றி தெரியுமென்பதால் அவரது இந்த செய்கை ஆச்சரியம் அளிக்கவில்லை.

ஆனால் பத்மாவதியும் தெளிவாக "இந்த ஆத்தோட மூத்த மாட்-டுப்பொண்ணா என்னோட கடமையை தான் நான் செஞ்சேன் மைதிலி, அதுக்காக நான் மதுரவாணி பண்ணிட்டுப் போன காரியத்தை மறந்துட்-

டேனு அர்த்தம் இல்லடி" என்று முத்தாய்ப்பாகச் சொல்லிவிட

மைதிலி மனதிற்குள் "இவ்வளவு தூரம் உன் மனசை மாத்துன பகவான் அந்த விசயத்தையும் உன்னை மறக்க வைச்சிடுவார்னு நேக்கு நம்பிக்கை இருக்கறதுக்கா" என்று சொல்லிக் கொண்டார்.

6

பூங்காற்று 6

ரகுநந்தன் அன்று நீரஜாட்சியிடம் தான் பேசியவிதம் அதிகப்படி என்-
பதை உணர்ந்து கொண்டவன் "அது என்னவோ குழந்தைத்தனமா நடந்-
திண்டா நானும் இப்பிடியா அவளண்ட பேசி வைக்கணும்? நந்து
நோக்கு ஏன்டா இவ்வளவு கோவம் வர்றது? உன்னை விட மூனு வயசு
சின்னப்பொண்ணு கிட்ட இப்பிடி பேசிருக்கப்படாது தான்" என்று தன்-
னைத் தானே கடிந்து கொண்டான்.

மறுநாள் காலையில் அவளிடம் மன்னிப்பு கேட்டுவிட வேண்டியது
தான் என்ற முடிவுடன் உறங்கியவன் காலையில் எழுந்ததும் சித்தியிடம்
சென்று தான் அவளிடம் மன்னிப்பு கேட்க போவதாகச் சொல்ல மைதிலி
அவனைப் போக வேண்டாம் என்று சொல்லிவிட்டு சமையல்கட்டில்
தன்னுடைய வேலையைத் தொடர்ந்தார்.

"சித்தி நேக்கு புரியறது. நான் பேசுன விதம் தப்பு தான். அவளும்
அம்மாவைப் பத்தி என்னண்டவே தப்பா பேசலாமா? ஓகே! நானும்
சைல்டிஷ்ஷா பிஹேவ் பண்ணிட்டேன். அதுக்கு தான் சாரி சொல்லப்
போறேன் சித்தி" என்று சமையல்கட்டை விட்டு வெளியேற முயன்ற-
வனை வேகமாகத் தடுத்தவர்

"டேய் கண்ணா நான் சொல்லுறது நோக்கு இன்னுமா புரியல? இன்-
னும் பதினாறு நாளைக்கு நீ அவளைப் பார்க்கக் கூடாதுடா. அவ
பெரிய மனுஷி ஆயிட்டா" என்றுச் சொல்லிவிட்டு மகனின் புத்திசா-
லித்தனத்தை எண்ணி தலையிலடித்துக் கொண்டார் மைதிலி.

• 39 •

அவன் நாக்கை கடித்துக் கொண்டவன் "அதுக்குத் தான் சொன்னேளா சித்தி? ஓகே அவ சரியானதும் நான் போய் மன்னிப்பு கேட்டுக்கிறேன்" என்றுச் சொன்னபடி அவனது அறையை நோக்கிச் சென்றான்.

அதன் பின் அவுட் ஹவுஸ் புறம் அவன் திரும்பி கூடப் பார்க்கவில்லை. மைதிலி சொன்ன நாள் கணக்கு முடிவுக்கு வந்தாலும் ஹர்சவர்தன் விடுமுறை முடிந்து லண்டன் செல்லத் தயாரானதால் அண்ணனுடன் நேரம் செலவளித்த ரகுநந்தனுக்கு நீரஜாட்சி விஷயம் கிட்டதட்ட மறந்தே போய்விட்டது.

நீரஜாட்சியும் வீட்டிற்குள் அடைப்பட்டுக் கிடந்த நாட்களில் அவனது பேச்சை மட்டுமே அசைப்போட்டவள் இனி அவன் முகத்தில் விழிக்கவே கூடாது, முடிந்தவரை சீக்கிரமாகப் படிப்பை முடித்த பிறகு நல்ல வேலைக்குச் சென்று கிருஷ்ணாவை இங்கிருந்து அழைத்துச் சென்றுவிட வேண்டும் என்று மனதில் சபதமிட்டுக் கொண்டாள்.

நாட்கள் கடக்க அவளும் பழையபடி சகஜமாக வெளியே வந்துவிட்டாள். பழையபடி டிசர்ட் பேன்ட் என்றுச் சுத்தாமல் பெரிய ஃப்ராக்கைப் போட்டுக் கொண்டு நடமாடியவளை சீதாலெட்சுமி கூட கேலி செய்வார். அவள் சாதாரணமாக "எனக்கு இது தான் கம்ஃபர்டபிளா இருக்கு சித்தம்மா" என்றுத் தோளைக் குலுக்கிவிட்டுச் சென்றுவிடுவாள். மறந்தும் கூட ரகுநந்தன் இருக்கும் திசை பக்கம் கூட அவள் திரும்பவில்லை.

இவ்வாறு இருக்கையில் கிருஷ்ணஜாட்சியின் தேர்வுமுடிவு நாளும் வந்தது. காலையிலேயே குளித்துவிட்டு பக்கத்தில் இருக்கும் பிள்ளையார் கோவிலுக்குச் சென்றவள் அன்று சங்கடஹர சதுர்த்தி என்பதால் விநாயகர் ஸ்பெஷல் அலங்காரத்தில் ஜொலிக்க அர்ச்சகரிடம் விபூதி குங்குமம் பெற்றுக் கொண்டு வந்தவள் பாட்டியிடம் பிரசாதம் கொடுப்பதற்காக நேரே வீட்டுக்குள் சென்றாள்.

"சித்தம்மா" என்றபடி உற்சாகமாக உள்ளே வந்தவளின் பார்வையில் காலையில் செய்தித்தாள் படித்தபடி ஹாலில் அமர்ந்திருந்த ஹர்சவர்தன் விழ ஏற்கெனவே ரகுநந்தனின் வார்த்தைகள் ஏற்படுத்திய காயம் இன்னும் ஆறாமல் இருந்ததால் இவனிடமும் பேசி எதுவும் வாங்கிக் கட்டிக்கொள்ள வேண்டாம் என்று மெதுவாக நகர முயன்றவளை "பாட்டி பின்கட்டுல இருக்கா. நீ கையில என்ன வச்சிருக்க?" என்றவனின் கம்பீரமான குரல் தடுத்து நிறுத்த பிரேக் போட்டது போல் நின்றன அவளது கால்கள்.

தயக்கத்துடன் அவன் புறம் திரும்பியவள் அவன் முகத்தைப் பார்க்-காமலே "கோயில் பிரசாதம். சித்தம்மாக்கு குடுக்கணும்னு வந்தேன்" என்று பட்டும் படாமலும் பேச

ஹர்சவர்தன் செய்தித்தாளை மடித்து வைத்தபடி எழுந்தவன் "பகவான் எப்பிடி எல்லாருக்கும் பொதுவானவரோ அதே மாதிரி அவரோட பிரசாதமும் பொதுவானது தான். அதை பாட்டிக்கு மட்டும் தான் குடுத்தாகணும்னு எதாவது ரூல் போட்டிருக்கேளா?" என்று கேட்டபடி விபூதி குங்குமத்துடன் குவித்து வைக்கப்பட்டிருந்த அவள் கையைப் பார்த்தான்.

இதற்கு மேல் கொடுக்காமல் இருந்தால் மரியாதையாக இருக்காது என்பதால் கிருஷ்ணஜாட்சி எதுவும் பேசாமல் கையை மட்டும் நீட்ட அவன் விபூதியை எடுத்து நெற்றியில் இட்டுக் கொண்டான். இந்த அழகிய காட்சியைக் கண்டு வீட்டு வாயில் சிலையாய் நின்றது ஒரு உருவம்.

அது வேறு யாருமில்லை, பத்மாவதியின் அண்ணன் மனைவியான விஜயலெட்சுமி தான். இதைக் கண்டவரின் மனதில் கோபத்தீ கொழுந்-துவிட்டு எரிய "இந்த ஹர்சா பையன் காரியத்தைக் கெடுத்துடுவான் போல இருக்கே! விஜி அதுக்குள்ள எதாச்சும் பண்ணி அந்த மதுரவா-ணியோட பொண்ணை இவன் வாழ்க்கையில வர விடாம பண்ணிடுடி" என்று கறுவியபடி உள்ளே நுழைந்தார்.

அவரைக் கண்டதும் புன்னகைத்தபடி அவரிடம் பிரசாதத்தை நீட்ட மனதின் கொந்தளிப்பை மறைத்தபடி அவர் விபூதி குங்குமத்தை எடுத்-துக் கொள்ள கிருஷ்ணஜாட்சி பின் கட்டுக்குச் சென்று பாட்டியிடம் பிரசாதத்தை நீட்டியவள் தானும் நீரஜாட்சியும் பிரவுசிங் சென்டருக்கு சென்று மதிப்பெண் விவரம் பார்த்துவிட்டு வருவதாகச் சொல்ல சீதா-லெட்சுமி ரகுநந்தனிடம் இண்டர்நெட் இணைப்பு இருப்பதாகச் சொல்லி அவனை அழைக்க "என்ன பாட்டி எதுக்கு கூப்பிட்ட?" என்றபடி பின் கட்டுக்கு வந்தவனை கிருஷ்ணஜாட்சி கண் கொண்டு பார்ப்பதைத் தவிர்த்தாள்.

"குழந்தைக்கு இன்னைக்கு ரிசல்ட் வர்றது. அவா ரெண்டு பேரும் பிரவுசிங் சென்டருக்குப் போறேனு சொல்லுறா. உன் ரூம்ல தான் கம்ப்-யூட்டர் இருக்கே! நீ கொஞ்சம் சிரமம் பார்க்காம ரிசல்ட்டைப் பார்த்துச் சொல்லுடா கண்ணா" என்று பேரனின் நாடியைப் பிடித்துக் கொஞ்சிய-

வரை தவிப்புடன் பார்த்த கிருஷ்ணஜாட்சி அவசரமாக

"வேண்டாம் சித்தப்பா. அவருக்கு ஏன் கஷ்டம்? நாங்க ரெண்டு பேரும் பிரவுசிங் சென்டருக்குப் போயே பார்த்துக்கிறோம்" என்று மறுத்தாள்.

சீதாலெட்சுமி அவளைக் கண்டித்தபடி அவளது பதிவெண்ணை ரகுநந்தனுக்கு எழுதிக் கொடுக்க ஆணையிட அவளும் வேறு வழியின்றி எழுதிக் கொடுத்துவிட்டுச் சென்றாள். அவுட் ஹவுஸிற்குள் வரும் போதே மைத்ரேயியுடன் பேசிக் கொண்டிருந்த நீரஜாட்சியின் குரல் காதில் விழுந்தது.

"மைத்திக்கா உன்னோட காலேஜிலயே கிருஷ்ணாவும் படிச்சா நல்லா இருக்கும். நீ அவ கூடவே இருப்பல்ல" என்க மைத்ரேயியும் அதை ஆமோதித்தாள்.

"ஒரு பிரச்சனையும் இல்லடி நீரு. நம்ம ரெண்டு பேரும் போய் அப்ளிகேசன் ஃபார்ம் வாங்கிண்டு வருவோம். இன்னைக்கே எங்க காலேஜ்ல குடுக்க ஆரம்பிச்சிடுவா. ஆமா கிருஷ்ணா இன்னுமா பிள்ளையாரைச் சுத்திண்டிருக்கா?" என்றுச் சந்தேகமாகக் கேட்டுக் கொண்டிருக்கும் போது உள்ளே நுழைந்தவளைக் கண்டதும் மைத்ரேயி உற்சாகமாக "நம்ம மூனு பேரும் பிரவுசிங் சென்டருக்கு போலாமாடி கிருஷ்ணா?" என்றபடி எழும்ப

கிருஷ்ணஜாட்சி "இல்ல மைத்திக்கா! சித்தம்மா வீட்டிலயே பார்த்துக்கலாம்னு சொல்லிட்டாங்க" என்க மைத்ரேயி அப்போது தான் நினைவு வந்தவளாக "ஆமா! நந்து ரூம்ல இண்டர்நெட் கனெக்சன் இருக்கே" என்றுச் சொல்லிவிட்டு "நான் போய் பார்த்துட்டு உன்னோட மார்க்கை எழுதிண்டு வர்றேன்டி" என்றபடி வீட்டிற்குள் ஓடினாள்.

கிருஷ்ணஜாட்சி யோசனையுடன் இருப்பதைக் கண்ட நீரஜாட்சி "என்னாச்சு கிருஷ்ணா? நீ ஏன் ஒரு மாதிரியா இருக்கே? ரிசல்ட்டை நெனைச்சு பயப்படுறியா?" என்று கேட்க கிருஷ்ணஜாட்சி அதை மறுத்தவளாய் "இல்லடி நீரு! என் கவலையே இதுக்கு அப்புறம் என்ன செய்யப் போறேனு தான்" என்று பெருமூச்சுடன் கூறிவிட்டு கைவிரல்களை கோர்த்துப் பிரித்தபடி குனிந்து அமர்ந்திருந்தாள்.

யோசனையுடன் "நான் ஹையர் ஸ்டடிஸ் படிக்கணும்னா நம்ம கிட்ட இப்போ பணம் இல்ல. அதுக்கு மாமா கிட்ட இல்லனா தாத்தா கிட்ட தான் ஹெல்ப் கேக்கணும். பட் அதுக்கும் மாமியும், அவங்க பசங்க-

• 42 •

நித்யா மாரியப்பன்

ளும் நம்மளை எதாச்சும் குத்தலா பேசுவாங்களோனு எனக்குத் தயக்கமா இருக்குடி" என்றுச் சொல்ல நீரஜாட்சியும் அதை எண்ணி சிந்தனையில் ஆழ்ந்தாள்.

அதற்குள் வீட்டில் இருந்து "கிருஷ்ணா இங்கே கொஞ்சம் வாடி" என்ற மைத்ரேயியின் குரல் கேட்க இருவரும் வேகமாக ஓடிச் சென்-றனர்.

அங்கே ஹாலில் மைத்ரேயி கையில் ஒரு பேப்பரை வைத்துக் கொண்டு அதை யாரிடமும் காட்டாமல் மறைத்தபடி ஓட ஸ்ருதிகீர்த்தி அதை அசூசையாகப் பார்த்துக் கொண்டிருந்தாள். கிருஷ்ணஜாட்சி உள்ளே நுழைந்தவள் நீரஜாட்சியை அழைக்க அவள் தான் வரவில்லை என்று சொன்னபடி வாசலிலேயே நின்று கொண்டாள்.

மைத்ரேயி கிருஷ்ணஜாட்சியைக் கண்டதும் அவள் அருகில் வந்த-வள் அவளிடம் பேப்பரை விரித்துக் காட்ட அவளுக்குச் சந்தோசத்தில் கண்ணீரே வந்துவிட்டது. அவள் நல்ல மதிப்பெண்களுடன் பாஸ் செய்-திருக்க மைத்ரேயியை அணைத்துக் கொண்டாள் அவள்.

அதற்குள் அந்த பேப்பரை பிடுங்கிய மைதிலி மருமகள் வாங்கிய மதிப்பெண்களை வீட்டில் அனைவரிடமும் காட்ட பத்மாவதிக்கு "படிப்-பில சூட்டிகையா தான் இருக்கு. எப்பிடியோ படிச்சு முன்னேறுனா சரி தான்" என்று மட்டும் எண்ணிக் கொண்டார்.

ஆனால் அவரின் அருகில் அமர்ந்திருந்த விஜயலெட்சுமிக்கு இந்தச் செய்தி உவப்பாக இல்லை. மகிழ்ச்சியில் இன்னும் அழகாக தெரிந்த கிருஷ்ணஜாட்சியைப் பார்த்தவர் மனதில் பொறுமிக் கொண்டார்.

அதற்குள் பட்டாபிராமன் நீரஜாட்சியிடம் பேசிக் கொண்டே இரு பேத்திகளின் அருகில் வந்தவர் அவருடன் வந்த நண்பரிடம் மூத்த பேத்-தியைப் பற்றி சிலாகித்தது அவர் காதில் விழ இன்னும் எரிச்சலானார்.

"என் மூத்த பேத்தி கிருஷ்ணஜாட்சி இவ தான். பொதுவா பகவான் அழகை குடுத்துட்டா அறிவைக் குடுக்க மறந்துடுவார். ஆனா என் பேத்திக்கு அழகோட சேர்த்து அறிவையும் வாரி வழங்கிருக்கார்டா சேஷா! எவ்ளோ மார்க் வாங்கிருக்கா பார்த்தியோ?" என்று பெருமை பேச

அவரின் நண்பரான சேஷன் "சரிடா பட்டு. உன் பேரப்பிள்ளைங்க எல்லாமே படிப்பில கெட்டி தான். ஹர்சாவுக்கு இந்தப் பொண்ணு பொருத்தமா இருப்பாடா" என்று மனமுவந்து கூற விஜயலெட்சுமிக்கு

• 43 •

தன் மனக்கோட்டை மீது இடி விழுந்தது போன்ற பிரம்மை.

மனதிற்குள் "இவ பார்க்கறதுக்கு வேற இவளை பெத்தவளாட்டம் அழகா இருந்து தொலைக்கறா. இந்த லெட்சணத்துல இவ படிக்க மட்டும் செஞ்சிட்டாளோ இவளோட பாட்டனாரை கையில பிடிக்க முடியாதே. இந்த சேஷன் மாமா சொன்ன மாதிரி கிழவர் பேரனுக்கும், பேத்திக்கும் முடிச்சு போட பிளான் பண்ணிட்டாரோ என்னவோ? ஆனா நான் இருக்கிற வரைக்கும் இதை நடக்க விடமாட்டேன். இந்த ஸ்ரீநிவாசவிலாசத்தோட மாட்டுப்பொண்ணா என் வர்ஷா வரணும்னா இந்த கிருஷ்ணஜாட்சி ஹர்சவர்தனுக்குக் கொஞ்சமும் பொருத்தமில்லனு எல்லாரோட மனசிலயும் தோண வைச்சே ஆகணும்" என்று சூளுரைத்தார் அவர்.

அனைவரும் கிருஷ்ணஜாட்சிக்கு வாழ்த்து தெரிவிப்பதை பத்மாவதி அமைதியாகப் பார்த்துக் கொண்டிருந்தது வேறு விஜயலெட்சுமிக்குச் சரியாகப் படவில்லை. நாத்தனாரை குழப்பி விட்டால் மட்டுமே தான் நினைத்தது நடக்கும் என்று எண்ணியவர் அவர் காதில் "என்ன பத்மா? நோக்கும் அந்தப் பொண்ணை பிடிக்க ஆரம்பிச்சிடுத்து போல" என்க பத்மாவதி புரியாமல் அண்ணனின் மனைவியைப் பார்த்தார்.

விஜயலெட்சுமி அவரது முகத்தைத் திருப்பி கிருஷ்ணஜாட்சிக்கு கை கொடுத்து வாழ்த்து சொல்லும் ஹர்சவர்தனை காட்டியவர் "உன் மாமனாரோட நிக்கிறார் இல்லையா சேஷன் மாமா, அவர் என்ன சொன்னார்னு தெரியுமோ நோக்கு? அந்த கிருஷ்ணாவும், நம்ம ஹர்சாவும் சரியான ஜோடியாம். அதுக்கு உன் மாமனாருக்கு பெருமை பிடிபடலடி. என்னோட பேத்திக்கு பகவான் அழகோட அறிவையும் சேர்த்துக்கொடுத்திருக்கார்னு ஒரே பெருமை" என்றுச் சொல்லி உதட்டைச் சுழிக்க பத்மாவதி புருவம் நெறிய அவரைப் பார்த்தார்.

"மன்னி! அதுங்க ரெண்டு படிச்சு எதாச்சும் ஜோலியில உக்காந்ததுனா நம்மாத்தை விட்டு போயிடும்கள்! நான் அதனால தான் பெருசா கண்டுக்கறதில்ல" என்றவரின் கூற்றை மறுத்த விஜயலெட்சுமி

"நோக்கு விவரம் பத்தாதுனு தெரிஞ்சுண்டு தான் உங்காத்துக்காரர் தங்கைப்பொண்ணுகளை ஆத்தோட தங்க வச்சிண்டிருக்கார்டி பத்மா. அவா திட்டம் இன்னுமா நோக்கு பிடிபடல? அந்தப் பொண்ணு பார்க்கறதுக்கு அம்சமா குத்துவிளக்காட்டம் இருக்கா. அவ மட்டும் படிச்சி பெரிய ஜோலிக்குப் போனானு வையேன் உங்காத்துக்காரரும், மாமனா-

ரும் அவளை ஹர்சாவுக்கு விவாகம் பண்ணி வச்சு உன்னோட மாட்-டுப்பொண்ணா மாத்திடுவா" என்று ஏற்றிவிட பத்மாவதிக்கு அவ்வாறு நடந்து விடுமோ என்ற பீதி கண்ணில் தெளிவாகத் தெரிந்தது.

முகத்தைச் சுழித்தபடி "என்ன பேசறேள் மன்னி? இப்பிடி போறது வற்றதுகளெல்லாம் எங்காத்து மாட்டுப்பொண்ணா வர்ற அளவுக்கு ஒன்-னும் இந்த ஸ்ரீநிவாசவிலாசத்தோட தரம் கொறஞ்சு போயிடல்ல. நான் உயிரோட இருக்கற வரைக்கும் அந்த மதுரவாணியோட பொண்ணுங்க ரெண்டு பேரும் இந்த ஆத்துக்குள்ள வரவே விடமாட்டேன்" என்று வஞ்சினத்தோடு உரைத்தார் பத்மாவதி.

தான் பற்ற வைத்தது எரிய ஆரம்பித்திருப்பதை திருப்தியோடு பார்த்த விஜயலெட்சுமி "இப்போ தான் நீ என்னை புரிஞ்சிண்டிருக்க பத்மா. நீ நெனைச்சது நடக்கணும்னா முதல்ல அந்த கிருஷ்ணஜாட்-சிக்கு இந்த ஆத்துல அவா ரெண்டு பேரோட நிலை என்னன்னு புரிய வை. முக்கியமா அவா இஷ்டத்துக்குப் படிச்சு உன் கையை மீறிப் போயிடக் கூடாதுடி. உன்னோட ஷட்டகர் அன்னைக்கு சொல்லிண்டி-ருந்தாரே கிருஷ்ணாவோட கையில அன்னபூரணி குடியிருக்கானு" என்-றுச் சொல்லிவிட்டு அர்த்தபுஷ்டியோடு பத்மாவதியைப் பார்க்க

அவர் "நேக்கு புரியறது மன்னி. இனிமே நடக்கப் போறத வேடிக்கை மட்டும் பாருங்கோ" என்றுச் சொல்லிவிட்டு நகர்ந்தார். ஒரு வழியாக தேர்வு முடிவு வந்த களேபரங்கள் முடிந்து எல்லாரும் அவரவர் அறைக்-குத் திரும்ப மைத்ரேயி நீரஜாட்சியை அழைத்துக் கொண்டு கல்லூரிக்கு விண்ணப்பம் வாங்கச் சென்றுவிட்டாள்.

மைதிலி ஸ்ருதிகீர்த்திக்கு கையில் மருதாணி இட்டுக் கொண்டிருக்க ரகுநந்தனும், ஹர்சவர்தனும் லேப்டாப்பில் எதையோ பார்த்து தீவிரமாக வாதிட்டுக் கொண்டிருந்தனர். பத்மாவதி அனைவரையும் நோட்டமிட்ட-வர் மறக்காமல் மாமனார் மாமியார் ஓய்வு எடுக்கிறார்களா என்பதையும் கவனித்துவிட்டு ஒரு முடிவோடு அவுட் ஹவுஸை நோக்கி நடைபோட்-டார்.

உள்ளே காலடி எடுத்து வைக்கும் போதே மனதிற்குள் "பகவானே நான் சுயநலமா யோசிச்சிண்டிருக்கேனு நேக்கு நன்னா புரியறது. ஆனா நேக்கு வேற வழியில்ல. நேக்கு பிடிக்காதவளோட பொண்ணு என்னை அதிகாரம் பண்ணிடக் கூடாதேங்கிற ஆதங்கம் தான் நான் செய்யப் போற கொடும்பாவத்துக்குக் காரணம். என்னை மன்னிச்சிடு நாராயணா"

என்று வேண்டிக் கொண்டே ஹாலுக்குள் நுழைய அங்கே கிருஷ்ணஜாட்சியின் சமையலின் மணம் அவரது நாசியை இதமாக வருடிச் சென்றது.

அதைச் சுவாசித்தபடி உள்ளே வந்தவரை கிருஷ்ணஜாட்சியும் பார்த்துவிட்டாள். புன்னகையுடன் "வாங்க மாமி. உக்காருங்க" என்று அமரச் சொல்ல பத்மாவதி மனதிற்குள் நெருடினாலும் அதைக் காட்டிக் கொள்ளாமல் அமர்ந்தார். அமர்ந்தவர் அவளிடம் படிப்பு விஷயத்தைக் கேட்டுவிட்டு வாழைப்பழத்துக்குள் ஊசி ஏற்றுவது போல ஆரம்பித்தார்.

"நேக்கு மதுரவாணியை பிடிக்காதுங்கிறது என்னவோ உண்மை தான்டிம்மா! ஆனா அவ கிட்ட நேக்கு ரொம்ப பிடிச்ச விஷயம் என்னன்னு தெரியுமோ? அவளோட சுயமரியாதை. என்னைக்கும் யாரண்டவும் பணிஞ்சுப் போகாத சுயமரியாதைக்கு சொந்தகாரியாக்கும் அவ. ஆனா அவ பெத்த பொண்ணுங்களான நீங்க சுயமரியாதைனா கிலோ என்ன விலைனு கேப்பேள் போல" என்று கேலியாக அவளைப் பார்க்க அந்தப் பார்வை கிருஷ்ணஜாட்சியின் உள்ளத்தைச் சுருக்கென்று தைத்தது.

"புரியலையாடிம்மா? ஏதோ பெத்தவா இல்லாம சாப்பாட்டுக்குச் சிரமப்படுறேள்னு உங்க மாமாவும், தாத்தாவும் உங்களுக்கு ஆதரவு கொடுத்தா நீங்க ரெண்டு பேரும் அவா முதுகிலே ஏறி சவாரி பண்ணுவேள் போல இருக்கே"

"மாமி நீங்க சொல்ல வர்றதை நேரா சொல்லுங்க"

"கெட்டிக்காரி! சரி நானும் சுத்தி வளைக்காம சொல்லிடுறேன். இந்த ஸ்ரீநிவாசவிலாசத்தோட ஒவ்வொரு செங்கலும் என் ஆத்துக்காரர், என் சட்டகரோட உழைப்பைச் சொல்லும்டிமா. எங்காத்து குழந்தேளுக்கு படிப்புக்கு மட்டுமே மாசமானா எவ்ளோ செலவாகறதுனு நோக்கு தெரியுமா? இந்த நிலையில கூட ரெண்டு டிக்கெட்டையும் ஆத்துக்கு இழுத்துண்டு வந்தா யாரு அவா செலவை எல்லாம் பாக்கறது? நானும் நீ மதுரவாணியாட்டம் சொந்தமா உழைச்சு உன் தங்கையைப் படிக்க வைப்பேனு நெனைச்சிண்டிருந்தேன். ஆனா நீயும் எங்காத்தை அண்டிப் பிழைக்க......" என்று அவர் சொல்லிக் கொண்டிருக்கும் போதே இடைமறித்தது கிருஷ்ணஜாட்சியின் குரல்.

"போதும் மாமி! எனக்கு புரியுது. இனி என்னோட நீரஜாவோட செலவுக்கு நாங்க உங்களையோ, மாமா, தாத்தாவையோ எதிர்ப்பார்க்க

மாட்டோம். நான் ஏதாச்சும் ஒரு வேலைக்குப் போய் என் தங்கச்சிக்கு வேண்டியதை வாங்கிக் குடுத்துக்கிறேன். இது வரைக்கும் நீங்க எங்க ரெண்டு பேருக்கும் ரொம்ப அதிகமாவே செஞ்சிட்டிங்க" என்று தெளிவாகச் சொல்லி முடிக்க பத்மாவதிக்குப் பரமதிருப்தியாக இருந்தது. உண்மையில் அவருக்குச் செலவை பற்றியெல்லாம் கவலை இல்லை.

சென்னையில் மட்டுமே நான்கு கிளைகளைக் கொண்ட ஸ்ரீநிவாசவிலாஸ் ஹோட்டல் உரிமையாளரின் மனைவியான அவருக்கு இந்தச் செலவு எல்லாம் கால் தூசிக்குச் சமானம். ஆனால் அவருடைய கவலையோ எங்கே கிருஷ்ணஜாட்சி படித்து விட்டால் கணவரும், மாமனாரும் அவளை தன்னுடைய மகனின் தலையில் கட்டிவிடுவார்களோ என்ற பயம் தான் அதற்கு காரணம்.

அவளுடைய முடிவு மனதுக்கு இதமளிக்க அவளது கூந்தலை வருடியபடி "சின்னப்பொண்ணா இருந்தாலும் நோக்கு பெரிய மனசுடிம்மா. நீ ஏன் எங்கேயோ போய் வேலை செய்யணும்? நமக்குச் சொந்தமா நாலு ஹோட்டல் இருக்கு. உன் மாமா அடிக்கடி சொல்லுவார் கிருஷ்ணஜாட்சியோட கையில அன்னபூரணி வாசம் பண்ணுறானு. அந்த அன்னபூரணியோட சேவை கொஞ்சம் நம்ம ஹோட்டலுக்கும் கிடைக்கட்டுமே" என்றுச் சொல்ல கிருஷ்ணஜாட்சி அதிர்ச்சியாய் அவரைப் பார்த்தாள்.

அவளது அதிர்ச்சியைப் புரிந்து கொண்டவர் "என்னடா மாமி நம்மளை சமையல்காரியா போகச் சொல்லுறாளேனு பார்க்கறயா? உண்மையா உன்னை வெளி வேலைக்கு அனுப்பி நீ வர்ற வரைக்கு வயித்துல நெருப்பைக் கட்டிண்டு இருக்க முடியாதுடிம்மா என்னால. இந்த ஊர்ல உன்னை மாதிரி கண்ணுக்கு அம்சமான பொண்ணை மூனாவது மனுஷன் கிட்ட ஜோலிக்கு அனுப்பிட்டு நாங்க தவிச்சிண்டு இருக்கணும், அதனால தான் நம்ம ஹோட்டல்ல உன்னை வேலைக்குப் போக சொல்லுறேன். அங்கேன்னா உன்னோட மாமா ரெண்டு பேரும் இருப்பா. அவா நம்ம கன்ஸ்ட்ரக்சன் கம்பெனிக்குப் போயிட்டாலும் சேஷன் மாமா நோக்கு உதவியா இருப்பார். அங்கே உன்னை மரியாதையா நடத்துவா. இதெல்லாம் யோசிச்சு தான் நான் உன்னண்ட பேச வந்தேன்" என்றுச் சொல்ல கிருஷ்ணஜாட்சியால் மாமியின் சாமர்த்தியத்தை மெச்சாமல் இருக்க முடியவில்லை.

கிருஷ்ணஜாட்சிக்குமே தானும், தங்கையும் மாமாக்களின் தயவில் இருப்பது பிடிக்கவில்லை. ஏற்கெனவே மாமி மற்றும் மாமாவின் சீமந்-

தப்புத்திரர்களின் எண்ண ஓட்டத்தை அறிந்திருந்தவள் சிறிது நாட்களாகவே ஏதாவது வேலைக்குச் சென்று தங்களுடையச் செலவைப் பார்த்துக் கொள்ளலாம் என்று எண்ணியிருந்தவள் அன்று காலையில் மதிப்பெண் பட்டியலைப் பார்த்ததும் மேற்கொண்டு படிக்கலாமோ என்று ஆசைப்பட்டதும் உண்மையே.

ஆனால் மாமியின் சொற்கள் அவளுக்கு ஆசைப்படுவதற்கு தகுதியில்லை என்பதைச் சொல்லாமல் சொல்ல அவளுக்குமே இப்போது இருக்கும் நிலையில் தான் மாமி கூறியபடி அவர்களின் ஹோட்டலுக்கே வேலைக்குச் செல்லலாம் என்று தோன்றிவிட்டது.

மனதில் சிறு வலியுடன் கிருஷ்ணஜாட்சி அவர் சொன்ன ஏற்பாட்டுக்குச் சம்மதம் தெரிவிக்க பத்மாவதி வாயெல்லாம் பல்லாகச் சிரித்தவர் அவளது நாடியைக் கிள்ளி முத்தமிட்டுவிட்டு வீட்டை நோக்கிச் சென்றார். இனி கணவரோ மாமனாரோ கிருஷ்ணஜாட்சியையும் ஹர்சவர்தனையும் வாழ்க்கையில் ஒன்று சேர்க்க நினைத்தால் "ஒரு சமையல்காரியை என் பிள்ளை தலையில கட்டப் பார்க்கிறேளா?" என்றுச் சொல்லி தடுத்துவிடலாம் என்ற குதூகலத்துடன் இதை தனது அண்ணனின் மனைவிக்குத் தெரிவிக்க ஆவலுடன் வீட்டுக்குள் சென்றார் பத்மாவதி.

தனது திட்டம் ஜெயித்ததாக எண்ணி மகிழ்ச்சியுடன் சென்றவரைப் பார்த்து விதி கேலியாக கைகொட்டிச் சிரித்ததை அவர் அறிய வாய்ப்பில்லை. யாருக்கு யார் என்று இறைவன் எழுதி வைத்தபிறகு மானிடர்களின் திட்டங்கள் அனைத்துமே செல்லாக் காசுகள் தான்.

7

பூங்காற்று 7

பத்மாவதி வந்துவிட்டுப் போனதற்கு அடையாளமாய் அவரது மல்லி-கைப்பூ வாசம் இன்னும் அறையைச் சுற்றி வர கிருஷ்ணஜாட்சி மெது-வாக எழுந்து சுவரில் மாட்டி வைத்திருந்த அன்னையின் போட்டோவை தடவியவள்

"மா! உங்க அப்பா அந்த காலத்துலயே உங்களை பி.ஏ படிக்கவச்-சார்னு எவ்ளோ பெருமையா சொல்லிப்பிங்க! ஆனா இன்னைக்கு உங்க பொண்ணுக்கு மேல படிக்கிற அதிர்ஷ்டம் இல்லம்மா. படிப்பா சுயமரி-யாதையானு பார்த்தா எனக்கு இப்போதைக்கு என்னோட சுயமரியாதை தான் எனக்கு முக்கியம். இப்போ படிக்கலைனா என்னமா நான் கொஞ்ச நாள் கழிச்சு படிச்சுக்கிறேன்" என்றாள் மறைக்கப்பட்ட வேதனையுடன்.

அதற்குள் மைத்ரேயியும் நீரஜாட்சியும் விண்ணப்பத்தோடு வருவது அவர்களின் பேச்சுச்சத்தத்தில் அறிந்து கொண்டவள் அவர்கள் அவுட் ஹவுஸிற்குள் வராமல் வீட்டிற்குள் செல்வதை அறிந்ததும் பதற்றமாகி-விட்டாள்.

இது அவளது மாமா இருவரும் மதியவுணவுக்காக வரும் நேரம். இந்த நேரத்தில் அவர்களிடம் போய் நான் படிக்க விரும்பவில்லை என்று எப்படி கூறுவது என்பது தான் அவளின் யோசனை. ஆனால் அதைப் பார்த்துக் கொண்டிருந்தால் தனக்கும் தங்கைக்கும் இன்னும் அவமானங்கள் வருங்காலத்தில் வர வாய்ப்புள்ளதால் அவளும் ஒரு முடிவோடு வீட்டை நோக்கிச் சென்றாள்.

அவள் நினைத்தபடி அங்கே முழுக்குடும்பமும் கூடியிருக்க மைத்ரேயி தாத்தாவிடம் "நான் பி.பி.ஏக்காக தான் அப்ளிகேசன் ஃபார்ம் வாங்கியிருக்கேன் தாத்தா. அவ காமர்ஸ்ல நல்ல மார்க் வாங்கியிருக்கா. அக்கவுண்டன்சியும் சென்டம். நீங்க கார்டியன் பிளேஸ்ல கையெழுத்து போடுங்கோ. நான் மத்ததை ஃபில் அப் பண்ணிப்பேன்" என்றுச் சொல்லிக் கொண்டிருக்கும் போதே உள்ளே நுழைந்தாள் கிருஷ்ணஜாட்சி.

தாத்தாவின் அருகில் உரிமையுடன் அமர்ந்திருக்கும் நீரஜாட்சியைப் பார்த்தவள் அப்படியே விழியை சுழற்றியதில் அவளது பார்வை பத்மாவதியிடம் வந்து நிலைத்தது. அவரின் பார்வை கூறும் செய்தியை உணர்ந்து கொண்டவள் தயக்கத்துடன் "மைத்திக்கா இந்த அப்ளிகேசன் ஃபார்முக்கு அவசியம் இல்ல. ஏன்னா மேல படிக்கப் போறது இல்ல" என்று அவளது நலம்விரும்பிகள் அனைவரின் தலையிலும் இடியைத் தூக்கிப் போட அப்போது மாடிப்படியில் இறங்கிக் கொண்டிருந்த மாமன் மகன்களின் செவியையும் அந்தச் செய்தி தாக்கியது.

மைத்ரேயியும் நீரஜாட்சியும் நீர் நிரம்பிய விழிகளுடன் விண்ணபத்தைப் பார்க்க மைதிலியோ "கிருஷ்ணா என்னடிம்மா பேசற நீ?" என்று குழப்பத்துடன் வினவ பாட்டியிலிருந்து தாத்தா வரை அனைவரையும் அவளது முடிவின் மூலம் அவள் அதிர்ச்சிக்குள்ளாக்கி விட்டாள்.

பத்மாவதியின் அருகில் அமர்ந்திருந்த ஸ்ருதிகீர்த்தி உதட்டைச் சுழித்துக் கொண்டு "பெரியம்மா! ஏதோ பாவம் பார்த்து மைத்திக்கா இதுக்கு அப்ளிகேஷன் வாங்கிண்டு வந்தா இதுக்கு திமிரைப் பாருங்கோ. பெரிய இவனு நெனைப்பு" என்க பத்மாவதி தங்கை மகளை அமைதிப்படுத்தினார்.

அவர்கள் யோசனையுடன் கீழே வர ரகுநந்தனை பார்க்க விரும்பாத நீரஜாட்சி முகத்தைச் சுழித்துக் கொண்டு எழுந்து வெளியே சென்றுவிட்டாள். அவளுக்கு அக்கா படிக்கப் போவதில்லை என்றுச் சொன்ன எரிச்சல் வேறு. வெளி வராண்டாவுக்கு வந்து கையைக் கட்டிக் கொண்டு நின்று கொண்டாள்.

கிருஷ்ணாஜாட்சி அவர்களின் முகத்தைப் பார்த்துவிட்டு தலையைக் குனிந்தபடி "பெரியமாமா நான் இனிமே உங்களோட ஹோட்டலுக்கு வர்றேன். நான் தான் நல்லா சமைக்கிறேன்ல, என்னையும் அங்கே குக்கா சேர்த்துக்கோங்க மாமா. எனக்கு அங்கே ஒர்க் பண்ணனும்னு ஆசையா இருக்கு. அந்த சம்பளத்தை வச்சு..." என்று அவள் சொல்லும் போதே

அவளின் சின்னமாமா "போதும். இதுக்கு மேல நீ எதையும் பேச வேண்டாம். ஹோட்டல்ல சமையல்காரியா ஆக்கறதுக்கா உன்னை நாங்க தஞ்சாவூர்ல இருந்து அழைச்சிண்டு வந்தோம்? யாருடா உன் மனசைக் கண்டபடி பேசி கலைச்சது? யார் வேணா சொல்லட்டும். இந்த ஆத்துல எங்களுக்கு என்னென்ன உரிமை இருக்கோ அதே உரிமை மதுரவாணிக்கும் இருக்கு. அவளோட பிள்ளைகள் படிக்காம யாருக்கோ சேவகம் பண்ணுறதை அவ பார்த்தான்னா அவ ஆத்மா கூட எங்களை மன்னிக்காதுடிம்மா. ஏற்கெனவே தேவையில்லாத விஷயங்களால எங்க தங்கயை நாங்க உயிரோடு இருந்தப்போவே ஒதுக்கிவச்சு பெரிய பாவம் பண்ணிட்டோம். அவ பிள்ளைகளை அடிமை வேலை செய்ய வச்சு இன்னும் பாவத்துக்கு ஆளாக விரும்பலடிம்மா" என்று அவரது அண்-ணன் மனைவி பத்மாவதியை குற்றம் சாட்டும் பார்வை பார்த்தவாறே கூறி முடித்தார்.

வேங்கடநாதனும் "நீ ஹோட்டலுக்கு எப்போ வேணும்னா வரலாம். ஆனா வேலை பார்க்கறதுக்கு இல்ல. அதோட முதலாளியா. இந்த எண்ணத்தை உன் மனசை விட்டு அழிச்சிடும்மா கிருஷ்ணா" என்று தணிந்த குரலில் அவளுக்குப் புத்தி கூற

கிருஷ்ணஜாட்சி நிமிர்ந்தவள் இரு சகோதரர்களும் நிற்பதைக் கண்-டதும் ஒரு கணம் தடுமாறியவள் சுதாரித்துக் கொண்டு நிமிர்வாக

"என்னைத் தப்பா நெனைச்சுக்காதிங்க மாமா! இந்த வீட்டுக்கு அம்மா அப்பாவோட நாங்க வந்திருந்தோம்னா நீங்க சொல்லுற மாதிரி உரிமையா நடந்துக்கலாம். ஆனா நாங்க இங்க அனா... உங்களைச் சார்ந்து பிழைக்கிறதா நாளைக்கு ஒரு பேச்சு வந்துட்டா அது என்னை பெத்தவங்களுக்கு தான் அசிங்கம்" என்று அனாதை என்ற வார்த்-தையை விழுங்கிவிட்டுப் பிடிவாதமாக தன் முடிவிலேயே நிற்க அவள் பேசிய வார்த்தைகள் குற்றமுள்ள நெஞ்சங்களைக் குறுகுறுக்க வைத்தது என்னவோ உண்மை.

அவள் மாமாவின் அருகில் சென்று அமர்ந்தபடி "மாமா உழைச்சுச் சாப்பிடறது ஒன்னும் கேவலமான விஷயமில்லையே. நான் ஏன் நம்ம ஹோட்டலுக்கு வர்றேனு சொன்னேன்னா அங்கே எனக்கு சேஃப்டியா வொர்க் பண்ண முடியும்னு தான்,. அதோட ஏன் நீங்க சமையல்காரினு நெனைக்கிறிங்க? உங்க ஹோட்டலோட நியூ செஃப்னு நெனைச்சுக்-கோங்க மாமா" என்று அவருக்குப் புரியவைக்க முயன்றாள்.

• 51 •

மைதிலி அவளை ஆதுரத்தோடு பார்த்தபடி "கிருஷ்ணாம்மா! அதுக்கு கூட படிக்கணும்டி. படிக்காத செஃப்பை யாரும் ஹோட்டல்ல சேக்கறதில்லனு நோக்கு தெரியாதா?" என்று வினவ பட்டாபிராமனுக்கு இளையமருமகளின் பேச்சில் பொறிதட்டியது.

தன் எதிரே அமர்ந்திருக்கும் மூத்தமருமகளின் முகத்தில் தெரிந்த வெற்றிப்புன்னகையைக் கண்டவர் மனதிற்குள் "இது உன் வேலையாடிம்மா? நான் பார்த்து இந்த ஆத்துக்கு அழைச்சிண்டு வந்த உனக்கே இவ்வளவு மூளை இருந்தா நான் உன்னோட மாமானார். என் பேத்திங்க வாழ்க்கையை எந்த திசையில கொண்டு போகணும்னு நேக்கு நன்னா தெரியும்டிம்மா" என்று சூளுரைத்துக் கொண்டவர் "டேய் வேங்கடநாதா நீ சேஷனுக்கு போன் போடு. நான் அவனண்ட கொஞ்சம் பேசணும்" என்றவாறு எழும்ப இரு மகன்களும் அவரைப் பின்பற்றி நடந்தனர்.

பத்மாவதி சென்றவர்களை ஒரு பெருமூச்சுடன் பார்த்தவர் சீதாலெட்சுமியிடம் "அம்மா! உங்க பேத்தி ரூபத்தில மட்டுமில்ல, பிடிவாதத்துல கூட மதுரவாணி தான். அவளை உங்க யாராலயும் சமாதானப்படுத்த முடியாது. அவ சொல்லுறதுக்கு ஒத்துண்டிடுங்கோ எல்லாரும். அதான் நம்ம குடும்பத்துக்கு நல்லது" என்று ஜம்பமாகச் சொல்லிவிட்டு அங்கிருந்து ஸ்ருதிகீர்த்தியுடன் நகர்ந்தார்.

கிருஷ்ணஜாட்சி சீதாலெட்சுமியுடன் அவுட் ஹவுஸிற்கு செல்ல வெளியே வர வராண்டாவில் காத்திருந்த நீரஜாட்சி திரும்பி பார்க்கையில் ஹாலில் நின்று கொண்டிருந்த இரு சகோதரன்களும் அவள் கண்ணில் பட்டுவிட சீதாலெட்சுமியுடன் வந்த கிருஷ்ணஜாட்சியைக் கண்டதும் அவள் பொங்கிவிட்டாள்.

"இந்த வீட்டுல நம்ம இன்னும் இருந்தா இதை விட மோசமான இன்சிடெண்ட் கூட நடக்கும். இதுக்கு நம்ம தஞ்சாவூரிலே இருந்திருக்கலாம் கிருஷ்ணா. இங்கே வந்து கண்டவங்க கிட்டல்லாம் பேச்சு வாங்க வேண்டியிருக்கு. அம்மா அப்பா மட்டும் உயிரோட இருந்தா இதுங்கல்லாம் நம்மளை இப்பிடி கஷ்டப்படுத்துமா? நீ வரலைனா போ! நான் தஞ்சாவூருக்குப் போறேன். எனக்கு இவங்க யாரையும் பிடிக்கல" என்றுச் சொல்லிவிட்டு விறுவிறுவென்று அவுட் ஹவுஸை நோக்கி ஓட கிருஷ்ணஜாட்சி பதற்றத்துடன் "சித்தம்மா அவ சொன்னா செஞ்சிடுவா. எனக்கு பயமா இருக்கு" என்றபடி அவள் பின்னே ஓடினாள்.

ஹாலினுள் நின்று கொண்டிருந்த இரு சகோதரர்களையும் அவளின் வார்த்தைகள் சுட்டுவிட இருவருமே அமைதியாக நிற்க மட்டுமே செய்தனர். ஆனால் கிருஷ்ணஜாட்சியும் சீதாலெட்சுமியும் பின்னே ஓடிவர நீரஜாட்சி சூட்கேசுடன் வெளியே நடக்க ஹர்சவர்தன் பதறிப் போய் "டேய் நந்து! இந்த குட்டிப்பொண்ணு என்னடா பண்ணுறா? வா முதல்ல போய் அவளை நிறுத்துவோம்" என்றபடி அவள் வாயில் கேட்டை தாண்டுவதற்கு முன் சென்று வழிமறித்துவிட்டான்.

ஹர்சவர்தனை முறைத்த நீரஜாட்சி "இப்போ வழி விடுறிங்களா? இல்லையா?" என்றுக் கேட்க அவன் இலகுவான குரலில் "முடியாது. உன்னால முடிஞ்சா இங்கே இருந்து போக டிரை பண்ணு" என்றபடி அவளை முறைக்க கிருஷ்ணஜாட்சியும் சீதாலெட்சுமியும் அவளைக் கெஞ்சி கொண்டிருந்தனர்.

ஹர்சவர்தன் ரகுநந்தனிடம் "நந்து அவ கையில இருக்கிற சூட்கேசை வாங்கு" என்க நீரஜாட்சியின் சூட்கேசை அவன் பிடுங்க அவள் ஆத்திரத்தில் கத்தத் தொடங்கினாள்.

"உங்க எல்லாருக்கும் நாங்க இருக்கிறது தான் பிரச்சனை. நான் இனிமே இங்கே இருக்க மாட்டேன். என் சூட்கேசை குடுக்கச் சொல்லு சித்தம்மா" என்று அவனை கண்ணை உருட்டி முறைக்க அதற்குள் அவள் செய்த கலாட்டாவில் வீட்டின் வாயில் கேட்டின் முன் கூடிவிட பட்டாபிராமன் கோபத்தில் கொந்தளித்த பேத்தியிடம் வர அவள் கைநீட்டி அவரைத் தடுத்தாள்.

"நீ ஏதும் பேசாத பட்டு. எனக்கு இவங்க யாரையும் பிடிக்கல" என்று பத்மாவதி, ஸ்ருதிகீர்த்தி, ரகுநந்தன் மற்றும் ஹர்சவர்தனை அவளது தளிர்விரலால் சுட்டிக்காட்ட அவள் விரல் காட்டியவர்களை பட்டாபிராமன் பார்வையால் எரித்து பஷ்மமாக்கிவிட்டார்.

பின்னர் பொறுமையாக இளைய பேத்தியிடம் வந்தவர் "இந்த ஆத்துல இது வரைக்கும் நோக்கு பிடிக்காத விஷயங்கள் நிறைய நடந்திருக்கலாம்டிம்மா. இனிமே உன் தாத்தா இருக்கறவரைக்கும் அப்பிடி எதுவும் நடக்க விடமாட்டேன்" என்று அவர் உறுதியளிக்க யாருக்கும் அடங்காதவள் சிறிது சிறிதாக மலை இறங்கினாள்.

அவர் கண்ணால் மற்றவர்களை அழைத்தபடி அவளுடன் நடந்தவர் அவளிடம் "நீரஜா! என் செல்லமோன்னோ! இனிமே இந்த ஆத்தை விட்டுப் போக கூடாது. சரியா? இந்த கிழவன் ஏற்கெனவே பொண்ணை

இழந்து பரிதவிச்சிண்டிருக்கேன். உங்க முகத்தைப் பார்த்து ஏதோ கொஞ்சம் நிம்மதியா இருக்கேன்டிம்மா. நீங்களும் போயிட்டேள்னா நான் பாதி உயிரா போயிடுவேன்" என்றுச் சொல்ல நீரஜாட்சி அவரது தோளில் சாய்ந்துக் கொண்டாள்.

"நீ அப்பிடில்லாம் சொல்லாதே பட்டு. ஆனா இங்கேயே இருந்தா கிருஷ்ணா படிக்க முடியாம போயிடுமே" என்று வருத்தத்துடன் கூற அவளின் கூந்தலை வருடிவிட்டபடி நடந்தவர் "அப்பிடி எதுவும் நடக்காதுடிம்மா" என்றுச் சொன்னபடி தோட்டத்தில் போடப்பட்டிருந்த இருக்கையில் அமர்ந்து கொண்டார்.

பேத்தியின் சிகையை ஒதுக்கிவிட அவளோ "கிருஷ்ணா ரொம்ப பிடிவாதக்காரி பட்டு. அவ ஒத்துக்கவே மாட்டா" என்று வருத்தத்துடன் சொல்ல அவர் சிரிப்புடன் "நான் இருக்கேனோன்னோ! நீ கவலைப்படாதே! அவ படிக்க நான் ஒரு ஐடியா வச்சிருக்கேன்" என்க நீரஜாட்சி அங்கே நடந்து வரும் பத்மாவதியை கண்ணால் காட்ட அவர் அதைக் கண்டுகொண்டார்.

"யாருக்கும் பிரச்சனை இல்லாம நான் ஒரு முடிவு எடுத்திருக்கேன்மா" என்க அவளும் தாத்தாவின் மீது நம்பிக்கை வைத்தபடி அந்தக் குடும்பத்தினரைப் பார்த்தபடி அமர்ந்திருந்தாள்.

அனைவரும் குழுமிவிட பட்டாபிராமன் கிருஷ்ணஜாட்சியைப் பார்த்தபடியே "கிருஷ்ணா இங்க பாருடிம்மா! உன் முடிவுல நான் தலையிடப் போறதில்ல. உன் இஷ்டத்துக்கு நீ வேலைக்குப் போ. ஆனா நீ நான் சொன்ன கோர்ஸ்ல ஜாயின் பண்ணனும்" என்று கட்டளையிட்டப்படியே பத்மாவதியையும் முறைக்க அந்தப் பெண்மணியால் எதுவும் சொல்ல முடியாத நிலை.

கிருஷ்ணஜாட்சி மறுத்துப் பேச முயல அவளைக் கையமர்த்தியவர் "அது ஒன்னும் டெய்லி காலேஜூக்கு போய் படிக்கிற படிப்பு இல்லடிம்மா. வாரத்துல மூனு கிளாஸ் அட்டெண்ட் பண்ணுனா போதும். நாலு மாச கோர்ஸ் தான். ஆனா இண்டர்நேசனல் லெவல்ல அதுக்கு வேல்யூ இருக்குனு சேஷன் சொன்னான். அது பேக்கிங் (Backing) சம்பந்தப்பட்ட டிப்ளமோ கோர்ஸ். நீ நம்ம ஹோட்டலுக்கும் வந்துக்கலாம். அதோட சேர்த்து இதையும் படிச்சிக்கலாம். மாட்டேனு சொல்ல உனக்கு வழியில்ல" என்று தீர்மானமாகச் சொல்லிவிட சமையல் கலையில் ஆர்வமுள்ள கிருஷ்ணஜாட்சி அதை ஒத்துக் கொண்டாள்.

மைத்ரேயியும், நீரஜாட்சியும் அவள் படிக்காமல் இருப்பதற்கு இந்தப் படிப்பு எவ்வளவோ மேல் என்று சமாதானமாகிவிட இண்டர்நேசனல் வேல்யூ என்ற வார்த்தையில் காண்டான பத்மாவதியும் ஸ்ருதிகீர்த்தியும் வீட்டிற்குள் சென்றுவிட்டனர். மைதிலி மூன்று பெண்களையும், மாமனார் மாமியாரையும் அழைத்துக் கொண்டு அவுட் ஹவுஸினுள் சென்றுவிட அங்கே நடந்த அத்தனை கலவரங்களிலும் தங்களின் பெயர் அடிப்பட்ட அதிர்ச்சியில் நின்றனர் அண்ணனும், தம்பியும்.

ரகுநந்தன் அவனது அண்ணனிடம் "டேய் அண்ணா நோக்கு ஒன்னு புரிஞ்சதாடா? ஒரு நாள் ஏதோ ஒரு கோவத்துல நம்ம விட்ட லூஸ் டாக்குக்கு இந்த குட்டிப்பிசாசு வாழ்க்கை முழுக்க நம்மளை கழுவி ஊத்துவா போலயே. பகவானே இதை சீக்கிரமா எவனாச்சும் வந்து விவாகம் பண்ணி அழைச்சிண்டு போயிடணும். இல்லனா டெய்லி தாத்-தாவோட ஹிட்லர் பார்வையைச் சந்திக்க வேண்டியிருக்கும்" என்றுச் சொல்ல

அவன் கேலியாக "நீ அந்த பொண்ணு கிட்ட சாரி கேக்கப் போறேனு சொல்லிண்டு சுத்துன. இப்போ என்னாச்சு? சார் அதைச் சுத்-தமா மறந்துட்டேள் போல?" என்றுச் சொல்ல

அவன் தலையிலடித்தவனாய் "நான் ஒன்னும் மறக்கலடா. ஆனா இன்னைக்கு அவ என்னை கழுவி ஊத்தி தாத்தாவோட பார்வையில குற்றவாளியா ஆக்குனதுக்கு அப்புறம் மன்னிப்பு கேக்கறது என்னடா ஒரு வெண்கல கிண்ணம் கூட கெடயாது அவளுக்கு" என்றுப் பொறு-மியபடி அண்ணனுடன் அங்கிருந்து நகர்ந்தான்.

8

பூங்காற்று 8

ஒருவாறு அனைத்துக் கலவரங்களும் அடங்கி மாலையில் சேஷன் கிருஷ்ணஜாட்சியின் கைப்பட நிரப்பப்பட்ட விண்ணப்பத்துடன் ஸ்ரீநிவாசவிலாசத்திலிருந்துப் புறப்பட்டு விட்டார். பட்டாபிராமன் கும்பகோணத்திலிருக்கும் அவரது நண்பர் கிருஷ்ணமூர்த்திக்கு போன் செய்து கிருஷ்ணஜாட்சியின் பள்ளியில் மதிப்பெண் சான்றிதழ் எப்போது கொடுக்கப்படும் என்பதை விசாரிக்கச் சொல்லிவிட்டு அக்கடாவென்று தோட்டத்து ஊஞ்சலில் அமர்ந்துவிட்டார்.

இன்று ஒரு நாளில் மட்டும் தன் கணவருக்குத் தான் எத்தனை மனவேதனை என்ற வருத்தத்துடன் அவரருகில் அமர்ந்தார் சீதாலெட்சுமி. "ஏண்ணா! ரொம்ப களைப்பா தெரியறேளே? முடியலையா?" என்று ஆதரவாக கேட்க சகதர்மிணியின் குரலைக் கேட்டதும் இவ்வளவு நேரம் விழி மூடி ஊஞ்சலில் சாய்ந்திருந்தவர் கண்ணைத் திறந்தார்.

சீதாலெட்சுமியின் கவலைத் தோய்ந்த முகத்தைப் பார்த்ததும் அதைப் போக்க விழைந்தவராய் "இல்லடி சீதே! நேக்கென்னடி நன்னா தான் இருக்கேன். ஒரு வழியா பேத்திகள் ரெண்டு பேரோட பிரச்சனைக்கும் தீர்வு கண்டுட்டேனோ இல்லையோ? அந்த நிம்மதி தான். வேற ஒன்னுமில்லடி நேக்கு" என்றுச் சொல்ல

சீதாலெட்சுமியும் பெருமூச்சு விட்டபடி "அவா படிப்புக்கு எந்த குந்தகமும் வராதுண்ணா இனி. ஆனா இன்னைக்கு காத்தாலே நம்மாத்துல கூடத்துல கண்ட காட்சியை வச்சு நேக்கு ஒன்னு தோணறது. சொன்னா நீங்க கோச்சிக்கப்படாது!" என்று பீடிகையுடன் ஆரம்பிக்க

பட்டாபிராமன் "நான் கோச்சிக்கிற மாதிரி இது வரைக்கும் நீ எதையும் சொன்னதில்லயேடி" என்று மனைவியை மெச்சிக் கொண்டார்.

கணவரின் மெச்சுதல் கொடுத்த நம்பிக்கையில் சீதாலெட்சுமி "இன்னைக்குக் காத்தாலே கிருஷ்ணா நேக்கு சுவாமியோட பிரசாதத்தைக் குடுக்க வந்தாண்ணா! அப்போ நம்ம ஹர்சா அவளண்ட பேச்சு குடுத்து பிரசாதத்தை வாங்கிண்டான். அவா ரெண்டு பேரையும் பாக்கறச்ச நேக்கே கண்ணு பட்டுடும் போல! ஜோடி பொருத்தம் அம்சமா இருக்கறதுண்ணா. இன்னும் நாலைஞ்சு வருசம் கழிச்சு பேசாம அவா ரெண்டு பேருக்கும் விவாகம் பண்ணி வச்சிட்டா நம்ம பேத்தியும் நம்ம கண்பார்வையிலேயே இருப்பாளோன்னோ?" என்று தனது உள்மனக்கிடக்கையை வெளிப்படுத்த பட்டாபிராமனோ ஏன் உனக்கு இந்த விபரீத ஆசை என்றபடி மனைவியைப் பார்த்து வைத்தார்.

மாலை நேரம் என்பதால் தோட்டத்தில் பிச்சிக்கொடியில் மலர் கொய்ய வந்திருந்த பத்மாவதியின் காதில் இந்தச் செய்தி விழுந்ததும் அவர் நெஞ்சில் சிறு பூகம்பமே வந்துவிட்டது. எது நடக்கக் கூடாது என்று அவர் அரும்பாடு பட்டாரோ அது நடந்தே விடும் போல இருக்கிறதே என்ற பதபதைப்புடன் மாமனாரின் பதிலை எதிர்பார்த்தபடி தடதடத்த இதயத்தோடு பிச்சிக்கொடி இருந்த புதரின் பின்னே மறைந்து கொண்டு அவர்களின் பேச்சைக் கேட்க தொடங்கினார் அவர்.

பட்டாபிராமன் அவரது மூக்குக்கண்ணாடியைச் சரிசெய்தபடி "உன் பேரனுக்கு விவாகம் பண்ணி வச்சு என் பேத்தியை நானே பாழுங்கிணத்துல தள்ள மாட்டேன்டி சீதே. நோக்கு கொஞ்சமாச்சும் மூளை இருக்கறதா? அவன் பத்மாவதியோட பிரதிபிம்பம்டி. ரூபத்திலயும் சரி, குணத்திலயும் சரி உன் மூத்த மருமாளை கொண்டிருக்கான்டி அவன். அவனை என் கிருஷ்ணாவுக்கு கட்டி வச்சு அவ வாழ்க்கையை படுகுழியில தள்ள என்னால முடியாதுடிம்மா. என் பேத்திக்குனு பிறந்த ராஜகுமாரன் வருவான். அவனுக்கு நானே அவளை தாரை வார்த்துக் குடுப்பேனே தவிர உன் பேரனுக்கு அவளை விவாகம் பண்ணி வைக்கணும்கிற எண்ணம் எனக்கு துளி கூட இல்லடி" என்று பிடிவாதமான குரலில் சொல்ல சீதாலெட்சுமி மனமின்றி தலையாட்டி வைத்தார்.

பிச்சிக்கொடியின் பின்னே நின்ற பத்மாவதிக்கு இப்போது தான் உயிரே வந்தது. அவளை எந்த ராஜகுமாரனும் வந்து அழைத்துச் செல்லட்டும், என் மகனுக்கு அவள் தேவையில்லை என்பதே அவரது எண்-

ணம். எண்ணம் ஈடேறிய மகிழ்ச்சியில் அரவமின்றி வீட்டை நோக்கி நடைப்போட்டார் பத்மாவதி.

அன்றைய இரவுணவின் போது மீண்டும் பட்டாபிராமன் தன்னுடைய பேத்திகளின் விஷயத்தில் யாரும் தேவையின்றி மூக்கை நுழைக்கக் கூடாது என்று ஆணையிட அவரது ஆணையை மீறும் தைரியம் இது வரைக்கும் அந்தக் குடும்பத்தாருக்கு இல்லாததால் யாரும் அவர்கள் விஷயத்தில் தலையிடவில்லை.

கிருஷ்ணஜாட்சி படிக்கச் சம்மதித்த மகிழ்ச்சியில் நீரஜாட்சியுமே மாமா வீட்டின் அற்பப்பதர்களை கண்டுகொள்ளாமல் விட்டுவிட்டாள். கிருஷ்ணஜாட்சியின் நாட்கள் மைத்ரேயி தாத்தா பாட்டியுடன் கழிய நீர-ஜாட்சி அவளுடைய நண்பர்களான பொடிப்பையன்களுடன் கிரிக்கெட் ஆடிப் பொழுதைக் கழித்தாள்.

இவ்வாறு இருக்க அவளது தேர்வு முடிவும் வந்துவிட்டது. அவளுமே நல்ல மதிப்பெண்களுடன் தேர்ச்சி பெற்றிருக்க அவள் வணிகவியலை படிக்கப் போவதாகக் கூறிவிட்டாள்.

பட்டாபிராமன் இருவரையும் ஒரு நாள் தஞ்சாவூர் அழைத்துச் சென்று அவர்களின் மதிப்பெண் சான்று மற்றும் டிசியை வாங்கிக் கொண்டு சென்னைக்கு வந்துவிட்டார். இதற்கிடையில் ஹர்சவர்தன் லண்டன் சென்றுவிட ரகுநந்தன் அவனது நண்பர்களுடன் ஊர் சுற்று-வது, கால்பந்தாட்ட பயிற்சி என்று தன்னை பிஸியாக வைத்துக் கொண்-டான். மீதமிருந்த நேரத்தில் ஸ்ருதிகீர்த்தியோடு வம்பிழுத்து அவளை அழ வைத்தான். தப்பித் தவறிக் கூட அவனது பார்வை அவுட் ஹவுஸ் பக்கம் திரும்பவில்லை.

அவ்வபோது நீரஜாட்சியைத் தெருவில் கிரிக்கேட் விளையாடும் போது பார்க்க நேரிட்டாலும் இவனைக் கண்டதும் அவள் முகத்தைத் திருப்பிக் கொள்வதால் அவனுமே அவளைச் சீண்டுவது இல்லை. இது குறித்து ஸ்ருதிகீர்த்தி வேண்டுமேன்று அவனை வம்பிழுத்தால்

"ஏய் அவளுக்கு ஏதோ ஒரு காரணத்தால என்னைப் பிடிக்காம போயிடுத்துடி. நம்மளைப் பிடிக்காதவா முன்னாடி ஏன்டி போய் நிக்க-ணும்? நேக்குமே யாரும் என்னைப் பார்த்து முகம் சுளிச்சிண்டு போனா பிடிக்காது. அந்த குட்டிப்பிசாசு என்னைப் பார்த்தாலே ஏதோ விஷத்-தைப் பார்க்கற மாதிரி மொறச்சிண்டு போறதே நேக்கு ஒரு மாதிரி இருக்கறது. இதுல நான் ஏன்டி வழிய போய் சனியனைத் தூக்கி என்

• 58 •

பனியன்ல போட்டுக்கணும்? நோக்கு தைரியம் இருந்தா அவளண்ட போய் பேசேன்" என்று பதிலுக்கு அவளைக் கோர்த்து விட முயல்வான்.

ஸ்ருதிகீர்த்தியோ "முடியாதுடா அண்ணா! அவ கையில இருக்கற பேட்டைப் பார்த்தியோன்னோ பீமனுக்குக் கதாயுதம் மாதிரி அந்த நீர-ஜாட்சிக்கு கிரிக்கெட் பேட். நாளைக்கே நான் அவளை கேலி பண்ணி அவ கோவத்துல அந்த பேட்டால என் மண்டையை உடைச்சு வச்சா-லும் தாத்தால இருந்து அப்பா வரைக்கும் அவளுக்குத் தான் சப்போர்ட் பண்ணுவா. நேக்கு இது தேவையா?" என்றுச் சொல்லிவிட்டு நழுவி விடுவாள்.

இப்படி இருக்க கல்வியாண்டு ஆரம்பிக்கவே கிருஷ்ணஜாட்சி அவளது Backing and Patisserie Diplomaவிலும் நீரஜாட்சி அவளது பதினோராம் வகுப்பிலும் அடியெடுத்து வைத்தனர். ரகுநந்தன், ஸ்ருதிகீர்த்தி மற்றும் மைத்ரேயி மூவரும் ஒரே கல்லூரி என்பதால் அவர்களுக்குமே கல்லூரி திறக்கும் நாள் வந்துவிட இளையவர்கள் எவருமின்றி வீடு அமைதியாக இருந்தது.

நீரஜாட்சி நல்ல மதிப்பெண் எடுத்திருந்ததால் அவளது வகுப்பில் அவளுக்கு நல்ல வரவேற்பே கிடைத்தது. ஆனால் அது பணக்கார மாணவர்கள் படிக்கும் பள்ளி என்பதால் பெரும்பாலான மாணவர்கள் அதற்கேற்ற அதிகாரத்துடனே நடந்து கொண்டனர்.

அவர்களில் இருந்து தனித்து தெரிந்தது ஒரே ஒரு பெண் தான். அவள் வந்ததில் இருந்தே யாரிடமும் கலந்துப் பேசாமல் தனித்திருக்க நீரஜாட்சி தானாகவே அவள் அருகில் சென்று அமர்ந்து தன்னை அறி-முகப்படுத்திக் கொண்டாள்.

அந்தப் பெண்ணும் ஒரு புன்னகையுடன் தன்னை அறுமுகப்படுத்திக் கொண்டாள். அவள் பெயர் கவிதா என்றும், பெற்றோர் இருவரும் ரயில்வே ஊழியர்கள் என்பதால் அடிக்கடி பணியிடைமாற்றம் காரண-மாக அவளது கல்வி பாதிக்கப்படக் கூடாது என்பதற்காக தன்னை விடு-தியில் சேர்த்துவிட்டார்கள் என்று சோகம் ததும்பக் கூற அவளும் தன்-னைப் போல பெற்றோரை நினைத்து ஏங்குகிறாள் என்றதும் நீரஜாட்சி உருகிப் போய்விட்டாள்.

அவளுக்கு ஆறுதல் சொன்னதோடு சிறிது நேரத்திலேயே அவளைச் சிரிக்கவும் வைத்து கலகலப்பாக அவளை உரையாட வைத்துவிட கவி-தாவுக்குமே அவளை மிகவும் பிடித்துப் போய்விட்டது.

• 59 •

அதே நேரம் கிருஷ்ணஜாட்சி இன்ஸ்டிட்டியூட்டில் நுழைந்தவள் அன்று அறிமுக வகுப்பு என்றாலும் கூட ஒரு வித பதற்றத்துடனே இருக்க முழங்காலைத் தாண்டிய சிறிது நீளமான ஸ்கர்ட்டை அணிந்து கொண்டு பால் வெள்ளை நிற சருமத்துடன் கருமையா பொன்னிறமா என்று வரையறுக்கமுடியாத கூந்தலுடன் அவள் அருகில் வந்து நின்-றாள் ஒரு பச்சைநிற கண்ணழகி.

பதற்றத்துடன் அமர்ந்திருந்த கிருஷ்ணஜாட்சியைப் பார்த்தவள் "ஹலோ பியூட்டிஃபுல்! கேன் யூ பிளீஸ் மூவ் அ லிட்டில்?" என்றுச் சொல்லிவிட்டு தன் பெருவிரலால் அவளுக்கு அடுத்தது தன்னுடைய இருக்கை என்று சுட்டிக்காட்ட அவளது முகத்தில் இருந்த சினேகபா-வத்தைக் கண்டதும் கிருஷ்ணஜாட்சியின் முகமும் மலர எழுந்து அவள் உள்ளே செல்வதற்கு வழிவிட்டாள்.

அந்தப் பெண் உள்ளே சென்று அமர்ந்ததும் கிருஷ்ணஜாட்சியிடம் "ஐயாம் கரோலின் தாமஸ். உங்க பேரை தெரிஞ்சுக்கலாமா?" என்று கொஞ்சும் தமிழில் வினவ கிருஷ்ணஜாட்சி புன்னகையுடன் "ஐயாம் கிருஷ்ணஜாட்சி மதிவாணன்" என்றுச் சொல்ல அவளால் அந்தப் பெயரை முழுமையாக உச்சரிக்க இயலவில்லை.

அவளது சிரமத்தைப் போக்க "மே ஐ கால் யூ கிரிஷ்? பிகாஷ் ஐ கான்ட் ஸ்பீக் தமிழ் ஃப்ளூயண்ட்லி. ஐயாம் ஃப்ரம் அன் ஆங்கிலோ இந்தியன் ஃபேமிலி" என்றுச் சொல்ல கிருஷ்ணஜாட்சிக்கு கரோலினின் கிளிப்பேச்சுக்கும், பச்சைநிறக்கண்களுக்குமான அர்த்தம் அப்போது விளங்கியது.

"நோ பிராப்ளம்" என்று கிருஷ்ணஜாட்சியும் சிரிக்க அப்போது "ஹலோ யங் கேர்ள்ஸ் அண்ட் பாய்ஸ்" என்ற கூவலுடன் அவர்களுக்கு வகுப்பு எடுப்பவர் வந்துவிட அதற்குப் பிறகு வகுப்பு சுவாரசியமாகச் சென்றது.

கிருஷ்ணஜாட்சிக்குத் தான் மற்றவர்களைப் போல கல்லூரிக்குச் சென்றிருந்தால் எப்படி இருந்திருக்கும் என்பது புரியாவிட்டாலும் அந்த இன்ஸ்டிட்டியூட்டும், அவளுக்குக் கிடைத்த புதிய தோழியும் அவளும் மனதை இலகுவாக மாற்றிவிட்டனர். அதனால் அவளுக்கு அன்றைய பொழுது உற்சாகமாகக் கழிந்தது.

மதியம் வகுப்பு முடிந்து கிளம்பும் போது கரோலின் அவளைத் தானே டிராப் செய்துவிடுவதாகக் கூற கிருஷ்ணஜாட்சியும் மாமாவின்

ஹோட்டல் பெயரைச் சொல்ல "வாவ்! அது சிட்டியில ரொம்ப ஃபேமஸான ஹோட்டல். பட் பியூர் வெஜிடியேரியன் வெரைட்டீஸ் மட்டும் தான் அங்கே இருக்கும்" என்றபடி கரோலின் ஸ்கூட்டியை கிளப்பினாள்.

கிருஷ்ணஜாட்சி அது தன்னுடைய மாமா நடத்தும் ஹோட்டல் என்றும் தான் இன்றிலிருந்து அங்கே பணிபுரியப் போவதாகச் சொல்ல கரோலின் அவளுக்கு வாழ்த்து தெரிவித்தபடி இறக்கிவிட்டாள்.

அவளைக் கட்டாயப்படுத்தி உள்ளே அழைத்துச் சென்றவள் மறக்காமல் மாமாக்களிடமும்., தாத்தாவிடமும் புதிய சினேகிதியை அறிமுகப்படுத்தி வைத்தாள்.

அவர்கள் ஜூஸ் குடித்துவிட்டுத் தான் கிளம்ப வேண்டும் என்று கரோலினுக்குக் கட்டளையிட அவளும் மறுபேச்சின்றி ஒரு லெமன் ஜூஸை குடித்துவிட்டு கிளம்பும் போது "கிரிஷ் யூ ஆர் ரியலி லக்கி டூ ஹேவ் சச் அ லவ்லி ஃபேமிலி (கிரிஷ் இப்பிடி ஒரு குடும்பம் கிடைக்க அதிர்ஷடம் பண்ணியிருக்கணும்)" என்றுச் சொல்லிவிட்டு அவள் கன்னத்தில் முத்தமிட்டு விடைப்பெற்றாள். பல வருட நட்புக்கான அடித்தளம் அங்கே போடப்பட்டது.

அதன் பின் கிருஷ்ணஜாட்சியை ஹோட்டலின் சீஃப் செஃபிடம் வேங்கடநாதன் அறிமுகப்படுத்த அவளுமே சமையலறையில் அணிய வேண்டிய கேப் மற்றும் ஏப்ரனை அணிந்து கொண்டவள் அவர் செய்வதை பொறுமையாக வேடிக்கை பார்த்தபடி தன் கையில் வைத்திருக்கும் நோட்டில் முக்கியமானவற்றைக் குறிப்பெடுத்துக் கொண்டாள்.

மாலை வீடு திரும்பிய இரு சகோதரிகளும் தங்களின் முதல் நாள் பள்ளி கல்லூரி நிகழ்வுகளைச் சொல்லுவதற்காக அவர்களின் சின்ன மாமியைத் தேடிச் சென்றனர். நீரஜாட்சி பள்ளியின் விளையாட்டு மைதானத்தில் ஆரம்பித்து எகனாமிக்ஸ் டீச்சர் அன்று ஆரம்பித்து வைத்த லா ஆஃப் டிமாண்ட் வரைக்கும் கண்ணை உருட்டி அழகாக விளக்க சீதாலெட்சுமியும் பட்டாபிராமனும் பேத்தி சொல்லும் அழகை ரசித்துக் கொண்டிருந்தனர்.

மைத்ரேயி அவளது தலையில் செல்லமாகத் தட்டியவள் "நோக்கு பிளே கிரவுண்ட் போறச்சே தூக்கம் வராது. ஆனா லா ஆஃப் டிமாண்ட் பத்தி பேசுனா தூக்கம் வர்றதா? சாருலதா மிஸ் தானே? இருடி இந்த வீக் சட்டர்டே கிளாஸ் இருக்கில்ல, நானே வந்து அவங்க கிட்ட கம்ப்ளைண்ட் பண்ணுறேன்" என்று கேலி செய்ய அவள் "மைத்திக்கா" என்-

பூங்காற்றிலே உன் சுவாசம் - முதல் பாகம்

றுச் சிணுங்கியபடி முகத்தைச் சுருக்கும் போதே ராயல் என்ஃபீல்டின் சத்தம் கேட்க அவள் சுருக்கிய முகத்துடன் எழுந்து இடத்தைக் காலி செய்தபடி அங்கிருந்து நகர்ந்தாள்.

வழக்கம் போல அவளின் இந்தச் செய்கை ரகுநந்தனுக்கு எரிச்சல் மூட்ட அவளைப் போலவே முகத்தைச் சுருக்கியபடி அவன் நடந்து சென்றது நீரஜாட்சியின் ஓரக்கண் பார்வையில் தெளிவாகத் தெரிந்தது.

அதே நேரம் அவள் எழுந்துச் சென்றதைப் பார்த்த சீதாலெட்சுமி மைத்ரேயியிடம் "மைத்தி அவ நிஜமா நீ டீச்சரம்மா கிட்ட போட்டுக்கு-டுத்துடுவியோனு பயந்துண்டுப் போறாடி" என்று கேலி செய்து சிரிக்க

வாசல் படியேறி வராண்டாவில் நின்ற ரகுநந்தன் பாட்டியின் அரு-கில் குனிந்து "இவ்ளோ புத்திசாலியா இருக்கியே பாட்டி! அவ ஒன்னும் மைத்திக்கா சொன்னதுக்குப் போகல! அவளுக்கு என்னைக் கண்டாலே ஆகாது. அதான் எழுந்து ஓடறா" என்று எரிச்சலை மறைக்காத குரலில் கூறியவன் அப்போது தான் கிருஷ்ணஜாட்சியும் அங்கிருப்பதைக் கவனித்தான்.

அசடு வழிந்தபடி தனது தலையில் தட்டிக் கொண்டபடி எழுந்து உள்ளே செல்லும் போது பட்டாபிராமனின் குரல் அவனைத் தடுத்து நிறுத்தியது.

"அவ என்னோட மதுரா மாதிரிடா! துஷ்டரைக் கண்டா தூர வில-கணும்னு தெரிஞ்சிண்டு இடத்தைக் காலி பண்ணிட்டா!" என்று குத்த-லாகச் சொல்ல

ரகுநந்தன் "இங்க பாருங்கோ தாத்தா உங்க பேத்தியை நீங்க கொஞ்-சுங்கோ, தலை மேல தூக்கி வச்சிண்டு மொத்த சென்னையையும் சுத்தி வாங்கோ. ஐ டோண்ட் கேர். பட் எதுக்கு என்னை இப்பிடி ஹிட்லர் பார்வை பார்த்து கொல்லுறேள்? நானும் உங்க பேரன் தான். கொஞ்-சமாச்சும் என்னண்டவும் பாசம் காட்டலாம். தப்பில்லே!" என்று மனம் பொறுக்காமல் கூறிவிட்டான்.

பட்டாபிராமன் நக்கலாக "சீதே கவனிச்சியாடி! உன் பேரனுக்கு திடீர்னு நம்ம மேல என்ன ஒரு பாசம்னு! இந்த பெரிய மனுஷர் என்-னையில இருந்து நம்ம பாசத்தை எதிர்பார்த்திண்டிருந்தார்னு கொஞ்சம் கேட்டுச் சொல்லுறியோ நேக்கு? இத்தனை நாளும் குத்துக்கல்லாட்டாம் நானும் என் ஆத்துக்காரியும் இருக்கறச்ச நோக்கு, உன் அண்ணாக்கு, இந்த வீட்டோட குட்டி ராணிக்கு நாங்கல்லாம் கண்ணுக்கு அகப்படவே

இல்ல! ஆனா என் பேத்திங்க வந்ததும் எங்களைச் சொந்தம் கொண்-டாடுறேளோ?

மனசைத் தொட்டுச் சொல்லுடா! நீயோ உன் அண்ணாவோ, கீர்த்தியோ என்னைக்காச்சும் தாத்தானு பிரியமா ரெண்டு வார்த்தை பேசிருப்பேளா? இந்த ஆத்துல மைத்திய தவிர வேற எந்த கழுதைக்கும் என் மேலயோ என் ஆத்துக்காரி மேலயோ துளி அக்கறை கெடயாது. ஆனா உரிமை கொண்டாடிண்டு மட்டும் வந்துடுங்கோ. அடேய் ரகு-நந்தா பாசம், மரியாதை ரெண்டுமே மனுஷாளுக்குத் தானா வரணும்டா. இப்பிடி கேட்டு வாங்கப்படாது" என்று நியாயமான ஒரு வயோதிகரின் ஆதங்கத்தை அன்று வெளிப்படுத்தி விட்டார்.

அவரின் ஆதங்கமும் சரி தான். ஹர்சவர்தன், ரகுநந்தன், ஸ்ருதி-கீர்த்தி மூவருக்கும் உலகமே பத்மாவதி தான். ஏதோ மைத்ரேயி மட்டும் தப்பி பிறந்திருந்தாள் எனலாம். வழக்கமான தாத்தா பாட்டி போன்று பேரப்பிள்ளைகளின் அன்புக்கு ஏங்கியவர்கள் தான் பட்டாபிராமனும், சீதாலெட்சுமியும்.

ஆனால் அவர்கள் பத்மாவதியிடம் ஒட்டிக் கொண்ட அளவுக்கு தாத்தா பாட்டியிடம் பழகவில்லை. அந்த வருத்தம் என்றைக்குமே பட்-டாபிராமனுக்கு உண்டு. அதை தான் இன்று பொறுக்க முடியாமல் கொட்டித் தீர்த்துவிட்டார்.

ரகுநந்தன் அவர் அருகில் சென்று முழங்காலிட்டு அமர்ந்தவன் "பேசி முடிச்சிட்டேளா தாத்தா? நீங்க பண்ணுன ஆர்கியூமெண்ட் எல்-லாமே ஓகே! ஆனா என்னோட தாத்தாவை நான் யாருக்கும் விட்டுக்-கொடுக்க மாட்டேனாக்கும்" என்றுச் சொல்லி அவர் கன்னத்தில் அழுத்-தமாய் முத்தமிட

அவர் சந்தோசப்பட்டாலும் அதைக் காட்டிக் கொள்ளாமல் "முதல்ல இந்த தாடியை மழிடா! காடாட்டம் வளர்ந்திண்டிருக்கு" என்று அதட்-டலுடன் அன்பைக் காட்ட

அவன் அமர்த்தலாக "நோ நோ! அதுல மட்டும் நீங்க என்ன சொன்னாலும் நான் கேக்கப் போறதில்ல தாத்தா! இதைப் பார்த்து காலேஜில எத்தனை பொண்ணுங்க மயங்கறாள் தெரியுமா?" என்றுச் சொல்ல கிருஷ்ணஜாட்சி அதற்கு களுக்கென்று நகைத்துவிட்டாள்.

அவளைத் தொடர்ந்து மைத்ரேயியும் சிரித்துவிட ரகுநந்தன் கிருஷ்-ணஜாட்சியை கேலியாகப் பார்த்தபடி "அத்தங்கா ஆத்துல எல்லாரும்

• 63 •

உன்னை அழகினு சொல்லிச் சொல்லியே ஏத்தி விட்டிண்டிருக்கா-ளோன்னோ! அப்போ நோக்கு சிரிப்பு வரத் தான் செய்யும்! நோக்கு என் அழகைக் கண்டு பொறாமை" என்றுச் சொல்லிவிட்டு எழுந்து சென்-றான் அவன்.

சீதாலெட்சுமி உள்ளே சென்றவனின் முதுகை ஆதுரத்துடன் பார்த்-தவர் கிருஷ்ணஜாட்சியிடம் "இவன் பெரியவனாட்டம் அழுத்தக்காரன் இல்லடிம்மா! லொடலொடன்னு பேசிண்டே சுத்துவான். பெரியவனா வளர்ந்து காலேஜ்லாம் போக ஆரம்பிச்சதுல இருந்தே எங்களண்ட சரியா பேசறதில்ல. ஏதோ நீங்க வந்தப்புறம் தான் சின்ன குழந்தை பொம்மைக்குச் சண்டை போடுற மாதிரி எங்களைச் சொந்தம் கொண்-டாடிண்டுச் சுத்துறான். மத்தபடி ரொம்ப நல்ல மனசுக்காரன், என்னோட மகனை மாதிரி. மூத்தவன் தான் அவனைப் பெத்தவள் எங்கேனு வந்து பொறந்துட்டான். நோக்கு நந்து சொல்லிட்டுப் போனதுல ஏதும் வருத்த-மில்லயே குழந்தே?" என்று கேட்க

கிருஷ்ணஜாட்சி "சித்தம்மா இதுலாம் சும்மா கிண்டலுக்குப் பேசுறது. இதுக்கெல்லாம் நான் வருத்தப்பட மாட்டேன். ஆனா நீரு அப்பிடி இல்ல. ஒரு தடவை அவளுக்கு யாரையாச்சும் பிடிக்காம போயிடுச்சுனா அவங்க நல்லவங்களாவே இருந்தாலும் அவ அவங்க கிட்ட ஒட்ட மாட்டா. போக போக இந்த குணம் மாறிடும்னு நானும் அம்மாவும் பேசிப்போம். ஆனா அவ மாறவேல்ல" என்று பெருமூச்சுடன் சொல்ல

ஹாலில் அமர்ந்து காபி குடித்துக் கொண்டிருந்த ரகுநந்தனின் செவியை அந்த வார்த்தைகள் தீண்ட அவன் "இந்தக் குட்டிப்பிசாசுக்கு என்னை பிடிச்சா என்ன? பிடிக்கலனா என்ன? இவ பெரிய எலிசபெத் மகாராணி பாரு. ஆனா பெரிய அத்தங்கா கொஞ்சம் நல்லவ தான் போல. ஹர்சா தான் தேவை இல்லாம பயந்திண்டிருந்துருக்கான்" என்ற-படி காபியை குடித்து முடித்துவிட்டு கப்புடன் சமையலறையை நோக்கிச் சென்றான்.

9

பூங்காற்று 9

கிருஷ்ணஜாட்சியின் வாழ்க்கை சீராக பராமரிக்கப்படும் இயந்திரம் பழுதின்றி ஓடுவது போல எந்த வித தடையுமின்றி ஒழுங்கான பாதையில் சென்று கொண்டிருந்தது. அவளது நான்கு மாத பயிற்சி நல்ல முறையில் முடிய அவளது தோழி கரோலின் ஒரு மாத சிறப்புப்பயிற்சியிலும் கிருஷ்ணஜாட்சியைக் கலந்து கொள்ளுமாறு கூற அவளும் சந்தோசமாகவே அதையும் முடித்தாள்.

இதற்கு இடையில் மாமாவின் ஹோட்டலிலும் அனைத்து ஊழியர்களிடமும் அன்போடு பழகுவதாகட்டும், தலைமை செஃபிடம் பணிந்து நின்று அவரது கட்டளைப்படி வேலையை முடிப்பதாகட்டும் அவளுக்கு நிகர் அவளே என்று நிரூபித்தாள். ஐந்து மாத கால பயிற்சியின் முடிவில் கரோலின் சொந்தமாக பேக்கரி ஆரம்பிக்க முடிவு செய்தவள் கிருஷ்ணஜாட்சியும் தனக்கு இதில் உதவியாக இருக்க வேண்டும் என்று அன்போடு கேட்டுக்கொள்ள அவளும் சம்மதித்தாள்.

கரோலினின் தந்தை தாமஸ் திடீரென்று ஏற்பட்ட முடக்குவாதத்தால் கை கால் செயலிழந்து வீல்சேரே வாழ்க்கை என்றாகிவிட அவளது அன்னை மெர்லின் அவர்களின் பொக்கே ஷாப் வருவாய் மூலமாகத் தான் அவளைப் படிக்க வைத்தார். இப்போது மகளின் திறமை மீது நம்பிக்கை வைத்து அவளுக்கு பேக்கரி ஆரம்பிக்க வங்கியில் தனது பொக்கே ஷாப் மீது தான் தொழில்க்கடன் வாங்கியிருந்தார்.

அவளது குடும்பநிலையே கிருஷ்ணஜாட்சிக்கு அவள் மீது பிரியம் அதிகரிக்க முக்கிய காரணமாக அமைய மெர்லினுமே அவ்வபோது வீட்-

டுக்கு வந்து தன்னிடமும் கணவரிடமும் இன்முகமாகப் பேசிவிட்டுச் செல்லும் கிருஷ்ணஜாட்சியைத் தனது சொந்த மகளாகவே கருதுவார்.

கரோலினின் பேக்கரி விஷயத்தை தாத்தாவிடமும், மாமாக்களிடமும் தெரிவித்த கிருஷ்ணஜாட்சி இனி காலையிலிருந்து மதியம் வரை அவர்களின் ஹோட்டலிலும், மதியத்திலிருந்து இரவு வரை கரோலினின் பேக்கரியிலும் தான் வேலை செய்யப் போவதாகச் சொல்ல அவர்களும் கரோலினின் மீது வைத்த நம்பிக்கையில் மறுப்பு சொல்லவில்லை.

ஏனெனில் அப்பாவிப்பெண்ணாக இருந்த கிருஷ்ணஜாட்சி இன்று ஓரளவுக்கு நிமிர்வுடனும், தெளிவுடனும் இருக்கிறாளென்றால் அதில் கரோலினின் பங்கு மிகவும் அதிகம். அவளுடன் பேசி பேசி கிருஷ்ணஜாட்சியின் ஆங்கிலப்புலமையும் தெளிவாகி விட்டது என்பது வேறு விஷயம்.

வங்கிக்கடனும் கிடைத்து மெர்லினின் பொக்கே ஷாப்புக்கு அருகிலேயே சிறிய கைக்கு அடக்கமான ஒரு கடையை வாடகைக்கு எடுத்தவர்கள் அதன் உள்கட்டமைப்பு பணிகளை முடித்துவிட்டு ஒரு நாள் பட்டாபிராமன், வேங்கடநாதன் மற்றும் கோதண்டராமனை அழைத்துவந்து காட்டினர்.

மூவருமே இந்த பதினெட்டு வயது பெண்களுக்குள் சொந்தமாக உழைக்கவேண்டும் என்று இவ்வளவு ஃவெறியா என்று ஆச்சரியப்பட்டவர்கள் உள்கட்டமைப்பு மற்றும் அலங்காரங்களுக்காக மெர்லின் தாமஸை பாராட்டத் தவறவில்லை.

கடைக்கு என்ன பெயர் வைக்கப் போகிறீர்கள் என்று கேட்க கரோலின் தயக்கமின்றி "கிராண்ட்பா அவர் பேக்கரிஸ் நேம் இஸ் **மது'ஸ் கேக் வேர்ல்ட்**, ஹவ் இஸ் இட்?" என்று கேட்க கிருஷ்ணஜாட்சியோடு சேர்ந்து தாத்தா மற்றும் மாமாக்களும் கண் கலங்கிவிட கரோலின் தயக்கமின்றி

"கிரிஷ் என்னோட பேக்கரியில எம்பிளாயியா வொர்க் பண்ண மட்டும் நான் கூப்பிடல கிராண்ட்பா. ஷீ இஸ் ஆல்சோ அ வொர்க்கிங் பார்ட்னர். இது நான் அவளுக்குக் குடுக்கிற மரியாதைனா இந்த நேம் வச்சது அவளோட மாம்கு குடுக்கிற மரியாதை. பிளீஸ் வேண்டானு சொல்லாதிங்க" என்று கொஞ்சும் தமிழில் அன்போடு கேட்டப் பின்னர் யாருமே அதை மறுக்கவில்லை.

ஒரு நல்ல நாளில் அவர்களின் எட்டுமாத உழைப்பின் பலனாக அந்த பேக்கரியும் தாமஸ் கையால் திறந்துவைக்கப்பட்டது. திறப்புவி-ழாவுக்கு பத்மாவதியும், ஸ்ருதிகீர்த்தியும் வர மறுத்துவிட அவர்களை யாரும் சட்டை செய்யவில்லை. மைதிலி தனது மகள் மைத்ரேயி மற்றும் நீரஜாட்சியுடன் தனிக் காரில் வந்துவிட பட்டாபிராமன் அவரது புத்தி-ரர்கள் மற்றும் மனையாளுடன் வந்துச் சேர்ந்தார்.

மெர்லின் அவரது வாடிக்கையாளர்களையும் அழைத்திருக்க கடைத்-திறப்புக்கு வந்தவர்களுக்கு கிருஷ்ணஜாட்சியும், கரோலினும் கேக் வழங்க அனைவரும் அதன் ருசியைச் சிலாகித்துவிட்டுச் சென்றனர். பட்டாபிராமன் குடும்பத்துக்கு கேக் கொண்டு வந்த கரோலின் "கிராண்ட்பா திஸ் இஸ் எக்லெஸ் கேக் ஸ்பெஷலி மேட் ஃபார் யுவர் ஃபேமிலி" என்று நீட்ட அவர்களும் தயக்கமின்றி எடுத்துக் கொண்டனர்.

மைத்ரேயி கரோலினிடம் "லின் இண்டீரியர் டெகரேசன் இஸ் ஆசம் பேபி. யார் ஐடியா குடுத்தது?" என்று ஆர்வம் தாங்காமல் கேட்டுவிட மெர்லினின் ஐடியா என்றதும் அவரிடம் சென்று பேச ஆரம்பித்தாள் அவள்.

இந்தக் காட்சிகளைக் கண்ட தாமஸிற்கு தன் மகள் இந்த உலகில் இனி யாருடைய தயவும் இன்றி சொந்தக்காலில் நின்று விடுவாள் என்ற நம்பிக்கை பிறக்க அந்த நம்பிக்கையுடன் அவர்களின் வளர்ச்சியை ஒருமாத காலம் உடனிருந்து கண்டு மகிழ்ந்தவர் மனநிறைவுடன் ஒரு-நாள் இறைவனடி சேர்ந்துவிட்டார்.

கரோலினுக்குமே தந்தையின் உடல்நிலை பற்றி முன்னரே ஓரளவுக்கு தெரிந்திருந்ததால் அவர் இன்னும் கஷ்டப்படாமல் இருக்க கடவுளே அவரை அழைத்துக் கொண்டார் என்று எண்ணி மனதைத் தேற்றிக் கொண்டாள். கிருஷ்ணஜாட்சி அவள் மனம் தேறும் வரை மைத்ரேயி-யின் உதவியுடன் பேக்கரியைப் பார்த்துக் கொள்ள இரண்டு வாரங்களில் கரோலினும் இயல்பு வாழ்க்கையை வாழ ஆரம்பித்துவிட்டாள்.

கிருஷ்ணஜாட்சியும் நீரஜாட்சியும் சென்னை வந்து ஓராண்டு கடந்து-விட்டது. கிருஷ்ணஜாட்சி அவளது வேலையிலும் தங்கையைக் கவனித்-துக் கொள்வதிலும் நாட்களைக் கடத்த நீரஜாட்சி அவள் விளை-யாட்டை ஒதுக்கி வைத்துவிட்டு பொதுத்தேர்வுக்கு தன்னை தயார்ப்ப-டுத்த ஆரம்பித்தாள்.

பூங்காற்றிலே உன் சுவாசம் - முதல் பாகம்

அவ்வாறு இருக்க ஜென்மாஷ்டமி கொண்டாட்டம் அந்த வீட்டில் ஆண்டுதோறும் சிறப்பாக நடைபெறும். அந்த வருடமும் விமரிசையாகக் கொண்டாட பத்மாவதி தன்னுடைய அண்ணன் குடும்பத்தையும் வரவழைத்திருந்தார். மாலையில் பூஜைக்கு பலகாரங்கள் செய்யப்பட வீடே ஜெகஜோதியாக இருந்தது. குழந்தைகளும் வந்திருக்க மைத்ரேயி ஒரு குழந்தையின் காலை மாவில் முக்கி கிருஷ்ணரின் பாதத்தை வீட்டின் வாயிலில் இருந்து பூஜையறை வரைக்கும் வைத்துவிட்டு வாயிலில் அழகான ரங்கோலி போட அமர்ந்துவிட நீரஜாட்சி அவளுக்கு உதவிக் கொண்டிருந்தாள்.

இருவரும் கோலம் போடும் ஆர்வத்தில் கோலமாவை முகத்தில் ஆங்காங்கே ஈசிக் கொண்டிருக்க அப்போது வாயிலில் நின்ற காரிலிருந்து இறங்கினாள் வானிலிருந்து வந்த வெண்ணிலவு போன்ற அழகுடன் பெண் ஒருத்தி. அவள் அணிந்திருந்த தாவணி அவளது அழகுக்கு அழகு சேர்க்க அந்த முகமே சாந்த சொரூபமாக பார்ப்பவரைக் கொக்கி போட்டு இழுக்கும் விதமாக கொள்ளை அழகுடன் இருந்தது. அவளுக்குப் பின்னே இறங்கினர் விஜயலெட்சுமியும் ஆதிவராஹனும்.

வாசலில் சம்மணக்காலிட்டு கோலம் போட்டுக் கொண்டிருந்த மருமகளையும் அவளுக்கு உதவி செய்து கொண்டிருந்த பெண்ணையும் பார்த்தவர் "மைத்திம்மா" என்று அன்போடு அழைக்க மைத்ரேயி "ஆதி மாமா" என்ற உற்சாகக்கூவலுடன் அவரை அணைத்துக் கொண்டாள்.

அடுத்து நின்ற அழகியை "வர்ஷா எப்பிடிடி இருக்க அழகி?"என்றவாறு அணைத்துக் கொள்ள அவளும் "நல்லா இருக்கேன் மைத்தி" என்றுச் சொல்ல மேத்ரேயி நீரஜாட்சியை இழுத்து வைத்து "இது நீரு! எங்க மதுரா அத்தையோட இளைய பொண்ணு. மூத்தவ இப்போ வர்ற நேரம் தான்" என்று சொல்ல

அந்த வர்ஷா சிரித்தபடி தன்னுடைய தாவணி முனையை எடுத்து நீராஜாட்சியின் முகத்தில் ஒட்டியிருக்கும் வண்ணப்பொடியைத் துடைத்துவிட அவளோ "பரவால்ல அக்கா! எப்பிடியும் மறுபடியும் முகத்துல ஈசிக்கத் தான் போறேன்" என்று சொல்லிவிட்டு மைத்ரேயி வர்ஷாவுடன் சேர்ந்து மீண்டும் கோலத்தில் கவனம் செலுத்த தொடங்கினாள்.

அவள் தான் வர்ஷா. ஹர்சவர்தனுக்காகப் பிறந்தவள். அவளைத் தனது மருமகளாக்கிக் கொள்ளும் எண்ணம் அவள் பிறந்த சமயத்திலேயே பத்மாவதியின் மனதில் தோன்றிவிட விஜயலெட்சுமியும் அந்த

எண்ணத்துக்கு நீருற்றி வளர்த்துவிட்டார். ஆனால் வர்ஷா குணத்தில் அவரைக் கொள்ளவில்லை என்ற வருத்தம் என்றுமே அவருக்கு உண்டு.

இப்போது கூட கோலம் போட்டுக் கொண்டிருந்தவளைக் கைப்பற்றி எழுப்பியவர் "அந்தக் கழுதை கிட்ட நோக்கு என்னடி பேச்சு? அது பொல்லாததுடி. அதோட சினேகிதம் நோக்கு தேவை இல்ல" என்று கடிந்து கொள்ள

வர்ஷா எரிச்சலுடன் "மா! நோக்கு பிடிக்கலனா அது உன்னோட. அதை என் மேல திணிக்கப் பார்க்காதே. ஒரு சின்னப்பொண்ணு மேல ஏன்மா நோக்கும் அத்தைக்கும் இவ்ளோ வன்மம்? கொஞ்சமாச்சும் பெரியவாளாட்டம் நடந்துக்கோங்கோ ரெண்டு பேரும். இனிமேல் என்னண்ட வந்து அவா கூட பேசாதே இவா கூட பழகாதேனு சொன்னா நான் மனுஷியாவே இருக்க மாட்டேன்! சொல்லிட்டேன்" என்று கடுப்புடன் உரைத்துவிட்டுச் சென்றாள். அவள் முகத்தைப் போலவே அகமும் அவ்வளவு அழகு.

தூரத்தில் நின்ற ஆதிவராஹன் கலங்கிய கண்களுடன் நீரஜாட்சியைக் கண்டவர் மனைவியின் முறைப்பைப் புரிந்து கொண்டவராய் அவருடன் உள்ளே சென்றுவிட்டார். சிறிது நேரத்தில் பூஜையை ஆரம்பித்துவிடலாம் என்று பத்மாவதி கூற மைதிலி "அக்கா கொஞ்சம் வெயிட் பண்ணு. இன்னும் கிருஷ்ணா வரல்லயோன்னோ" என்க பத்மாவதிக்கு எரிச்சலாகி விட்டது.

"ஏன்டி நோக்கு அறிவு கிறிவு இருக்கறதா இல்லையா? மனுஷாள் பகவானுக்காக காத்திருக்கறதா, இல்ல பகவான் மனுஷாளுக்காகக் காத்திருக்கறதா? கலி முத்தி போயிடுச்சுடி! உன் செல்ல மருமாள் எப்போ வருவாள்னு ஸ்ரீகிருஷ்ணர் காத்திண்டிருக்கணுமா? நந்தனும் தான் ஆத்துல இல்ல! அதுக்காக அவன் வர்ற வரைக்கும் காத்திருக்க முடியுமோ" என்று அவர் ஆவேசமாகச் சொல்லிக் கொண்டிருக்கும் போதே மின்சாரம் போய்விட்டது.

மின்சாரம் போனதும் சளசளப்பு எழ அந்த இருளைக் கிழித்துக் கொண்டு ஒரு தீபத்தின் ஒளி தெரியவே அனைவரும் ஒளி வந்த திசையைத் திரும்பிப் பார்க்க அந்த இருளின் இடையே வெள்ளை நிற சுடிதாரில் கையில் தீபத்துடன் வந்துச் சேர்ந்தாள் கிருஷ்ணஜாட்சி. வர்ஷாவுக்கு இருளைக் கிழித்து வந்த மின்னல் கீற்று போல வந்த அந்தப்

பெண்ணை முதல் முறை பார்த்ததும் பிடித்துவிட்டது.

அவள் நேரே சீதாலெட்சுமியிடம் சென்றவள் "சித்தம்மா நான் ரெடி-யாயிட்டு வர்றப்போ கரெண்ட் போயிடுச்சு. இருட்டுல வர பயமா இருந்-துச்சா, அதான் வாசல்ல இருந்த தீபத்தை எடுத்துட்டு வந்தேன்" என்றுச் சொல்ல அவள் பேசிக் கொண்டிருக்கும் போதே மின்சாரமும் வந்துவிட்-டது.

அவள் தீபத்துடன் நின்ற காட்சியை போட்டோகிராபர் மறக்காமல் படம் பிடிக்க அந்த வருட ஜென்மாஷ்டமி போட்டோ கலெக்சனில் அந்த போட்டோ மட்டும் தனித்த அழகுடன் இருந்தது என்றுச் சொன்-னால் மிகையாகாது. அதன் பின் பூஜை சிறப்பாக நடைபெற மகிழ்ச்சி-யுடன் அன்றைய நாளும் கடந்தது.

ஒரு வாரத்துக்குப் பின் அந்த போட்டோக்களை ஸ்டூடியோவில் இருந்து சிடியிலும் ஆல்பமாகவும் வாங்கி வந்த ரகுநந்தன் மறக்காமல் அதை ஹர்சவர்தனுக்கு மெயிலில் அனுப்பி வைத்தான். ஹர்சவர்தன் வழக்கம் போல தம்பியிடம் இருந்து வந்த மெயிலைப் பார்த்தவன் அதில் இருக்கும் போட்டோக்களைத் தரவிறக்கம் செய்து ஒவ்வொன்றா-கப் பார்த்துக் கொண்டிருந்தான்.

வர்ஷாவின் புகைப்படத்தைப் பார்த்ததும் அவனை அறியாமல் அவன் இதழில் வந்து ஒட்டிக் கொண்டது ஒரு அழகிய புன்னகை. அவளை ரசித்துக் கொண்டு அடுத்தடுத்து போட்டோக்களைப் பார்த்த-வன் கிருஷ்ணஜாட்சியின் தீபத்துடன் கூடிய போட்டோவைக் கண்டதும் கண் இமைக்க மறந்தவனாய் சிலையாகி விட்டான்.

எப்போதும் போல அவளது விரித்த கூந்தல் அலங்காரத்தில் தோகை விரித்த மயிலைப் போல வெள்ளை சுடிதாரில் அழகு தேவதையாக நின்-றவள் அவன் அறியாமல் அவனது இதயத்தைக் கொள்ளை கொண்டு-விட்டாள். ஹர்சவர்தனின் கைவிரல்கள் அவன் அறியாமல் மானிட்டரில் இருந்த கிருஷ்ணஜாட்சியின் புகைப்படத்தை வருடிக் கொடுத்தன.

சில நிமிடம் தான். அதற்குள் பழைய ஆல்பத்தில் தந்தை மற்றும் தாத்தாவுடன் நிற்கும் அத்தை மதுரவாணியின் நினைவு சுனாமியாய் அவனது மூளையைத் தாக்க மின்சாரத்தைத் தீண்டியது போல விரல்-களை வெடுக்கென்று எடுத்துக் கொண்டான்.

காதில் அன்னையின் வார்த்தைகளான "ஹர்சா உன் அத்தை நம்ம குடும்பத்தை அழிக்க வந்த கோடரிகொம்புடா. எல்லாரும் அவளை

எவ்ளோ நம்புனா தெரியுமா? அன்னைக்கு மணவறையில என் அண்ணாவை விட்டுண்டு எவனோ ஊர் பேர் தெரியாதவனோட அவ ஓடிப் போன அவமானம் தாங்காம தான்டா என்னோட தோப்பனாருக்கு முடியாம போயிடுத்து. அவளை நான் என்னைக்குமே மன்னிக்க மாட்டேன்டா" என்பது காதில் ரீங்காரமிட அவன் முகம் தீவிரமான பாவத்தைத் தத்தெடுத்துக் கொண்டது.

அவன் மூளை "டேய் ஹர்சா! அந்தப் பொண்ணு உன் மனசை குழப்பிட்டா. ஆனா உன் அம்மாவைப் பத்தி யோசி. என்னைக்குமே அவளை அம்மா ஏத்துக்க மாட்டாடா. அதுவுமில்லாம வர்ஷா உனக்காகவே பிறந்தவடா. அவளை விட்டுட்டு நேத்து வந்த ஒருத்தியை நினைச்சதே பாவம்டா" என்க

அவனது மனம் "ஹர்சா! நோக்கு யாரு பொருத்தமா இருப்பானு நீ தான் தீர்மானிக்கணும்டா. அதை விட்டுட்டு பழைய பேச்சைப் பிடிச்சு தொங்கிண்டு இருக்காதேடா அசடு" என்று அவனுக்கு மாறி மாறி அறிவுறுத்தி அவனைக் குழப்ப செய்வதறியாது திகைத்த ஹர்சவர்தன் மீண்டும் ஒருமுறை மானிட்டர் திரையில் தெரிந்த கிருஷ்ணஜாட்சியின் போட்டோவை பெருமூச்சுடன் பார்த்தான்.

எப்போவும் போல கொள்ளை அழகு தான். ஆனால் முன் போல் முகத்தில் அப்பாவித்தனம் இல்லை. பதினெட்டு வயதிலேயே ஒரு தொழிலைத் திறம்பட நடத்தும் நிமிர்வும் தன்னம்பிக்கையும் அவளின் அழகை இன்னும் பேரழகாகக் காட்ட அவளை ரசிக்கத் துடிக்கும் மனதுக்குக் கடிவாளம் போட இயலாதவனாய் தவித்துப் போனான் ஹர்சவர்தன்.

10

பூங்காற்று 10

நீரஜாட்சியின் பொதுத்தேர்வு முடிந்தநிலையில் மைத்ரேயியின் திருமணப் பேச்சுவார்த்தை ஆரம்பித்திருந்தது. சேஷனின் தூரத்து உறவினர் ஒருவரின் பேரனுக்கு மைத்ரேயியைப் பார்க்கலாம் என்ற பேச்சு வர வீடே அன்று பரபரப்பாக இருந்தது. மாப்பிள்ளை வருமானவரித்துறையில் அதிகாரியாக வேலை பார்ப்பதால் அவருக்கு வசதியாக ஞாயிறு அன்று பெண் பார்க்க வருமாறு கூறியிருக்க கிருஷ்ணஜாட்சியும் அன்று வீட்டில் இருந்து அவளது இளைய மாமிக்கு வேலையில் உதவிக் கொண்டிருந்தாள்.

நீரஜாட்சி வழக்கம் போல பட்டாபிராமனிடம் "பட்டு ட்வெண்டி ஃபோர்லாம் கல்யாணத்துக்கான ஏஜா? மைத்திக்காவை ஏன் அதுக்குள்ள துரத்தி விடப் பார்க்கிறிங்க?" என்று கேட்க

தரையில் அமர்ந்து பூ தொடுத்துக் கொண்டிருந்த சீதாலெட்சுமி "உன் மைத்திக்கா வயசுல நான் இருக்கறச்ச நேக்கு ரெண்டு பசங்க பிறந்துட்டாள்டி. இந்தக் காலத்து பெண்பிள்ளைங்க தான் விவாகம்னு சொன்னாலே காததூரம் ஓடறேள்" என்று கேலி செய்ய பட்டாபிராமன் சிரித்தார்.

அவர் மனையாளை கேலியோடு பார்த்தவர் "சீதே நீயும் என் பேத்திகளும் ஒன்னாடி? அவா என்ன உன்னாட்டம் சமையலறையே கதினு கெடக்கறவாளா? நேக்கே மைத்திக்கு இன்னும் ரெண்டு வருஷம் போகட்டும்கிற எண்ணம் தான். உன் மூத்த மருமாள் தான் மைத்திக்கு முடிச்சா தான் ஹர்சாவுக்கு முடிக்க முடியும்னு அவசரப்படறா" என்றுச்

சொல்ல

சீதாலெட்சுமி "நீங்க சும்மா இருங்கோண்ணா. இந்த மாப்பிள்ளை-
யாண்டான் நல்ல வேலையில் இருக்கான். நம்ம தேடுனா கூட இப்பிடி
ஒருத்தன் கிடைக்கறது கஷ்டம். நம்ம மைத்தியை விட ரெண்டு வயசு
தான் பெரியவன். அதுக்குள்ள எவ்ளோ பெரிய போஸ்டிங்ல இருக்-
கான்னு பார்த்தேளா? மைத்தி குடுத்து வச்சவண்ணா!" என்று மனநிறை-
வுடன் கூறிவிட்டு கணவரின் அருகில் அமர்ந்து யோசனையில் ஆழ்ந்த
இளைய பேத்தியைப் பார்த்து கணவரிடம் கண் காட்டினார்.

"நீரஜா என்னடிம்மா யோசனை?" என்று வினவிய சீதாலெட்சுமியை
நோக்கிய நீரஜாட்சி

"சித்தம்மா நான் இந்த வீட்டை விட்டு வேற எங்கேயும் போக மாட்-
டேன். நான் உன் கூடவும் பட்டு கூடவும் தான் இருப்பேன்" என்றுச்
சொல்ல

சீதாலெட்சுமி கேலியாக "நோக்கு இன்னும் கல்யாணவயசு வரலடி.
வந்தா உன்னையும் ஆம்படையான் ஆத்துக்கு பார்சல் பண்ணி அனுப்-
பிடுவோம். இல்லையாண்ணா?" என்க

நீரஜாட்சி சிணுங்கிக் கொண்டு பட்டாபிராமனைக் கட்டிக் கொண்-
டபடி "பட்டு இந்த சித்தம்மா வாயை மூடச் சொல்லு. நான் எங்கேயும்
போக மாட்டேன். அப்பிடி யாரும் என்னை வீட்டை விட்டு அனுப்ப
பார்த்தா என் பேட்டால அவங்க மண்டைய உடைச்சிடுவேன்" என்றுச்
சொல்ல பட்டாபிராமன் நகைப்புடன் அவளது சிகையை வருடிக்
கொடுத்தார்.

சீதாலெட்சுமி "ஆமாடி! நோக்கு அந்த பேட்டை வாங்கிக் குடுத்தது
தான் தப்பாப் போச்சு. ரொம்ப செல்லம் கொஞ்சாதேள்ணா! அவளுக்கும்
பதினேழு ஆகறது. இன்னும் என்ன ரவுடியாட்டம் அவா மண்டைய
உடைப்பேன், இவா மண்டையை உடைப்பேனு பேசறது? நான் சொல்-
றதை நன்னா கேட்டுக்கோடி! நீ இந்த ஆத்துலயே தான் இருக்கணும்னா
உன் மாமா பெத்து வச்சிருக்கானே சீமந்திரப்புத்திரன் அவனை தான்
நோக்கு விவாகம் பண்ணி வைக்கணும். ஹர்சாக்கு பொண்ணு ரெடியா
இருக்கா! உன்னை வேணும்னா நந்துவுக்கு முடிச்சுடுவோமா?" என்று
கிண்டல் செய்ய

நீரஜாட்சி முகத்தை அஷ்டகோணலாக மாற்றியபடி "சீ! அவனா?
எனக்கு அவனைச் சுத்தமா பிடிக்காது சித்தம்மா. நீ சும்மா குடுத்தா

கூட எனக்கு அவன் வேண்டாம்" என்றுச் சொல்ல பட்டாபிராமன் அவள் சொன்ன விதத்தில் சத்தம் போட்டுச் சிரிக்க ஆரம்பித்தார்.

சீதாலெட்சுமி பொங்கி வந்த சிரிப்பை அடக்கியபடி "ஏன்டி என் பேரனுக்கு என்ன குறைச்சல்? அவனைக் கட்டிக்க நான் நீனு போட்டி போடுவாள்டி" என்று பேரனுக்கு ஏந்து பேச

நீரஜாட்சி உதட்டைச் சுழித்தவளாய் "அப்போ அப்பிடி வர்றவாளுக்கு உன் பேரனைக் கட்டி வை சித்தம்மா. ஏதோ வயசான காலத்துல நீங்க ரெண்டு பேரும் தனியா கஷ்டப்படக் கூடாதேனு சொன்னா நீ என்னையே பாழுங்கிணத்துல தள்ளி விடப் பார்க்கிற? பட்டு திஸ் ஓல்ட் லேடி இஸ் வெரி வெரி டேஞ்சரஸ் கிரியேச்சர். பீ கேர்ஃபுல்" என்று தாத்தாவை எச்சரிக்க சீதாலெட்சுமியும் கூடச் சேர்ந்து நகைத்தார்.

அந்நேரம் பார்த்து காரின் சத்தம் கேட்க "மாப்பிள்ளை ஆத்துக்காரானு நெனைக்கிறேன்ணா" என்றபடி சீதாலெட்சுமி நாற்பது வயது குறைந்தவராக கூடத்துக்குச் சென்றார். அதன் பின் வழக்கமான பெண்பார்க்கும் படலம் முடிய மாப்பிள்ளை விஜயராகவனிடம் மைத்ரேயி சிறிது நேரம் தனியாகப் பேச அவகாசம் கேட்டு அவனிடம் பேசிவிட்டு வந்தாள்.

அவர்கள் வரும் போது மலர்ந்த அவர்களின் முகங்களே அவர்களின் பெற்றோருக்கு நற்செய்தியைக் கூற ஒரு நல்ல நாளில் நிச்சயத்தார்த்ததை வைத்துக் கொள்ளலாம் என்று பேசிமுடித்தனர். மைத்ரேயி விஜயராகவனிடம் தன்னுடைய அத்தை மகள்கள் இருவரையும் அறிமுகப்படுத்தி வைக்க மறக்கவில்லை. கிருஷ்ணஜாட்சிக்கும், நீரஜாட்சிக்கும் அவர்களின் இந்த புதிய சகோதரனை மிகவும் பிடித்துப் போய் விட்டது.

அதன் பின் மாப்பிள்ளை வீட்டார் கிளம்ப அந்த வீட்டில் கல்யாணத்துக்கான ஒரு அழகான சூழல் உருவாகிவிட்டது. அன்று இரவே ஹர்சவர்தனிடம் பேசிய பத்மாவதி விவரத்தைத் தெரிவிக்க அவனும் படிப்பு முடிந்துவிட்டதால் மைத்ரேயியின் நிச்சயத்துக்கு முன்னரே தான் இந்தியா வந்துவிடுவேன் என்று உறுதியளித்தான்.

அவனிடம் பேசிவிட்டு வந்த பிறகு பத்மாவதியைக் கையில் பிடிக்க முடியவில்லை. மகளுக்கு நல்ல இடத்தில் நிச்சயமான செய்தியுடன் மகன் இந்தியா திரும்பும் செய்தியும் அவருக்கு இரட்டிப்பு மகிழ்ச்சியைத் தர உடனே மாமனார் மாமியாரிடம் அதைப் பகிர்ந்துக் கொண்டார்.

சிறிது நேரத்தில் வீட்டிற்கு வந்த வேங்கடநாதன் மற்றும் கோதண்-டராமனுக்கும் ஹர்சவர்தனின் வருகை ஒரு இனிய செய்தியே. அவன் வந்த பிறகு ஹோட்டல் பிசினஸை அவன் வசம் ஒப்படைத்துவிட்டால் நிம்மதியாக இருக்கலாம் என்பது அவர்களின் எண்ணம்.

ஹர்சவர்தனும் பெற்றோர் மற்றும் தாத்தா பாட்டியின் மனதைக் குளிர்விக்கும் வண்ணம் ஒரே மாதத்தில் இந்தியா திரும்பிவிட்டான். அவன் வந்த மகிழ்ச்சியில் பத்மாவதிக்குத் தலை கால் புரியவில்லை. இனி தன் மகன் தங்களைப் பிரிந்திருக்க வேண்டியதில்லை என்பதே அவரின் மனநிறைவுக்குக் காரணம்.

சும்மாவே அவரது தோழிகள் சிலருக்கு ஹர்சவர்தன் வெளிநாட்டில் சென்று படிப்பது பொறாமை தான். சில நேரம் கேலியாகச் சொல்வது போல "பத்மா நீ வேணும்னா பாரேன்டி உன் பிள்ளையாண்டான் வெள்-ளைக்காரியோட வந்து இறங்கலைனா நான் பேரை மாத்திக்கிறேன்" என்று பொறாமையை மறைத்துப் பேசியவர்கள் பலர்.

அந்தப் பேச்சு எதுவும் பலிக்காமல் போனபடி திரும்ப வந்த மகனைப் பூரிப்புடன் பார்த்தவர் மனதிற்குள் "என் ஹர்சா குணத்தில ஸ்ரீராமசந்-திரமூர்த்தி! அவனால அவனுக்கு வரிச்சவளைத் தவிர வேற யாரையும் மனசால கூட நெனைக்க முடியாது" என்று பெருமிதப்பட்டுக் கொண்-டார்.

ஹர்சவர்தனும் தந்தை மற்றும் சித்தப்பாவின் பொறுப்புச்சுமையைக் குறைக்க எண்ணியவனாக நான்கில் இரண்டு ஹோட்டல்களின் முழு மேலாண்மையையும் அவனேப் பார்த்துக் கொள்வதாகச் சொல்லிவிட பெரியவர்களுக்கும் அவனது முடிவால் மனநிறைவு தான்.

ஆனால் வீட்டுக்கு வந்த முதல் நாளே மீண்டும் நீரஜாட்சியின் வாயில் விழுந்து வாங்கிக் கட்டிக் கொண்டான் ஹர்சவர்தன். நீரஜாட்சி அவள் அக்காவிடம் நீண்டநாட்களாக பாதாம் ஹல்வா செய்துத் தரு-மாறு நச்சரிக்கவே அன்று பாதாமை ஊறப் போடுவதற்காக டப்பாவைத் திறந்து பார்த்த கிருஷ்ணஜாட்சி உள்ளே இருந்த கைப்பிடியளவு பாதா-மைப் பார்த்ததும் "லீவ் விட்டது தான் விட்டாங்க, வீட்டுல இருக்கிற பொட்டுக்கடலையை முதற்கொண்டு காலி பண்ணி வச்சிருக்கா" என்று புலம்பியபடி "நீரு இங்கே வாடி" என்றுக் கத்த

நீரஜாட்சி பாதாம் ஹல்வாவைக் கற்பனையில் கபளீகரம் செய்த-வாறே சமையல்கட்டிற்குள் நுழைந்தவள் கிருஷ்ணஜாட்சியின் கையில்

இருக்கும் கைப்பிடி பாதாமைக் கண்டதும் அதில் ஒன்றை எடுத்து வாயில் போட்டுக் கொண்டாள்.

ஏற்கெனவே இது ஹல்வா செய்ய போதாது என்று எண்ணிக் கொண்டிருந்தவளுக்கு அதையும் தங்கை காலி செய்ய முனைவதைக் கண்டதும் அவள் தலையில் ஒரு குட்டு வைத்தாள் கிருஷ்ணஜாட்சி.

நீரஜாட்சி தலையைத் தடவியபடியே "இப்போ எதுக்கு என்னை கொட்டுன கிருஷ்ணா? தாயில்லாப் பிள்ளைய இப்பிடி அடிக்கடி நீ கொட்டி தான் நான் வளராம போயிட்டேன்" என்று முகத்தைப் பாவமாக வைத்துக் கொள்ள

கிருஷ்ணஜாட்சி அவளின் நடிப்புத்திறமையை மனதிற்குள் பாராட்டியபடி காலி டப்பாவை பெருவிரலால் சுட்டிக்காட்டியபடி "ஏன்டி பாதாமை காலி பண்ணுன?" என்று கேட்க அவள் அசட்டுச்சிரிப்பை உதிர்த்தாள்.

"சிரிக்காதேடி! இது ஹல்வா பண்ணுறதுக்கு காணாது. நீ என்ன பண்ணுற சின்ன மாமி கிட்ட போய் இந்த பவுல் நிறைய வாங்கிட்டு வா" என்றுக் கட்டளையிட

நீரஜாட்சி "நான் போக மாட்டேன்பா. அந்த என்.கே நம்பர் ஒன் வீட்டுக்கு வந்துருக்கு. அது மூஞ்சில முழிக்கவே எனக்குப் பிடிக்கல" என்றுச் சொல்லித் தோளைக் குலுக்கிவிட்டு நகர முற்பட அவளின் போனிடெயிலைப் பிடித்து நிறுத்தினாள் கிருஷ்ணஜாட்சி.

"அது யாருடி என்.கே நம்பர் ஒன்?"

"நெட்டைக்கொக்கு நம்பர் ஒன் கிருஷ்ணா! இப்போவுமா புரியல? வர்ஷாக்காவோட வருங்கால ஆத்துக்காரர் லண்டன்ல இருந்து திரும்பிட்டாரோன்னோ இனிமே நான் அந்த ஆத்துப்பக்கம் தலை வச்சு படுக்க மாட்டேனாக்கும்" என்று அவர்களின் பாஷையில் பேசி கேலி செய்ய

கிருஷ்ணஜாட்சியும் கிண்டலாக "அஹான்! அப்போ நோக்கு ஹல்வாவும் சொப்பனத்துல மட்டும் தான் கெடைக்கும்டி செல்லம்" என்று பதிலடி கொடுத்துவிட்டு அவளது வேலையைக் கவனிக்க ஆரம்பிக்க நீரஜாட்சிக்கு ஹல்வாவைப் பற்றிய கற்பனையே நாவில் நீரூறச் செய்ய வேறு வழியின்றி கிண்ணத்தை எடுத்துக் கொண்டு வீட்டினுள் சென்றாள்.

நேரே சமையலறைக்குள் சென்றவள் அங்கே நின்ற பத்மாவதியை வழக்கம் போல துச்சமாக ஒரு பார்வை பார்த்துவிட்டு மைதிலியிடம்

பாதாமை வாங்கிக்கொண்டு கிளம்பினாள்.

ஹாலுக்கு வரும் போது பெருமூச்சு விட்டபடி "ஹூம்! ஒரு பாதாம் ஹல்வாவுக்காக இந்த நீரஜாட்சி எவ்ளோ கஷ்டப்பட வேண்டியிருக்கு?" என்று புலம்பியபடி ஹாலைக் கடக்க முற்பட்டவள் குனிந்தபடி வந்ததால் தன் எதிரே வந்த ஹர்சவர்தனின் மீது மோதிவிட அவளைக் கீழே விழாமல் பிடித்து நிறுத்தினான்.

நீரஜாட்சிக்கு ஏதோ பாறை மீது மோதிய உணர்வு. தலை கிர்ரென்று சுற்ற தன்னை விழாமல் தடுத்தவனைப் பார்த்தவள் அவன் பார்வை தன் கையிலிருக்கும் கிண்ணத்தில் விழவே கிண்ணத்தை மறைத்தபடி ஹர்சவர்தனை முறைத்தாள்.

அவளது முறைப்புக்குக் காரணம் புரியாமல் அவன் விழிக்க நீரஜாட்சி முகத்தைச் சுருக்கியபடி "உங்க மைண்ட்ல என்ன ஓடுதுனு எனக்கு நல்லா புரியுது. உங்க வீட்டுல இருந்து ஜாமான் எடுத்துட்டுப் போறேனு தானே பார்க்கிறிங்க. டோண்ட் ஒரி. இந்த மாச முடிவுல கிருஷ்ணா இதுக்கான அமவுண்டை உங்க அம்மா கிட்ட குடுத்துடுவா. நாங்க ஒன்னும் ஓசிக்கு வாங்கிட்டுப் போகல" என்று அவனைக் கடிக்காத குறையாகச் சொல்லிவிட்டு நகர்ந்தவளுக்கு என்ன பதில் அளிக்க என்று புரியாமல் நின்று கொண்டிருந்தான் ஹர்சவர்தன்.

அதே யோசனையுடன் மாடிக்கு வந்தவன் வராண்டாவில் அமர்ந்து லேப்டாப்பில் எதையோ நோண்டிக் கொண்டிருந்த ரகுநந்தனிடம்

"டேய் நந்து மதுரா அத்தையோட இளைய பொண்ணு இன்னுமாடா நம்ம மேல கோவமா இருக்கறா? சின்னப் பொண்ணு ஈசியா மறந்துப் போயிருப்பானு நெனைச்சேன். ரெண்டு வருஷமா அதே கோவத்தோட சுத்திட்டிருக்கா" என்றான் ஆதங்கத்துடன்.

ரகுநந்தன் பெருமூச்சுடன் "அவ டிசைன் அப்பிடி அண்ணா. எப்பிடியும் போறா! ஆனா பெரிய அத்தங்கா இருக்காளே அவ பிளாட்டினம்டா" என்று கேலியும் பெருமையுமாகச் சொல்ல ஹர்சவர்தனுக்கு தம்பியின் வாயால் கிருஷ்ணஜாட்சியைப் பற்றி அறிந்து கொள்ளும் ஆர்வம் எழவும் அவன் சொல்வதைக் கேட்க ஆரம்பித்தான்.

"கிருஷ்ணாவை நான் ஏன் பிளாட்டினம்னு சொன்னேன்னா அவா குணம் அப்பிடிடா அண்ணா. ஆனா அவா கூட இந்த தகரடப்பா எப்பிடி பிறந்துச்சுனு தான் நேக்கு புரியல" என்று நீரஜாட்சியைப் போட்டுத் தாக்கவும் தவறவில்லை அவன்.

அவன் கிருஷ்ணஜாட்சி வேலை செய்யும் பேக்கரிக்குச் சென்ற அனுபவத்தை ஹர்சவர்தனிடம் விளக்கத் தொடங்கினான்.

ரகுநந்தன் அவன் தோழனைப் பார்ப்பதற்காகச் சென்றவன் அந்த ஏரியாவில் பைக்கை நிறுத்திவிட்டு அங்கு குறுக்கும் நெடுக்குமாகச் செல்லும் ஆங்கிலோ இந்தியர்களை வேடிக்கை பார்க்க ஆரம்பித்தான். அது மாலை மங்கும் நேரம். கிட்டத்தட்ட இருளின் ஆக்கிரமிப்பு ஆரம்பித்துவிட தெருவிளக்குகளின் ஒளியில் அவர்கள் செல்வதைப் பார்த்துக் கொண்டிருந்தவன் அங்கே ஒரு பொக்கே ஷாப் பெண்மணிக்கு ஒரு பிளேட்டில் கேக்கும் காபியும் கொடுத்துவிட்டு தன் சுருள்கூந்தலை ஒரு கேப்பினுள் அடக்கியபடி ஏப்ரனுடன் நின்றது கிருஷ்ணஜாட்சியா என்று கூர்ந்துப் பார்த்தவன் அவளே தான் என்று அறிந்ததும் அவள் நின்ற கடையின் போர்டைப் பார்த்தான்.

அதில் **மது'ஸ் கேக் வேர்ல்ட்**என்ற வார்த்தையைக் கண்டதும் அது தான் அவள் வேலை செய்யும் இடம் என்பதை அறிந்து கொண்டான்.

உள்ளே சென்று பார்த்தாலென்ன என்ற எண்ணம் எழ அந்த பேக்கரியினுள் நுழைந்தான் அவன். சிறியதாக இருந்தாலும் பத்து பேர் அமர்ந்து சாப்பிடும் வகையில் மேஜை நாற்காலிகள் கலைநயத்துடன் போடப்பட்டிருக்க ஒரு ஆங்கில மெலடிப் பாடல் மனதை வருட அந்த பேக்கரி கிட்டத்தட்ட ஒரு கஃபே அளவுக்கு இருந்தது என்றால் மிகையாகாது.

மேஜை மீது இருந்த மெனுகார்டைப் பார்த்தவன் சத்தமாக "ஒன் கேப்புசினோ பிளீஸ்" என்க கிருஷ்ணஜாட்சி கஸ்டமரைக் கவனிக்க வந்தவள் அவனைக் கண்டதும் இவன் எங்கே இங்கே என்றபடி ஒரு பார்வை பார்த்து வைத்தாள்.

அவன் சிறு புன்னகையுடன் "என்ன அத்தங்கா நோக்கு என்னை அடையாளம் தெரியலையா?" என்றுக் கேட்க அவள் "இல்ல அம்மாஞ்சி..அது..." என்று தயங்கியபடிச் சொல்லிவிட்டு ஏப்ரனின் நுனியைத் திருகினாள்.

"உன் பேக்கரி எப்பிடி இருக்கும்னு பார்த்துட்டுப் போலாம்னு வந்தேன். வீரபாகு பேக்கரி லெவலுக்கு இல்லைனாலும் ஏதோ பரவால்லாம வச்சிருக்கேள்!" என்றுச் சொல்ல கிருஷ்ணஜாட்சிக்கு அவன் சொன்னவிதத்தில் சிரிப்பு வந்தாலும் அதை அடக்கியபடி

"என்ன சாப்பிடுறேள் அம்மாஞ்சி?" என்க

அவன் "நான் ஆர்டர் பண்ணி எவ்ளோ நாழியாறது? ஒன் கேப்புச்சினோ" என்றுச் சொல்ல அவள் தலையாட்டியபடி உள்ளே சென்றவள் வரும் போது கையில் கப் மற்றும் சிறு தட்டில் கேக்குடன் வந்தாள்.

"அத்தங்கா என்னண்ட காபிக்கு மட்டும் தான் காசு இருக்கறது" என்று அவன் கேலி செய்ய "கிருஷோட ரிலேட்டிவ்ஸ் எல்லாருக்கும் இங்கே கேக் ஃப்ரீ" என்றபடி வந்தாள் கரோலின். அவளை அவன் ஓரிரண்டு முறை கிருஷ்ணஜாட்சியுடன் பார்த்திருப்பதால் சினேகமாய் புன்னகைத்தான் ரகுநந்தன்.

அவர்களிடம் கலகலப்பாக உரையாடியபடி காபியைக் குடித்து முடித்தவன் கிருஷ்ணஜாட்சியிடம் "அத்தங்கா மாமா ரொம்ப கோவக்காரரோ?" என்றுக் கேட்க அவள் இல்லையேன்று தலையாட்டினாள்.

"பின்னே உன்னோட சிஸ்டர் ஏன் எப்போ பார்த்தாலும் சல்லுபுல்லுனு விழுந்துண்டே இருக்கா? அதுவும் என்னைப் பார்த்தா மட்டும் அவளோட ஃபேஸ் ஜிஞ்சர் ஈட்டிங் மங்கியாட்டம் மாறிடறது. நீ அவளண்ட போய் இதையெல்லாம் சொல்லி வைக்காதே! பின்னே அவள் பார்வையில வர்ற லாவாவை என்னால ஃபேஸ் பண்ண முடியாது" என்றவனைப் பார்த்து நகைத்த கிருஷ்ணஜாட்சி சொல்ல மாட்டேன் என்று உறுதியளிக்கவும் அவன் இருவரிடமும் இருந்து புன்னகையுடன் விடை பெற்றான்.

அந்த நிகழ்வை அண்ணனிடம் விளக்கியவன் "ரொம்ப பொறுமைசாலிடா அண்ணா! பத்தொன்பது வயசுல ரெண்டு இடத்துல வேலையும் பார்த்துண்டு தங்கையையும் கவனிச்சிக்கறா. நம்ம ஸ்ருதி ஹோட்டலுக்கு வரச் சொன்னா என்ன சொல்லுவானு நோக்கு தெரியுமா? ஹோட்டல்ல இருந்து வர்ற லாபம் மட்டும் நமக்குப் போதுமே தவிர நம்ம ஏன் ஹோட்டல்ல வியர்வை சிந்தி உழைக்கணும்னுவா! அதை மேற்பார்வை பார்க்கணும்கிற ஆர்வம் கூட அவளண்ட இல்ல. ஆனா பெரிய அத்தங்காக்கு ஸ்ருதி வயசு தானே! இப்போவே இவ்வளவு ஹார்ட்ஓர்க் பண்ணுறா. கூடியசீக்கிரம் அவளோட ஃபீல்டுல அவ கொடிகட்டிப் பறப்பாண்ணா! நீ வேணும்னா பாரேன்" என்று அவளைப் புகழ்ந்து தள்ள ஹர்சவர்தன் அதை கேட்டுக் கொண்டிருந்தான்.

ரகுநந்தன் அவனிடம் "நானும் ஒரு முடிவுக்கு வந்துருக்கேன்டா அண்ணா. நானும் உன்னை மாதிரி அப்ராட்ல படிக்கலாம்னு இருக்கேன்" என்றுச் சொல்ல ஹர்சவர்தனால் அவன் காதையே நம்பமுடிய-

வில்லை.

ஏனெனில் அவனுக்குத் தெரிந்தவரை அவன் தம்பியால் அன்னையைப் பிரிந்து இருக்க முடியாது. முன்னர் கேட்டதற்கு கூட அவன் "என்னால ஃபாரின் போய்லாம் படிக்க முடியாதுடா அண்ணா. என்னால ஒரு நாள் கூட அம்மாவை பார்க்காம இருக்க முடியாது. ரசம் சாதம்னாலும் அதை அம்மா கையால சாப்பிடணும்டா" என்றுச் சொன்னவன் அவனே முன் வந்து இவ்வாறு கூற ஹர்சவர்தனுக்கு ஆச்சரியம்.

ரகுநந்தன் "நம்ம விட சின்னப்பொண்ணு எவ்ளோ ஹார்ட் ஒர்க் பண்ணுறா. இந்தச் சின்னவயசுல அவளுக்குனு ஒரு அடையாளத்தை ஏற்படுத்திக்க எவ்ளோ முயற்சி பண்ணுறா. அதுல ஒரு சதவீதமாச்சும் நானும் பண்ணனும்னு நெனைக்கிறேன்டா. நம்ம கன்ஸ்ட்ரெக்சன் கம்பெனியை பெரிய லெவலுக்குக் கொண்டு போகணும்கிறது என்னோட எய்ம். அதுக்காக தான் அப்ராட்ல எம்.பி.ஏ பண்ணலாம்னு அப்ளை பண்ணிருக்கேன். மைத்திக்கா விவாகம் முடிஞ்சதும் ஃபிளைட் ஏறிட வேண்டியது தான். நீ தான் எப்பிடியாச்சும் அம்மா, அப்பாவை சம்மதிக்க வைக்கணும்" என்றுச் சொல்ல ஹர்சவர்தன் அவன் கையை அழுத்தினான்.

"கண்டிப்பாடா! நீ தங்குற இடம் பத்தி கவலைப் படாதே! என்னோட ஃப்ரெண்ட்ஸ் இருக்கா. அவா அதையெல்லாம் பார்த்துப்பா" என்றவன் "எந்த யூனிவர்சிட்டிக்குலாம் அப்ளை பண்ணிருக்க?" என்று மற்ற விவரங்களைக் கேட்க ஆரம்பித்தான். ரகுநந்தனும் அண்ணனிடம் அனைத்தையும் விளக்கிவிட்டு மேற்படிப்புக்காக வெளிநாடு செல்லும் நாளை எதிர்நோக்கி காத்திருந்தான்.

11

பூங்காற்று 11

ரகுநந்தன் வெளிநாட்டில் சென்று படிக்க பெற்றோரிடம் அனுமதி பெறும் முன் ஹர்சவர்தனுக்கு நாக்கு வெளியே வந்துவிட்டது. வேங்கடநாதனோ, கோதண்டராமனோ இதற்கு பெரிதாக எதுவும் சொல்லவில்லை. இன்னும் சொல்லப் போனால் அவன் சிறிது காலம் வீட்டை விட்டுப் பிரிந்திருந்தால் தான் அவனுக்கும் கால்பந்து, பைக்கைத் தவிர வெளியுலகமும் இருக்கிறது என்பது புரியவரும் என்பது வேங்கடநாதனின் கருத்து. அதனால் அவர் அவன் வெளிநாடு செல்வதற்கு சுலபமாக அனுமதி கொடுத்துவிட்டார். அதற்கு முன் தந்தையிடம் கலந்தோசித்து விட்டுத் தான் முடிவெடுத்தார்.

ஆனால் பத்மாவதி ஒரேயடியாக மறுத்துவிட ஹர்சவர்தன் பொறுமையிழந்தவனாய் "எத்தனை நாளுக்கு அவனை உங்க கூடவே வச்சிப்பிங்கம்மா? அவனுக்கும் வெளியுலகம் தெரியவேண்டாமா? வயசு ஆகறது இருபது. இன்னும் ஆத்துக்குச் செல்லபிள்ளையா மட்டும் வளைய வந்தா மட்டும் போறுமா?" என்று கத்திவிட

பத்மாவதி "பார்த்தியா நோக்கு கோவம் வர்றது. நீ இங்கே என் கைப்பிடியில இருக்கறச்ச எவ்ளோ சாந்தச் சொரூபியா இருந்தேடா. அந்த கண்காணா தேசத்துக்குப் போய் கோவக்காரனாயிட்ட. அது மட்டுமா, உன் பாஷை கூட நம்மவாள்ள இருந்து ரொம்பவே மாறிடுத்துடா. நீயே இப்படின்னா உன் தம்பி இருக்கானே, அவனை இங்கேயே என்னால கட்டுப்பாடா வைக்க முடியறதில்ல. இதுல அவன் நம்ம விட்டு தூரமா போயிட்டான்னா கேக்கவே வேண்டாம்டா" என்றுச் சொல்ல

வேங்கடநாதன் மனைவிக்குப் பொறுமையாக விளக்கினார்.

"இதோ பார் பத்மா நீயும் நானுமா கடைசிவரை அவனோட இருக்கப் போறோம்? அவனோட வித்யை தானடி அவனோட இருக்கப் போறது. நீ இதை புரிஞ்சுண்டு அவனைச் சந்தோசமா வழியனுப்பி வைடி" என்று அவர் சொன்னபிறகும் மனம் ஆறவில்லை அவருக்கு.

ஹர்சவர்தனைப் போல ரகுநந்தன் இல்லை. அவன் விளையாட்டுப்பிள்ளையாக இருப்பதே பத்மாவதியின் பயத்துக்குக் காரணம். ஆனால் ரகுநந்தன் அவனது முடிவில் பிடிவாதமாக இருந்தான். மைத்ரேயியின் நிச்சயமும் முடிந்துவிட்ட நிலையில் ஸ்டூடண்ட் விசாவுக்காக எம்பசிக்குச் சென்று வந்தனிடம் பத்மாவதி எவ்வளவோ கெஞ்சியும் அவன் முடிவிலிருந்து அவன் மாறுவதாக இல்லை.

சரியாக மைத்ரேயியின் திருமணத்துக்கு அடுத்த நாள் அவனுக்கு லண்டனுக்கு விமானம். வீட்டின் ஒரு நபர் திருமணத்தின் மற்ற வைபவங்களுக்கு இல்லையென்றால் அவர்களுக்கும் மனக்கலக்கம் உண்டாகும் அல்லவா!

மைத்ரேயி அவனிடம் "கொஞ்ச நாள் தள்ளிப் போடக் கூடாதாடா? அட்லீஸ்ட் நான் அவராத்துக்குப் போற வரைக்காச்சும் இருப்பேனு நெனைச்சா நீ மேரேஜ் அன்னைக்கு ராத்திரியே ஃப்ளைட்னு குண்டைத் தூக்கிப் போடுற" என்று வருத்தத்துடன் கூற

ரகுநந்தன் அவளது கையைப் பிடித்தபடி "நோக்கு தெரியாதது இல்ல மைத்திக்கா. நான் இப்போ போனா தான் அகாடெமிக் இயர் ஸ்டார்ட் பண்ணறச்ச என்னால டேரக்டா காலேஜ்ல போய் படிக்க முடியும். இல்லன்னா மத்த அரேஞ்ச்மெண்டுக்கே கிட்டத்தட்ட ஒரு மாசம் ஆகும்னு ஹர்சா சொல்லறான். மூனு வருசம் தானேக்கா! கண்ணை மூடித் திறக்கறதுக்குள்ள ஓடிப் போயிடும்" என்றுச் சொல்ல அவள் தம்பியின் தோளில் சாய்ந்து கொண்டாள்.

"எல்லா ஃபங்சனுக்கும் நம்ம ஒன்னாவே இருந்துட்டு இப்போ என்னோட மேரேஜ்ல நீ பாதியிலேயே போறேனு சொல்றது நேக்கு எவ்ளோ கஷ்டமா இருக்கறது தெரியுமா?" என்றுச் சொன்ன தமக்கையின் கண்ணீர் அவனது டிசர்ட்டின் கைப்பகுதியை நனைக்க அவளைச் சிரிக்க வைக்க முயன்றான் ரகுநந்தன். ஒருவழியாக அவள் புன்னகையைப் பார்த்த பின் தான் அவனுக்கு நிம்மதியானது.

அவர்கள் பேசிக் கொண்டிருக்கும் போதே நீரஜாட்சி மைத்ரேயிக்கு மெஹந்தி வைப்பதற்கானப் புத்தகத்துடன் ஓடி வந்தவள் ரகுநந்தனைக் கண்டதும் யூ டர்ன் அடிக்க எத்தனிக்க அவன் சத்தமாக "யாரும் ஓடிப் போகத் தேவை இல்ல, நான் இடத்தைக் காலி பண்ணப் போறேன். வந்து உக்காருங்கோ" என்று பல்லைக் கடித்தபடி சொல்லிவிட்டு வீட்டிற்குள் சென்றான்.

அவன் சென்றபிறகு மைத்ரேயியின் அருகில் வந்தவள் அவளுக்கு வைக்க வேண்டிய டிசைனைக் காட்டிவிட்டு மீண்டும் அவுட் ஹவுஸை நோக்கிச் சென்றாள். மைத்ரேயியின் பிளவுஸ் தைக்க கொடுத்திருந்த டிசைனரிடம் கிருஷ்ணஜாட்சி பேசிக் கொண்டிருக்க அவள் பேசி முடிக்கும் வரை காத்திருந்தவள் மெதுவாக "கிருஷ்ணா அந்த என்.கே நம்பர் டூ அப்ராட் போறானாம் எம்.பி.ஏ பண்ணுறதுக்கு. உனக்கு தெரியுமா?" என்று கேட்க

அவளை ஓரக்கண்ணால் பார்த்தபடி கிருஷ்ணஜாட்சி "ம்ம்! தெரியுமே. சோ வாட் நீரு? உனக்கு என்ன திடீர்னு அம்மாஞ்சி மேல பாசம்?" என்று கேட்க

அவள் முகத்தைச் சுளித்தபடி "எனக்கு ஒன்னும் அவன் மேல பாசம் இல்ல. அவன் போறானு சித்தம்மால இருந்து மைத்திக்கா வரைக்கும் ஒரே அழுகை. பத்து மாமிக்கு பத்து நாளா தொண்டையில சாதம் இறங்கலையாம், சின்ன மாமி சொன்னாங்க. இப்பிடி எல்லாரையும் அழ வச்சிட்டு இவன் லண்டன் போய் என்ன சாதிக்கப் போறான்? பெரிய சஞ்சய் ராமசாமினு நெனைப்பு" என்று கேலி செய்தபடி பேச்சை மாற்றிய தங்கையைக் கண்டு மனதிற்குள் நகைத்துக் கொண்டாள் கிருஷ்ணஜாட்சி.

அனைவரும் நாட்கள் மெதுவாக நகரக்கூடாதா என்று ஏங்க காலம் யாருடைய கோரிக்கையையும் ஏற்காமல் வேகமாகக் கடந்தது. மைத்ரேயியின் திருமணநாளன்று மாலையில் ரகுநந்தனுக்கு ஃபிளைட். தனது உடைமைகளை எடுத்துக் கொண்டு விமானநிலையம் செல்ல வந்தவனை வழியனுப்ப மொத்தக் குடும்பமும் வீட்டில் கூடிவிட்டது.

அவன் கனத்த மனதுடன் அனைவரிடமும் விடைபெற்றவன் கிருஷ்ணஜாட்சியிடம் "அத்தங்கா! மைத்திக்கா இருக்கற வரைக்கும் எல்லாரையும் பொறுப்பா கவனிச்சிண்டா. இனிமே நீ பாத்துப்பல்ல. முக்கியமா தாத்தாவையும், பாட்டியையும் கவனிச்சுக்கோ. மூனு வருசம் கழிச்சு

நான் திரும்பி வர்றச்ச அவா இதே மாதிரி சிரிச்ச முகமா இருக்கணும்"
என்க

கிருஷ்ணஜாட்சி "அம்மாஞ்சி உங்களுக்கு ஹாலிடேஸ் இருக்குமே.
அதில வந்து எங்க எல்லாரையும் பார்த்துட்டுப் போகலாமே" என்று
கேட்க

அவன் "ஹாலிடேஸ்ல இண்டர்நேசனல் லெவல்ல செமினார் நடக்-
கும்னு ஹர்சா சொன்னான். என்னோட படிப்புல ஒரு சின்ன விஷ-
யத்தை கூட மிஸ் பண்ணக் கூடாதுனு நெனைக்கிறேன் அத்தங்கா.
மூனு வருசத்துக்கு முன்னாடி நான் இந்தியாவை மிதிக்கறதா இல்ல"
என்று தீர்மானமாகச் சொல்ல கிருஷ்ணஜாட்சிக்கே அவனது உறுதியைக்
கண்டு ஆச்சரியாமாக இருந்தது.

அவளுக்குத் தெரிந்தவரை அவன் ஹர்சவர்தனைப் போல அழுத்-
தமானவன் இல்லை. அதே சமயம் பத்மாவதியை, ஸ்ருதிகீர்த்தியைப்
போல உள்ளொன்று வைத்துப் புறமொன்று பேசுபவனும் இல்லை.
அவன் இருந்தால் அந்த இடம் கலகலப்பாக இருக்கும். அப்படிப்பட்ட-
வன் இவ்வளவு உறுதியாக முடிவெடுத்திருக்கிறான் என்றால் அது கட்-
டாயம் சரியாகத் தான் இருக்கும் என்று அவள் நம்பினாள்.

ரகுநந்தனும் அனைவரிடமும் விடைபெற்றவன் வழக்கம் போல
அவன் முன் வர விரும்பாத நீரஜாட்சியை நினைத்தவன் இதழில் புன்சி-
ரிப்பு அரும்ப பேக்கைத் தோளில் மாட்டிக் கொள்ள ஹர்சவர்தன் அவன்
அமர்ந்ததும் காரை கிளப்பினான்.

ரகுநந்தன் அனைவருக்கும் டாட்டா காட்டியவன் தோட்டத்தில்
உள்ள நீருற்றிலிருக்கும் கிருஷ்ணன் சிலைக்கு யாரோ வெள்ளைத்
தாவணி அணிந்த பெண் துளசிமாலை சாற்றுவதைக் கண்டவன் இருட்-
டில் முகம் தெரியாததால் அதைக் கண்டுகொள்ளவில்லை.

ஹர்சவர்தனும் அவனை வழியனுப்பிவிட்டு வந்தவனுக்கு மாடியின்
வராண்டா ரகுநந்தன் இல்லாது வெறிச்சோடிப் போய்விட்டதாகத் தோன்-
றியது. பத்மாவதிக்கு நீரஜாட்சி சொன்னபடியே இளையமகனது முகத்-
தைக் காணாது சாப்பாடு உள்ளே செல்லவில்லை. வேங்கடநாதன்
பலவித சமாதானங்களைச் சொல்லி நாளை மைத்ரேயி வீட்டுக்கு வரும்
போது அழுமூஞ்சியாக இருப்பாயா என்றெல்லாம் கேலி செய்தபிறகு
தான் ஒருவாறு அவர் சமாதானமானார்.

• 84 •

இவர்கள் நிலை இவ்வாறு இருக்க லண்டனில் இறங்கிய ரகுநந்தனுக்குக் கண்ணைக் கட்டி காட்டில் விட்டது போல இருக்க நல்லவேளையாக ஹர்சவர்தனின் நண்பன் நிக் வந்து அவனை அழைத்துச் சென்றுவிட்டான். ஹர்சவர்தன் படிக்கும் போது தங்கியிருந்த அப்பார்ட்மெண்டிலே ரகுநந்தனுக் தங்கிக் கொள்ளலாம் என்றவன் மற்ற வழிமுறைகள் அனைத்தையும் தானே பார்த்துக் கொள்கிறேன் என்று நிக் சொல்லிவிட ரகுநந்தன் நிம்மதியானான்.

அதன் பின் வந்த நாட்களில் அவன் லண்டனின் வாழ்க்கை ஓட்டத்தில் கலக்க ஆரம்பித்தான். கல்லூரிக்குச் செல்வது ஓய்வுநேரத்தில் பகுதிநேர வேலை என்று இருந்தவன் வாரவிடுமுறையை நூலகத்தில் கழித்தான். அவ்வபோது வீட்டின் நினைவு எழும்போதேல்லாம் போனில் பேசிக் கொள்வான்.

அதே நேரம் நீரஜாட்சியும் கல்லூரியில் அடியெடுத்து வைத்தாள். கவிதாவும் அவளும் வணிகவியலை தேர்ந்தெடுத்தனர். நீரஜாட்சி அக்காவுக்கு அதிகச் சிரமம் தரக்கூடாதென்பதற்காகவே அதைக் தேர்வு செய்தாள் எனலாம். கவிதாவோ நீரஜாட்சியைப் பிரியக்கூடாது என்பதற்காக அவளுடன் சேர்ந்து கொண்டாள்.

கல்லூரி முதலாமாண்டில் சேர்ந்ததும் வேங்கடநாதன் இளைய மருமகளுக்கு ஸ்கூட்டியும், மொபைல் போனும் வாங்கிக் கொடுத்துவிட்டார். கிருஷ்ணஜாட்சி லைசென்ஸ் வாங்கிய பின் தான் ஸ்கூட்டியைத் தொட வேண்டும் என்றுச் சொல்லிவிட நீரஜாட்சி கடுப்புடன்

"அந்த பத்து மாமி மூச்சுக்காத்து பட்டு வர வர நீயும் லேடி ஹிட்லர் ஆயிட்டு வர்ற கிருஷ்ணா! இது நல்லதுக்கு இல்ல" என்றுச் சொன்னதோடு சரி. அவளின் பேச்சை மீறி நீரஜாட்சி ஸ்கூட்டியைத் தொடவில்லை.

ஆனால் மொபைல் போனை வைத்துக் கொண்டு பத்மாவதியின் இரத்த அழுத்தத்தை அதிகரிக்கச் செய்தாள் அடிக்கடி. அது சாம்சங்கின் கேலக்சி இந்தியாவில் அறிமுகமான சமயம். அதில் டாக்கிங் டாம் என்ற ஆப் அவளுக்குப் பிடித்தமானது. பத்மாவதி பேசும் போது போனை அங்கே வைத்துவிட்டு ஒன்றும் அறியாதவள் போல் நின்றுகொள்வாள்.

அவர் பேசியதைக் கேட்டு அதே ராகத்துடன் இழுவையுடன் அந்த பூனை திரையில் பேசுவதை தாத்தாவிடம் காட்டி "பட்டு டாம் கூட

பிராமின் பாஷை பேசுது! அதுவும் பத்து மாமி ஸ்டைல்ல" என்று கேலி செய்வாள்.

சில நேரங்களில் பத்மாவதி கிருஷ்ணஜாட்சியின் மனம் கோண பேசினாலும் டாக்கிங் டாம் தான் அவளின் ஆயுதம். அதனிடம் பேசுவது போல மாமியைக் கழுவி ஊற்றுவாள் நீரஜாட்சி. பத்மாவதி கோபம் வந்து கேட்டால் "மாமி நான் டாம் கூட தான் பேசிட்டிருக்கேன்" என்று அப்பாவியாய்ச் சொல்லிவிட்டு ஓடிவிடுவாள்.

சில நாட்களில் மைத்ரேயியும் பிரசவத்துக்காக அங்கே வந்துவிட இருவரும் சேர்ந்து அடிக்கும் லூட்டியில் வீடே அதிரும். பத்மாவதி எரிச்சலாக "அடியே மைத்தி அது தான் அந்த பூனைக்குட்டி கிட்ட பேசிட்டே சுத்துதுனுனா நீயுமாடி?" என்று தலையிலடித்துக் கொள்வார்.

மைத்ரேயி "பெரியம்மா அவ டாம் கிட்ட பேசுவா. நான் ஏஞ்சலா கிட்ட பேசுவேன்" என்றுச் சொல்லிக் காட்ட

பத்மாவதி "பேசுடிம்மா பேசு! இன்னும் நாலு மாசத்துல நோக்கு குழந்தை பிறக்கப் போறது. ஆனா நீயே இங்க குழந்தையாட்டம் அந்தக் குட்டிச்சாத்தான் கூடச் சேர்ந்துண்டு அழிச்சாட்டியம் பண்ணிட்டுச் சுத்துடி. ரொம்ப அழகு" என்று மோவாயை தோளில் இடித்துவிட்டுச் செல்வார். ஆனால் பட்டாபிராமனும், சீதாலெட்சுமியும் அவர்களின் அந்த கலாட்டாக்களை வாய் விட்டுச் சிரித்து ரசிப்பர்.

கிருஷ்ணஜாட்சிக்கு அவளின் வேலைக்கே நேரம் சரியாக இருந்தது. காலையிலிருந்து மதியம் வரை ஹோட்டலிலும் மதியத்திலிருந்து இரவு வரை பேக்கரியிலுமாக அவளின் நாட்கள் மிகவும் பிஸியாக இருந்தது. ஹோட்டல் நிர்வாகம் ஹர்சவர்தனின் கைக்கு வந்ததும் வேங்கடநாதனும், கோதண்டராமனும் அவர்களின் கன்ஸ்ட்ரக்சன் பிசினஸில் கவனம் செலுத்தத் தொடங்கினர்.

ஹோட்டலுக்கு அவ்வபோது வருபவனின் பார்வை அங்கே வேலையில் மூழ்கியிருக்கும் கிருஷ்ணஜாட்சியை வருடாமல் சென்றதில்லை. ஆனால் அவள் தான் அதை உணரவே இல்லை. ஹர்சவர்தனுக்கும் அவளைக் கண்டதும் தனக்குள் தோன்றும் உணர்வுக்கு என்ன பெயர் என்பது புரியவில்லை என்பதால் பார்ப்பதோடு சரி. அவளிடம் பேசவோ அதை வெளிப்படுத்தவோ அவன் முயலவில்லை.

இதற்கிடையில் மைத்ரேயியின் பிரசவமும் முடிந்து அவள் பிள்ளை அர்ஜுனுக்கு இரண்டு வயதாகும் போது ஸ்ருதிகீர்த்திக்கும் ஒரு நல்ல

இடத்தில் விவாகம் முடிந்துவிட்டது. ஆனால் ரகுநந்தன் தான் அர்-ஜூனின் பெயர்சூட்டுவிழாவிலிருந்து ஸ்ருதிகீர்த்தியின் திருமணம் வரை அனைத்தையும் வீடியோ கால் மூலமாக மட்டுமே கண்டு கழித்தான்.

அவன் வராததில் அனைவருக்கும் வருத்தம் இருந்தாலும் பட்டாபி-ராமன் மட்டும் "அவனைப் பெத்தவா கிட்ட இருந்து தூரமா இருந்தா மட்டும் தான் மனுஷாளோட மனவோட்டம் எப்பிடினு அவனுக்கும் புரி-யும்டி சீதே! அவன் வர்றப்போ வரட்டும். ஆனா கட்டாயம் பழையபடி விளையாட்டுப்பிள்ளையா திரும்பி வர மாட்டானு நேக்கு தோண்றது" என்று நம்பிக்கையுடன் பேரனின் வருகையை எதிர்நோக்கி இருந்தார்.

இவ்வாறு அவன் படிப்பு முடிந்து கடைசி வருடம் லண்டனின் மிகப் பெரிய கன்ஸ்ட்ரக்சன் கம்பெனி ஒன்றில் அவன் பயிற்சிக்காக சென்-றுவிட்டான். ஒரு ஆண்டு பயிற்சி முடிய இன்னும் சில மாதங்களே இருக்கும் நிலையில் தினமும் தாத்தா பாட்டியிடம் பேசுபவன் எப்போதும் சொல்லும் ஒரு வார்த்தை "உங்க ரெண்டு பேரையும் நான் நீரஜாட்சிக்கு விட்டுக்குடுக்க மாட்டேன்" என்பது தான்.

கிருஷ்ணஜாட்சியுமே ரகுநந்தனின் உறுதியை மெச்சியபடி ஹோட்ட-லில் அன்று சப்பாத்திக்கு மாவு பிசைந்து கொண்டிருந்தவள் தலையில் மாட்டியிருக்கும் கேப்பையும் தாண்டி நெற்றியில் வந்து விழுந்த கூந்தல் சுருளை ஒதுக்கி ஒதுக்கி களைத்துப் போனாள்.

கையை கழுவிவிட்டு மீண்டும் கூந்தலை ஒழுங்குபடுத்தலாம் என்று எண்ணி நகரப் போனவள் ஹர்சவர்தனின் பார்வையில் விழ அவள் கூந்தலை ஒதுக்கப்பட்ட பாடுகளை ரசித்துக் கொண்டிருந்தான்.

கை கழுவச் சென்றவளிடம் "கிருஷ்ணா" என்ற அழைப்புடன் வந்-தான் ஹர்சவர்தன். கிருஷ்ணஜாட்சிக்கு அதுவே மிகப் பெரிய ஆச்சரி-யம். அவள் அவர்களின் வீட்டில் கால் பதித்த தினத்திலிருந்து ஹர்சவர்-தன் அவளிடம் பேசிய வார்த்தைகளை விரல் விட்டு எண்ணி விடலாம். அவ்வளவு சொற்பம் தான். அதுவும் அவள் பெயரைச் சொல்லி அவன் இது வரைக்கும் அழைத்ததே இல்லை. முதல் முறையாக அவன் வாயில் இருந்து தனது பெயரைக் கேட்ட அதிர்ச்சியில் அவள் நிற்க அந்த அதிர்ச்சியை தனக்கு சாதகமாகப் பயன்படுத்திக் கொண்டான் பத்-மாவதியின் மூத்த புதல்வன்.

புன்னகையுடன் அவள் அருகில் வந்தவன் "உன் வேலையைப் பாதியில விட்டுட்டுப் போக வேண்டாம். நான் ஹெல்ப் பண்ணுறேன்.

• 87 •

வெயிட்" என்றவன் மெதுவாக அவளது கேப்பைக் கழற்ற கிருஷ்ண-ஜாட்சி என்ன செய்வது என்று தெரியாமல் விழிக்க மட்டும் செய்தாள்.

அவளது சுருள் கூந்தலை ஒரு இழை பிரியாமல் பிசிறின்றி மடித்-தவன் அவள் வைத்திருந்த கிளிப்பை மாட்டியபடியே "இந்த நூடுல்ஸ் ஹேரை எப்பிடி மேனேஜ் பண்ணுற?" என்றபடி கேப்பையும் மாட்டிவிட கிருஷ்ணஜாட்சிக்கு அவன் இலகுவாக பேசிய அதிர்ச்சி வேறு வாயை அடைத்துவிட தொண்டையை செருமிக் கொண்டாள்.

"அம்மாஞ்சி நான் ஒர்க்கை கண்டினியூ பண்ணனும்" என்க அவன் கேலியாக "நான் உன்னோட கையை ஒன்னும் கட்டிப் போடலையே" என்றுச் சொல்லிவிட்டு குறும்புடன் அங்கிருந்து நகர்ந்துவிட்டான்.

அவள் அவனது செய்கைக்கு அர்த்தம் புரியாமல் விழித்துவிட்டு தோளை குலுக்கியவள் எப்போதும் போல வேலையில் கவனம் செலுத்-தத் தொடங்கினாள். ஆனால் அவளிடம் பேசிவிட்டு அவனது அலு-வலக அறைக்குச் சென்ற ஹர்சவர்தனோ புன்னகையுடன் தன் கையையே பார்த்துக் கொண்டிருந்தான். என்னவென்று தெரியாத மகிழ்ச்சியில் திக்கு முக்காடியவன் அதே மகிழ்ச்சியுடன் வீட்டுக்குச் செல்ல அங்கே அவனது அன்னை அவன் தலையில் இடியைத் தூக்கிப் போட்டார்.

அவன் வீட்டுக்குச் செல்லும் போது விஜயலெட்சுமியும், ஆதிவரா-ஹனும் வந்திருக்க வீடே கலகலப்பாக இருந்தது. அவனைக் கண்டதும் விஜயலெட்சுமி "இதோ மாப்பிள்ளையாண்டானே வந்துட்டான்" என்று சொல்ல

ஹர்சவர்தனும் புன்னகையுடன் "வாங்க மாமி! வாங்க மாமா. எப்பிடி இருக்கிங்க?" என்று குசலம் விசாரித்துவிட்டு தனது அறைக்குச் செல்ல முயன்றவனைத் தடுத்து நிறுத்தியது அன்னையின் குரல்.

"ஹர்சா! அண்ணாவும், மன்னியும் நோக்கும் வர்ஷாவுக்கு விவாகம் பேச வந்திருக்காடா கண்ணா" என்க ஹர்சவர்தனுக்கு இந்த பேச்சு முன்னரே தெரிந்தது தான் என்றாலும் இன்று அதைக் கேட்ட போது அவனுக்கு மனம் ஒப்பவில்லை.

அவனது முகச்சுருக்கம் யார் கண்ணில் பட்டதோ இல்லையோ விஜ-யலெட்சுமியின் கண்ணில் தெளிவாகப் பட்டது. இதற்கு மேல் இவனை யோசிக்க விட்டால் அது தனக்கு பாதகமாக முடியும் என்பதால் அவச-ரமாக "அது அவா குழந்தையா இருக்கறச்சவே பேசி முடிச்சது தானடி

பத்மா. அவன் என்னைக்கு உன் பேச்சைத் தட்டியிருக்கான் சொல்லு"
என்று ஹர்சவர்தனின் பலகீனமான அம்மா செண்டிமெண்டில் குத்திவிட
அவன் அதற்கு மேல் பேச முடியாத ஊமையானான்.

வலுக்கட்டாயமாக பேச்சுவார்த்தை அனைத்தும் முடியும் வரை புன்-
னகைத்தவன் அனைவரும் கலையவே அறைக்குச் செல்ல எத்தனிக்-
கையில் பத்மாவதி

"ஹர்சா நேக்கு எவ்ளோ சந்தோசமா இருக்கறது தெரியுமோ? உன்
விவாகம் என்னோட இருபத்தாறு வருச கனவுடா. நோக்கும் வர்ஷாக்-
கும் கல்யாணமாகப் போற நாளுக்காக நான் எவ்ளோ ஆவலா காத்-
திண்டிருக்கேன் தெரியுமோ? என் ராஜா" என்றபடி அவனுக்கு முகம்
வழித்து திருஷ்டி கழித்தார்.

அவனும் அன்னையின் கனவுக்கு முன் தன்னுடைய மன உணர்வு-
கள் ஒன்றுமில்லை என்று ஒதுக்கியவன் அனைத்துக்கும் பூரணச்சம்மதம்
என்றுச் சொல்லிவிட்டு அறைக்குள் சென்று தன்னைச் சிறை வைத்துக்
கொண்டான்.

அதே நேரம் வீட்டில் நடந்த பேச்சுவார்த்தையை நீரஜாட்சி கிருஷ்-
ணஜாட்சிக்கு போனில் சொல்லிவிட அவள் உடனே வர்ஷாவுக்குப்
போன் செய்து வாழ்த்து தெரிவித்தாள்.

"நீ எப்போ நம்மாத்துக்கு வருவேனு நானும் நீருவும் காத்திருக்கோம்
தெரியுமா? சீக்கிரமா கல்யாணம் பண்ணிட்டு வந்துடு வர்ஷா! அப்புறம்
நீ, நான், நீரு மூனு பேரும் ஜாலியா அரட்டை அடிக்கலாம், பேசிக்-
கலாம், ஊர் கூட சுத்தலாம்" என்று அவள் பேசிக்கொண்டே செல்ல
வர்ஷாவும் அந்த திருமண விஷயத்தில் உற்சாகமாகவே இருந்தாள்.

இவ்வாறு இருக்க அந்த வருட தீபாவளிக்கு மூன்று நாட்கள் இருக்-
கும் நிலையில் ரகுநந்தனும் தன் பயிற்சிக்காலம் முடிந்து இந்தியா வரு-
வதாகத் தெரிவித்துவிட பத்மாவதி வீட்டை அல்லோகலப்படுத்தி விட்-
டார்.

நீரஜாட்சி ஒரு கட்டத்துக்கு மேல் பொறுக்க முடியாமல் பாட்டியிடம்
"சித்தம்மா உன் மருமகளுக்கு இவ்வளவு அலம்பல் ஆகாது. அவரு
பெரிய சீமராஜா பாரு! படிக்கப் போனவன் திரும்பி வர்றான். அதுக்கு
இவ்வளவு அலப்பறையா? ஏதோ வனவாசம் போன ஸ்ரீராமசந்திரமூர்த்தி
அயோத்தியா திரும்புன மாதிரி ஓவரா பண்ணுது பத்து மாமி" என்று
கேலி செய்தாள்.

• 89 •

சீதாலெட்சுமியும் பேரனை விட்டுக் கொடுக்காமல் "ஏன்டி சொல்ல மாட்ட? குழந்தை போய் மூனு வருசமாகறது. ஏதோ அந்த லேப்டாப்புல அவனைப் பார்த்தது. அவனை நேருல பாக்கறதுக்கு நானுமே ஆவலா தான்டி இருக்கேன். நீ சொன்னது என்னவோ சரி. ராமாயணத்துல ஸ்ரீ-ராமர் வனவாசம், போர் முடிஞ்சு தீபாவளி அன்னைக்கு தான் அயோத்-தியா திரும்புனார். அதே மாதிரி என் ரகுநந்தனும் அவ்ளோ பெரிய படிப்பைப் படிச்சு முடிச்சிண்டு வர்றான். குழந்தே எப்பிடி இருப்பானோ என்னவோ?" என்று பேரனை நினைத்து உருகத் தொடங்கிவிட்டார்.

பட்டாபிராமன் நீரஜாட்சியுடன் சேர்ந்து கலாய்த்தாலும் அவருக்குமே மூன்று வருடங்கள் அவனைப் பிரிந்திருந்த சோகம் மனதுக்குள் இருக்-கத் தான் செய்தது. இவ்வாறு வீட்டில் அனைவரும் அவனது வரு-கையை ஒவ்வொரு விதமாக எதிர்பார்த்து காத்திருக்க ரகுநந்தனும் சொன்னபடியே தீபாவளியன்று அதிகாலை இந்தியா வந்துவிட்டான்.

தீபாவளிக்கு கங்கா ஸ்நானம் செய்ய எழுந்த பத்மாவதி தன் கண் முன் வந்து நின்ற மகனைக் கண்டு கட்டிக்கொண்டு அழத்தொடங்கி-விட்டார். அவரது விசும்பல் ஒலி கேட்டு மைதிலி, கோதண்டராமன், வேங்கடநாதன் என்று அனைவரும் விழித்துவிட ஹாலில் பெட்டி படுக்-கையுடன் நின்றவனைக் கண்டதும் அவனது தாத்தா பாட்டிக்கும் இன்ப அதிர்ச்சி.

அனைவரின் பாசமழையும் ஓயும் நேரத்தில் அவுட் ஹவுஸில் இருந்து வந்துச் சேர்ந்தாள் கிருஷ்ணஜாட்சி. அவனது ஷேமநலனை விசாரித்தவள் தாத்தாவை கைப்பிடித்து தோட்டத்துக்கு அழைத்துச் சென்றாள்.

அனைவரும் கலைந்துவிட ரகுநந்தன் சத்தம் எழுப்பாமல் அண்-ணனின் அறைக்குச் சென்றவன் அவனுக்கு அதிர்ச்சி வைத்தியம் கொடுக்கவே ஹர்சவர்தனுக்கும் மூன்று ஆண்டுகள் கழித்து தன் கண் முன் நின்றவனைக் கண்டு ஆச்சரியம் கலந்த சந்தோசம்.

சகோதரர்கள் இருவரும் பேசிக் கொண்டிருக்கையில் உள்ளே வந்த வேங்கடநாதன் மகன்களிடம் "இன்னைக்கும் ஜீன்ஸ் ஷர்ட்னு போட்-டுடாதிங்கடா! உங்களுக்கு தான் இது" என்றபடி வேஷ்டி சட்டையை இருவர் கையிலும் திணித்துவிட்டுச் சென்றார்.

பின்னர் அவர்கள் முறைப்படி மணி ஆறை எட்டுவதற்குள் வெந்நீ-ரில் நல்லெண்ணெய் குளியலை முடித்தவர்கள் வேஷ்டி சட்டையில் கீழே

இறங்க கிருஷ்ணஜாட்சி ரகுநந்தனைக் கண்டு கிண்டலாக "சின்ன அம்மாஞ்சி லண்டன் வெதர்ல இன்னும் ஃபேர் ஆயிட்டிங்க போல" என்று சொல்ல அவன் வெட்கப்புன்னகையுடன் தோட்டத்தை நோக்கிச் சென்றான்.

திடீரென்று கொலுசின் சத்தம் கேட்க திரும்பி பார்த்த ரகுநந்தனுக்கு இளஞ்சிவப்புநிற தாவணி அணிந்த ஒரு பெண்ணின் முதுகுப்புறம் மட்டும் தெரிந்தது. ஈரம் உலர விரித்து விட்டிருந்த கூந்தலின் நடுவில் கிளிப் மாட்டி மீதமுள்ள கூந்தலை விரித்து விட்டிருந்தவள் முதுகை மறைத்த அந்தக் கூந்தல் காட்டின் நடுவில் வெண்ணிற ஓடையாய் மல்லிகைச்சரத்தை சூடியிருக்க காலை நேர குளிர்க்காற்றில் அதன் மணம் ரகுநந்தனின் நாசியை நிறைத்தது.

அவள் துளசி மாடத்தைச் சுற்றி விளக்கேற்றிவிட்டுத் திரும்ப அங்கே அழகு தேவதையாய் நின்ற நீரஜாட்சியைக் கண்டு சுற்றம் மறந்து நின்றான் ரகுநந்தன்.

அவளின் முகத்தில் முன்பு இருந்த குழந்தைத்தனம் போயிருக்க வில்லினை ஒத்த வளைந்தப் புருவங்களுடன், கூரான எள்ளுப்பூ நாசியுடன், காதின் ஜிமிக்கி அவளின் கன்னங்களை உரசி விளையாட செவ்விதழ்களில் புன்னகை மின்ன, கதிரவனின் காலைக்கதிர் அவள் மேனியில் பட்டு அவளை தேவலோக அப்சரஸாக மாற்றியிருக்க, வளைகரங்களால் தாவணியைப் பிடித்தவாறு நடந்து வந்தவள் ரகுநந்தனின் இதயச்சிம்மாசனத்தில் அப்போதே ஏறி அமர்ந்து கொண்டாள்.

12

பூங்காற்று 12

────── ❧ ──────

காலை கதிரவனின் ஒளியில் எழில் தேவதையாக நின்ற நீரஜாட்சியை விழியெடுக்காமல் பார்த்த ரகுநந்தனை அவளும் தூரத்திலிருந்தே அவனை அடையாளம் கண்டுவிட்டாள். எப்போதும் ஜீன்சிலேயே தலையைக் கூட வாராமல் கால்பந்துடன் ஓடிக் கொண்டிருந்தவனா இவன் எனும் அளவுக்கு வேஷ்டி சட்டையில் பொறுப்பான ஆண்மகனாக நின்றவனைக் கண்டு அவளது மனம் துணுக்குற்றாலும் தன்னை விழுங்கும் அந்தப் பார்வையைக் கண்டதும் அவளுக்குள் உறங்கிக் கொண்டிருந்த அவளின் இயல்பான குணம் தலைத்தூக்க அவனை முறைத்தபடி அவன் அருகில் வந்து சேர்ந்தாள் அவள்.

அவளால் எப்போதும் அவனைத் தவிர்த்துவிட்டுப் போவதைப் போல் இன்றும் ஓடிவிடலாம் என்று நினைத்தவளுக்கு ஓடுவதற்கு அவளது தாவணி ஒத்துழைக்கவில்லை என்பது முதல் காரணம்.

இரண்டாவது தோட்டத்தில் அமர்ந்திருந்த பட்டாபிராமன் அவளை எதற்கோ அழைத்தார். அவர் அழைத்து அவள் என்றுமே தாமதித்துச் சென்றதில்லை. கவனமாக புல்வெளிக்கு நடுவில் இருக்கும் நடைபாதையில் கால் பதித்து நடந்தவள் அணிந்திருந்த பாவாடையின் நுனி ஈரமான புற்களின் மீது பட்டுவிடாமல் கவனமா சிறிது தூக்கிப் பிடித்தபடி வந்தாள்.

தனது நடைபாதையின் குறுக்கே நின்று வாயில் ஈ போவது கூடத் தெரியாமல் தன்னைப் பார்த்துக் கொண்டிருந்தவனைக் கண்டு எரிச்சலானவள் அதைச் சிறிதும் மறைக்காதக் குரலில் "வழி" என்று ஒற்றை-

வார்த்தையை மட்டும் உதிர்க்க இத்தனை ஆண்டுகள் கழித்து அவள் வாயிலிருந்து வந்த ஒற்றை வார்த்தை அவன் மனதில் சாரலடிக்க வைக்கவே அவன் புன்னகைத்தான்.

ஏற்கெனவே நடைபாதையின் நடுவில் நந்தி போல் நின்றவனைக் கண்டு அவளுக்கு எரிச்சல். இதில் அவன் சிரிக்க வேறு செய்ய கடுப்பில் அவள் முறைத்து வைத்தாள்.

ரகுநந்தன் "எங்கே போறதுக்கு வழி?" என்றுக் கேட்க

நீரஜாட்சி அவனைக் கூர்மையாகப் பார்த்தபடி "நான் எங்கே போறதுக்கு கேக்குறேனு உனக்கு தெரியாதா?" என்று திருப்பி கேள்வி கேட்டாள்.

அவன் மீண்டும் புன்னகைத்தபடி "நீ நிக்கற இடத்தில இருந்து ரொம்ப பக்கத்துல இருக்கறது ஒன்னே ஒன்னு தான். அது என்னோட ஹார்ட். அதுக்குள்ள போகறது ரொம்ப ஈஸி. இந்த நாலு கண்ணும் ரெண்டு செகண்ட் பார்த்துக்கிட்டா போதும்" என்று கவிதையாய் உளறி வைக்க

நீரஜாட்சி அவனது பேச்சைக் கேட்டு வேண்டாவெறுப்பாய் சிரித்தபடி "அஹான்! அம்மாஞ்சியோட ஹார்ட் அவ்ளோ ஸ்ட்ராங்கோ? ஏன் கேக்குறேனா நான் ஐம்பந்து அஞ்சு கிலோ, இவ்ளோ வெயிட்டை உங்க கால் கிலோ இதயம் எப்பிடி தாங்கும்?" என்று பதிலடி கொடுத்துவிட்டு

"வழியை விட்டு ஓரமா நில்லு. நான் புல்லுல இறங்குனா என் டிரஸ் ஈரமாயிடும். எனக்கு ஈரம்னாலே அலர்ஜி" என்றுச் சொல்ல அவன் வழிவிட்டு ஒதுங்கி நின்றான்.

அவள் "இதோ வந்துட்டேன் பட்டு" என்று புன்னகைத்தபடி நகர ரகுநந்தன் "பட்டுவை தான் நல்லா கவனிக்கிறியேம்மா! அப்பிடியே அவரோட பேரனையும் கவனிச்சா நன்னா இருக்கும்" என்றுக் கேலியாகச் சொல்லிவிட்டு அவளது பதிலை எதிர்நோக்கினான்.

நீரஜாட்சி இரண்டு அடிகள் எடுத்து வைத்தவள் திரும்பி அவனைப் புருவத்தால் வெட்டிவிடுவது போல முறைத்துவிட்டு "கவலைப்படாதேள் அம்மாஞ்சி! சிறப்பா கவனிச்சிடுவோம்" என்று இருபொருள் பட சொல்லிவிட்டு பட்டாபிராமனை நோக்கிச் செல்ல அவள் பின்னே செல்ல எத்தனித்தவனைக் கைப்பற்றி நிறுத்தினான் ஹர்சவர்தன்.

அவனை ஏமாற்றத்துடன் பார்த்த ரகுநந்தன் "டேய் அண்ணா நல்ல நேரத்துல கரடி மாதிரி வந்துட்டியேடா" என்று குறைபட

ஹர்சவர்தன் "நீ ஏன்டா நீரஜா பின்னாடி போற?" என்று கேட்டு-விட்டு அவனைப் பார்க்க அவன் வெட்கத்துடன் தலை குனிந்தான்.

ஹர்சவர்தன் அவனை வினோதமாகப் பார்த்துவைக்க அவன் சுதா-ரித்துக் கொண்டு "டேய் அண்ணா! நான் தான் உன்னண்ட சொன்னேன் இல்லயா? நேக்கு இந்த ஜீன்ஸ், ஸ்கர்ட்னு பாத்து அலுத்துடுத்துடா. அதான் பாவாடை தாவணியைப் பாத்ததும் மனசுக்குள்ள ஒரு அழகான ஃபீலிங்" என்று சொல்ல

ஹர்சவர்தன் கேலியாக "அப்பிடியா சார்? இன்னைக்கு வீட்டுக்கு வந்திருக்கற கரோலின் கூட தாவணி தான் உடுத்திண்டிருக்கா. இவ்வ-ளவு ஏன் நீரஜா ஃப்ரெண்ட் கவிதா அங்கே நிக்கறா பாரு, அவளும் தாவணி தான் உடுத்திண்டு நிக்கறா. அவாள்ளாம் உன் கண்ணுல படவே இல்லயோ?" என்று சொல்ல

ரகுநந்தன் கன்னத்தில் போட்டுக் கொண்டபடி "பெருமாளே! என்-னடா பேசற அண்ணா? அவாள்ளாம் என்னோட தங்கைகள்டா! அவா-ளைப் போய் நான் எப்பிடி பார்க்கறது? நான் பாக்கறதா இருந்தா ஒன்லி என் நீருகுட்டியை மட்டும் தான் பாப்பேன்" என்றுச் சொல்லிவிட்டு தாத்தாவுடன் பல வித போஸ்களில் செல்ஃபி எடுத்துக் கொண்டவளை நோக்கி நெட்டி முறித்து திருஷ்டி கழித்தான்.

ஹர்சவர்தனால் அவன் கண்களையே நம்பமுடியவில்லை. வார்த்-தைக்கு வார்த்தை அவளை குட்டிப்பிசாசு என்று வைதவன் இவன் தான் என்று சொன்னால் யாராலும் அதை நம்பமுடியாது.

தம்பியின் தோளில் தட்டி அழைத்தவன் "அது எப்பிடிடா இத்தனை நாளும் குட்டிப்பிசாசா தெரிஞ்சவ இன்னைக்கு நீருகுட்டியா மாறிட்டா?" என்று நம்ப முடியாமல் கேட்டவனை ரகுநந்தன் என்னடா நீ என்பது போல் பார்த்து வைத்தான்.

பின்னர் அண்ணனிடம் "டேய் அண்ணா சின்ன வயசுல பாட்டி ராமாயணக்கதை சொல்லுவா! நோக்கு நியாபகம் இருக்கா?" என்றுக் கேட்க அவன் ஆமென்று தலையாட்டினான்.

தொடர்ந்து "அதுல அண்ணலும் நோக்கினான் அவளும் நோக்கி-னாள் அந்த வரியை நீ கேள்விப்பட்டிருக்கியா? அதை பாட்டி சொல்-லுறச்ச நான் நம்பலடா. அது எப்பிடி ஸ்ரீராமனுக்கு ஒரு பார்வையில சீதாதேவி மேல காதல் வந்துச்சுனு நான் நெறைய தடவை கிண்டல் பண்ணிருக்கேன். ஆனா அதோட அருமை இன்னைக்கு காத்தால தான்

நேக்கே புரிஞ்சதுடா. ஒரு பார்வை, ஒரு சிரிப்பு, ஒரு கணம் போதும்டா காதல் வர்றதுக்கு" என்று ரசனையுடன் கூற ஹர்சவர்தனுக்கும் அந்த வார்த்தைகள் பொன்மொழியாய் செவியில் விழுந்தது.

எல்லாம் வர்ஷா விஜயலெட்சுமியுடன் வரும் வரை தான். அவர் வந்ததும் வர்ஷாவை ஹர்சவர்தன் இருக்கும் இடத்துக்கு அனுப்பிவிட்டு பத்மாவதியுடன் சேர்ந்து வீட்டுக்குள் சென்றுவிட்டார். அதன் பின் இளையவர்கள் மட்டும் பட்டாசுகளைப் போட்டு நொறுக்கி அந்த தெரு-வையே கோலாகலமாக்கினர்.

கிருஷ்ணஜாட்சி பயந்தவளாய் கேட் அருகில் நின்று கொள்ள நீர-ஜாட்சி தாவணியை இழுத்துச் செருகிக் கொண்டு அத்தனை வெடி-களையும் பாகுபாடின்றி வெடித்து தீர்த்தாள். பட்டாபிராமன் மகன்கள் மனைவியுடன் இளையவர்களின் கொண்டாட்டத்தை வேடிக்கை பார்த்-துக் கொண்டிருக்க கிருஷ்ணஜாட்சி பூஜைக்கு பூக்களைப் பறித்தவள் அவற்றை பெரிய தாம்பாளத்தில் பரப்பி இளைய மாமியிடம் எடுத்துச் சென்றாள்.

அப்போது ஹர்சவர்தனின் மொபைலை பிடுங்கிக் கொண்டு வர்ஷா ஓடிவர கிருஷ்ணஜாட்சி நகர்ந்து வழிவிட்டவள் அவள் பின்னே வந்த ஹர்சவர்தனின் மீது மோதி தாம்பாளத்தை காற்றில் பறக்க விட அதில் பறித்து வைத்திருந்த மொத்தப்பூக்களும் அவள் தலையில் தான்.

அவள் நின்ற கோலத்தைக் கண்டு திகைத்த ஹர்சவர்தன் உதட்டைப் பிதுக்கியபடி "என்ன அம்மாஞ்சி பார்த்து வரக் கூடாதா? இப்போ எல்லா பூவும் கொட்டிடுச்சு" என்றபடி கூந்தலை உதறியபடி அவள் பேசிய அழகை ரசித்தபடி நின்று விட்டான்.

கிருஷ்ணஜாட்சியின் சுருள் கூந்தலில் இருந்து மலர்கள் விடுபட மறுக்க ஹர்சவர்தன் அவற்றைத் தன் கைகளால் எடுத்துவிட கிருஷ்-ணஜாட்சி அன்று ஹோட்டலில் அவனது செய்கையில் விழி விரித்தது போல அன்றும் விழிவிரித்துச் சிலையாய் நின்றாள் செய்வதறியாது.

"இப்போ ஓகேவா?" என்றபடி சிரித்துவிட்டு அவன் சென்றுவிட அவள் கீழே சிதறிக் கிடந்த பூக்களைப் பார்த்தபடி "இந்த என்.கே நம்பர் ஒன்னால எனக்கு ஒரு வேலைக்கு இரு வேலையா போச்சு" என்று முணுமுணுத்தபடி மலர்களைப் பெருக்கி அள்ளியவள் குப்பைத்தொட்டி-யில் போட்டுவிட்டு மீண்டும் மலர்களைப் பறித்துவரச் சென்றாள்.

• 95 •

சிறிது நேரத்தில் பறித்து முடித்து விட்டு மைதிலியிடம் கொடுத்தவள் பூஜைக்குத் தேவையானவற்றை எடுத்து வைத்துவிடவும் பூஜை ஆரம்பித்தது. கிருஷ்ணஜாட்சி கரோலினுக்கு ஒவ்வொரு விஷயத்தையும் விளக்கிக் கொண்டிருக்க நீரஜாட்சி கவிதாவுடன் சேர்ந்து பூஜை நிகழ்வுகளை வீடியோவாகப் படம் பிடித்துக் கொண்டிருந்தாள்.

அவளும் கவிதாவும் கேமராவை தங்களைப் பார்த்துத் திருப்பிக் கொண்டு "கவி ரெடியாடி?" என்க கவிதா கட்டைவிரலைக் காட்டினாள்.

நீரஜாட்சி ஒரு கையால் கேமராவைப் பிடித்துக் கொண்டு பூஜையறை பிண்ணனியில் நின்றவள் கவிதாவையும் கேப்சர் செய்தபடி "ஹாய் நான் உங்க நீரஜாட்சி!" என்க

கவிதா "அண்ட் நான் உங்க கவிதா" என்றுப் புன்னகைக்க

இருவரும் சேர்ந்து "நாங்க இப்போ உங்களுக்கு பிரசண்ட் பண்ணப் போறது "தி கிரேட் தீபாவளி ஆஃப் ஸ்ரீநிவாசவிலாசம்" என்று நிகழ்ச்சியைத் தொகுத்து வழங்குவது போல அதை வீடியோ பிடித்தபடி லூட்டியடித்தனர்.

ரகுநந்தன் அவள் செய்த குறும்புத்தனங்களை ரசித்துக் கொண்டிருக்க அவன் அருகில் நின்ற பத்மாவதி கடுகடுத்தபடி "பொம்மனாட்டியா லெட்சணமா பூஜையில கலந்துக்காம இன்னும் குழந்தையாட்டம் லூட்டி அடிக்கறதுகள்" என்று முணுமுணுக்க அவன் திகைத்தபடி திரும்பினான்.

"மா! எல்லாரும் ஒரே மாதிரி இருக்க மாட்டாங்க" என்றவனை ஆச்சரியத்துடன் பார்த்தவர்

"நோக்கும் பாஷடை மாறிடுத்தா? பேஷ் பேஷ்! இதுக்குத் தான் உன்னை அங்கேலாம் அனுப்ப மாட்டேனு தலை தலையா அடிச்சிண்டேன். என் பேச்சை இங்கே யாரு மதிக்கறா?" என்று அவன் பேசியவிதத்தில் கவனத்தை வைத்தவர் அவன் பேசிய விஷயத்தைக் கவனிக்க மறந்தார்.

அதன் பின் வீட்டின் மூத்த மருமகளாய் பொறுப்பாய் பூஜையைச் செய்து முடித்து அனைவருக்கும் பட்சணங்களைக் கொடுத்துவிட்டு விஜயலெட்சுமியுடன் சேர்ந்து மதிய உணவுக்கு தேவையானவற்றைப் பார்க்க போக மைதிலியும் அவர்களுடன் சேர்ந்து கொண்டார்.

சீதாலெட்சுமியை அழைத்துக் கொண்டு நீரஜாட்சியும் அவுட் ஹவுசிற்கு ஓய்வெடுக்கச் சென்றுவிட்டாள். வழக்கத்துக்கு மாறாக அவளுமே இன்று அதிகாலையில் எழுந்து எண்ணெய்க்குளியல் போட்டதால்

அவளுக்கும் இன்று அசதியாக இருந்தது.

கரோலினிடம் "லின் நான் சித்தம்மா கூட அவுட் ஹவுஸ்கு போறேன். கிருஷ்ணா வந்து கேட்டா சொல்லிடு. ஏய் கவி நான் தூங்கி எழுந்து வர்றதுக்குள்ள மத்தவங்க கிட்ட பேசி வீடியோ எடுத்து வைடி. ஈவினிங் ஃபேஸ்புக்ல போஸ்ட் பண்ணிக்கலாம்" என்று சொல்லிவிட்டு சீதாலெட்சுமியைக் கையைப் பிடித்து அழைத்துச் சென்றாள்.

சீதாலெட்சுமிக்கு ஏசியைப் போட்டுவிட்டவள் அவளும் உடை மாற்றிவிட்டு அவளது சொர்க்கமான வராண்டாவில் போர்வையை விரித்துப் படுத்தவள் நன்றாக அசந்து உறங்கிவிட்டாள்.

அங்கே ரகுநந்தனோ நீரஜாட்சியைக் காணாது தேடியவன் யாரிடம் கேட்கலாம் என்ற யோசனையுடன் சுற்றிக் கொண்டிருக்க அவனை அவனது தாத்தாவின் நண்பரான சேஷன் பிடித்துக் கொண்டார்.

"டேய் அம்பி! சேமமா இருக்கியாடா?" என்றபடி அவன் தோளில் கைப்போட்டு அழைத்துச் சென்றவர் பின்னர் அவன் லண்டனில் எப்படி இருந்தான், எங்கே தங்கினான், என்ன சாப்பிட்டான் முதற்கொண்டு விசாரித்துக் கொண்டிருக்க அவனுக்கோ எப்போதடா இந்த மனிதர் நம்மை விடுவார் என்ற எண்ணம்.

வலிய வரழைத்துக் கொண்ட புன்னகையுடன் உரையாடிக் கொண்டிருந்தவன் சிறிது நேரத்தில் பட்டாபிராமனும் அவர்களுடைய உரையாடலில் கலந்து கொள்ள அவனது மனசாட்சி "அடேய் ரகுநந்தா இப்போ மட்டும் நீ கழண்டு போனியோ உன் தாத்தா என் கிட்ட பேச கூட நோக்கு டைம் இல்லையாடா நந்தானு சொல்லி வாழ்க்கை முழுக்க குத்தி காண்பிப்பார்" என்று சொல்ல அவன் தாத்தாவின் குத்திக்காட்டலைத் தவிர்ப்பதற்காக ஒரு மணி நேரம் அந்த இரண்டு பெரியமனிதர்களின் பேச்சை பொறுமையாக சிரித்த முகத்துடன் கேட்டுக் கொண்டிருந்தான்.

சிறிது நேரத்தில் அவனுடைய தந்தையும் சித்தப்பாவும் வந்துவிடவே அவர்களிடம் இருந்து மெதுவாக நழுவியவன் கரோலினும் கவிதாவும் பேசிக் கொண்டிருப்பதைக் கண்டு விட்டு "ஹாய் தங்கச்சிங்களா நீங்க யாராச்சும் நீரஜாவை பார்த்திங்க?" என்றுக் கேட்க

அவர்களும் அவன் தங்கை என்று விளித்ததில் மகிழ்ந்துப் போய் "அவ சித்தம்மா கூட அவுட் ஹவுஸுக்குப் போயிட்டாளே" என்க அவன் அவர்களுக்கு நன்றி தெரிவித்து விட்டு அவுட் ஹவுஸை நோக்-

கிச் சென்றான்.

வெளிப்புற மரக்கதவு உள்ளே தாழிடப்பட்டிருக்க கதவைத் தட்டினான் ரகுநந்தன். உள்ளே நீரஜாட்சி நல்ல உறக்கத்திலிருந்தவள் தூக்கம் கலைந்த கடுப்பில் எழுந்துச் சென்று கதவைத் திறந்தாள். வெளியே நின்று கொண்டிருந்த ரகுநந்தன் கதவு திறந்ததும் புன்னகையுடன் அவளைப் பார்த்தவன் அதற்குள் அவள் உடை மாற்றிவிட்ட ஏமாற்றத்தில் புன்னகையை விழுங்கிக் கொண்டான்.

நீரஜாட்சி தனது உறக்கத்தையும் கலைத்துவிட்டு எதுவும் பேசாமல் முட்டைக்கண்ணை உருட்டிக் கொண்டு நின்றவனைக் கண்டு கொலைவெறியானவளாய் "என்ன?" என்று அவனைக் கடிக்காத குறையாய் கேட்க

அவளது குரலின் உஷ்ணத்தைக் கண்டு கொஞ்சம் ஜெர்க் ஆனவன் அதை மறைத்துக் கொண்டு "அதுக்குள்ள டிரஸ் சேஞ்ச் பண்ணிட்டியா?" என்றுக் கேட்டான் காரியத்திலேயே கண்ணாக.

அவள் எரிச்சலுடன் "நான் டிரஸ் சேஞ்ச் பண்ணிட்டேனானு பார்க்கத் தான் வந்தியா?" என்றுக் கேட்க

அவன் முதலில் ஆமென்று தலையாட்டியவன் பின்னர் அவளின் முறைப்புக்கு பயந்தவனாய் இல்லை என்று தலையை ஆட்டினான்.

பின்னர் "கொஞ்சம் உள்ளே போய் பேசலாமே" என்க

அவள் யோசனையுடன் வழிவிட்டவள் "உள்ளே சித்தம்மா அசந்து தூங்கிட்டிருக்கா. சோ டிஸ்டர்ப் ஆயிடும். நீ இங்கயே சொல்லு" என்றபடி வராண்டாவைக் கைகாட்ட அவன் வராண்டாவுக்கு வந்தவன் அவளது விரிப்பில் அமர்ந்து கொண்டான்.

"பிளீஸ் சிட் டவுன்" என்று அவளிடம் சாதாரணமாக தன் அருகில் தரையைத் தட்டிக் காண்பிக்க அவளோ தனக்கு நிற்பதே வசதி என்பது போல வராண்டாவின் சுற்றுச்சுவரின் மீது சாய்ந்து கொண்டபடி கையைக் கட்டி நின்று கொண்டாள்.

அவளது விழிகள் இன்னும் அவனையே கூறு போட்டுக் கொண்டிருக்க ரகுநந்தன் பேச வந்த விஷயத்தை மெதுவாக ஆரம்பித்தான்.

"நீரு நீயும் அத்தங்காவும் இங்கே வந்ததுல இருந்து ஆத்துல எவ்ளோவோ விஷயங்கள் நடந்துடுத்து. பட் அதுல்லாம் எவ்ளோ சில்லியான காரணத்துக்காக நடந்துச்சுனு எல்லாரையும் விட்டு விலகியிருந்தப்போ தான் நேக்கு புரிஞ்சது. மத்த விஷயங்களை விடு. நம்ம

ரெண்டு பேருக்குள்ள நடந்த சண்டை ரொம்ப சின்னப்பிள்ளை தனமானது. அதைப் பத்தி பேசி சார்ட் அவுட் பண்ணி தீர்த்துக்கலாம்" என்று உண்மையான அக்கறையுடன் கூறினான்.

அவனது வார்த்தையைக் கேட்டதும் நீரஜாட்சி பொய்யாய் ஆச்சரியப்பட்டவளாய் "அம்மாஞ்சி நீங்களா பேசறேள்? தி கிரேட் பத்மாவதி அம்மாவோட மகன் ரகுநந்தனா என் கிட்ட இவ்ளோ பொறுமையா பேசுனது? நேக்கு புல்லரிச்சுப் போய்டுத்து பாத்தேளா?" என்று கேலி செய்ய

அவன் அவளது செய்கையில் திகைத்தவனாய் "நீரு நீ கோவத்துல இருக்கேனு...." என்று பேசத் தொடங்க அதை இடை மறித்தாள் அவள்.

"நீங்க போய் என்னண்ட மன்னிப்பு கேக்கலாமோ அம்மாஞ்சி? நாங்கலாம் உங்காத்தை அண்டிப் பிழைக்கறவா. நீங்கலாம் இல்லாம போயிட்டேள்னா நானும் கிருஷ்ணாவும் இந்நேரம் ஃபிளாட்ஃபார்ம்ல பிச்சை எடுத்திண்டுலா இருந்திருப்போம்" என்று சொல்ல அவன் தான் சொன்ன வார்த்தைகள் எந்த அளவுக்கு அவளைப் பாதித்திருக்கிறது என்பதை அப்போது தான் உணர்ந்து கொண்டான்.

நிஜமான வருத்தத்துடன் "ஐயாம் ரியலி சாரி ஃபார் வாட் ஐ வாஸ் சேயிங் இன் த பாஸ்ட். நான் ஏதோ கோவத்துல அப்பிடி பேசிட்டேன்" என்றுச் சொல்ல அப்போதுமே அதை நம்ப முடியாத நீரஜாட்சி உடனே ஓடிச் சென்று வாசலில் நின்று தோட்டத்தை எட்டிப் பார்த்தாள்.

"என்னாச்சு நீரு?" என்றவனிடம்

"போதிமரத்தை தேடுறேன் அம்மாஞ்சி" என்றபடி உள்ளே வந்தவள் அவனை நக்கலாகப் பார்த்தபடி

"நம்மாத்து தோட்டத்துல போதிமரத்தை காணுமே. ஒரு வேளை லண்டன்ல இருந்திருக்குமோ என்னவோ? நேக்கு ஒரு ஃபேவர் பண்ணுறேளா? நெக்ஸ்ட் டைம் நீங்க லண்டன் போறச்சே உங்களைப் பெத்தப் புண்ணியவதியையும் கூட்டிண்டுப் போய் அந்த மரத்தடியில சித்த நாழி உக்கார வச்சு அழைச்சிண்டு வாங்கோ. அவாளுக்கு ஞானம் வர்றதுக்காக இதை நான் சொல்லலை. அட்லீஸ்ட் வயசுக்கு ஏத்த மாதிரி மனசும் கொஞ்சம் விசாலமா ஆகுமானு பாக்கத் தான் கேக்கறேன்" என்றுச் சொல்லிவிட்டு முகத்தைச் சுழித்தபடி நின்று கொண்டாள்.

எப்போதும் போல தனது தாயைப் பற்றி அவள் பேசியதும் அவனுக்கு உள்ளுக்குள் ஜிவ்வென்று ஏற கோபத்தைக் கட்டுப்படுத்த அவன் அரும்பாடு பட்டான்.

நீரஜாட்சிக்கும் அவனது கோபம் மெதுவாகத் தலைகாட்டுவது தெரிந்தாலும் அதை ஒரு அலட்சியத்தோடு பார்த்தவள்

"நான் சொல்ல வர்றதை நல்லா கேட்டுக்கோ. இந்த வீட்டுக்கு வந்த முதல் நாளிலயே எங்களை ஆர்ஃபனேஜுக்கு அனுப்ப சொன்ன உன் அண்ணனையோ, வார்த்தைக்கு வார்த்தை எங்களை கரிச்சு கொட்-டுற உன் அம்மாவையோ, அனாதைங்கன்னு எங்களைக் குத்திக் காட்-டிப் பேசுன உன்னையோ எனக்கு எப்போவுமே பிடிக்காது. இப்போ நான் போட்டிருக்கிற டிரஸ்சில இருந்து நீ உக்காந்துட்டிருக்கற போர்வை வரைக்கும் என் கிருஷ்ணாவோட உழைப்புல வாங்குனது. இங்கே நாங்க ஒன்னும் உங்களை அண்டிப் பிழைக்க வரல. எங்கப்பா டெத்ல எங்-களுக்கு கிடைச்ச கிராஜுவிட்டி, இன்சூரன்ஸ் மனி எல்லாமே பேங்க் அக்கவுண்ட்ல பத்திரமா இருக்கு.

நாங்க ஏன் மாமா கூப்பிட்டதும் ஓடி வந்தோம்னா எங்க அம்மா மாமா, தாத்தா, பாட்டினு எல்லாரைப் பத்தியும் அவ்ளோ உசத்தியா சொல்லிருந்தாங்க. அவங்க மூலமா எங்களுக்கு ஒரு நல்ல குடும்பமும், பாதுகாப்பான வாழ்க்கையும் கிடைக்கப் போகுதுனு தான் நாங்க ரெண்டு பேரும் இங்க வந்தோம். ஆனா வந்த முதல் நாள்லயே உங்கம்மா நாங்க வேற நீங்க வேறனு சொல்லாம சொல்லி எங்களை தனியா அவுட் ஹவு-ஸுக்கு அனுப்பிட்டாங்க.

அப்போ இருந்தே எனக்கு நீங்க எல்லாருமே வேத்து மனுஷங்க தான். உங்களை நான் என்னைக்கும் சொந்தமா நெனைச்சதே இல்ல. இனியும் நெனைக்கிறதா இல்ல. நான் இப்பிடி தான்! நாங்க நாங்க-ளாவே இருந்துக்கிறோம். நீங்க நீங்களா இருங்க. எங்களையும் நிம்-மதியா இருக்க விடுங்க. மன்னிப்பு மண்ணாங்கட்டினு அடிக்கடி என் கண்ணு முன்னாடி வந்து என்னை எரிச்சல் படுத்தாம இருந்தா அதுவே எனக்கு நீ செய்யுற பெரிய உதவி! எனக்கு வேலை இருக்கு. சோ நீ கௌம்பலாம்" என்றுச் சொல்லி வாசலை நோக்கி கை காட்டியவளை என்ன சொல்லி சமாதானப்படுத்துவது என்றே புரியவில்லை ரகுநந்-தனுக்கு.

அவள் முறைப்பதைக் கண்டதும் மெதுவாக விரிப்பில் இருந்து எழுந்தவன் வாசலை நோக்கிச் சென்றுவிட்டு அவளைத் திரும்பிப் பார்க்க அவளோ அந்தப் பார்வையைச் சிறிதும் சட்டை செய்யாமல் அவன் முகத்துக்கு எதிரே கதவை படாரென்று சாத்திவிட்டுச் சென்றாள்.

ரகுநந்தனுக்கு இவளைச் சமாதானப்படுத்தவே தன்னால் இயலவில்-லையே இந்த லெட்சணத்தில் இவளுக்கு தனது காதலை எவ்வாறு சொல்லிப் புரிய வைக்க முடியும் என்ற ஏக்கம் நெஞ்சில் எழ அவளது வார்த்தைகள் ஒவ்வொன்றும் நிதர்சனம் என்று புரிந்தாலும் அவை ரம்-பமாய் மாறி மனதில் உண்டாக்கும் ரணத்தைத் தாங்கியபடி தோட்டத்தை நோக்கி நடைப் போட்டான் அவன்.

13

பூங்காற்று 13

நீரஜாட்சி ரகுநந்தன் வெளியேறியதும் கதவை அறைந்து சாத்தி விட்டு வந்தவள் ஹாலின் வாயிலில் நின்று கொண்டிருந்த சீதாலெட்சுமியைக் கண்டதும் அவரிடம் வந்து "என்னாச்சு சித்தம்மா நான் ரொம்ப சத்தமா பேசி உன் தூக்கத்தைக் கெடுத்துட்டேனா?" என்று அக்கறையுடன் கேட்க

அவளின் கூந்தலை வருடிக் கொடுத்தபடி "இல்லடி ராஜாத்தி! உன்னை ரொம்ப சின்னப்பொண்ணுனு நெனைச்சிண்டிருந்தேன். ஆனா உன்னால இவ்ளோ விஷயத்தைப் பேச முடியுங்கிறதை நான் இன்னைக்குத் தான் பாக்கறேன். நோக்கு இந்த தாத்தா பாட்டி மேல ஏதும் கோவம் இல்லையேடிம்மா?" என்று கேட்டபடி வயோதிகத்தால் நடுங்கும் விரல்களால் அவளது கையை ஆதரவாகப் பற்றியபடி கேட்டார்.

நீரஜாட்சி அவரின் கன்னத்தைப் பிடித்துக் கொஞ்சியபடி "சித்தம்மா எனக்கு யார் மேலயாச்சும் கோவம் இருந்தா நான் அவங்களை ஒரு பொருட்டாவே மதிக்க மாட்டேனாக்கும். அது மட்டுமில்லாம அவங்களை என் கிட்ட இருந்து முடிஞ்ச வரைக்கும் விலக்கி வச்சிடுவேன். என்னைப் பொறுத்தவரைக்கும் உன்னோட மூத்த மருமகள், அது பெத்ததுகள், அப்புறம் உன்னோட இளைய பேத்தி இவங்க மூனு பேரும் என்னைக்குமே எனக்கு பிடிக்காதவங்க தான்.

இதை கேக்கிறதுக்கு உனக்கு கஷ்டமா இருக்கும். ஆனா நான் ஒன்னும் உன்னோட கிருஷ்ணா மாதிரி நல்லவ இல்ல சித்தம்மா. நான் ஒரு சாதாரண மனுஷி. எனக்கு நல்லது பண்ணுனவங்க, பிடிச்சவங்க-

ளுக்காக நான் எதுவும் பண்ணுவேன். அதே மாதிரி எனக்குப் பிடிக்-
காதவங்களை நான் என்னைக்குமே கண்டுக்க மாட்டேன். அவங்க
தேவையில்லாம என் வழியில குறுக்கிட்டா அவங்களுக்கு அவங்க
ஸ்டைல்லயே பதில் சொல்லிடுவேன்" என்றுச் சொல்லிவிட்டு தனது
செல்லப்பாட்டியை அணைத்துக் கொண்டாள்.

சீதாலெட்சுமிக்கும் கடந்த காலச் சம்பவங்கள் நினைவில் வர
அவளது அணைப்பில் கண் மூடி இருந்தவருக்கு மதுரவாணியே
தன்னை அணைத்துக் கொண்டிருப்பது போன்ற பிரமை.

அதே நேரம் ரகுநந்தன் அவுட் ஹவுஸில் இருந்து வெளியேறியவன்
தோட்டத்தை நோக்கி நடைபோட எதிரில் வந்த கிருஷ்ணஜாட்சி மீது
மோதிக்கொள்ள இருந்தான்.

கடைசி நிமிடத்தில் அவளைக் கண்டு சுதாரித்தவன் "சாரி
கிருஷ்ணா" என்று விரக்தியான குரலில் சொல்ல கிருஷ்ணஜாட்சிக்கு
அவனது முகத்துக்கு அந்த குரல் கொஞ்சமும் பொருந்தவில்லை என்று
தோன்ற "உங்களுக்கு உடம்பு எதும் சரியில்லையா அம்மாஞ்சி?" என்று
அக்கறையுடன் வினவ ஏனோ அவனுக்கு இத்தனை நாட்கள் ஆல்-
பத்தில் மட்டும் பார்த்துப் பழகியிருந்த அத்தை நேரில் வந்துக் கேட்பது
போல தோன்றியது.

"உன் கிட்ட கொஞ்சம் பேசணும் கிருஷ்ணா. உக்காந்துப் பேசு-
வோமா?" என்க கிருஷ்ணஜாட்சி அவளது புடவையை லாவகமாக
மடித்தபடி புல்தரையில் அமர

ரகுநந்தன் ஆச்சரியத்துடன் "நோக்கு ஈரம்னா அலர்ஜி இல்லையா?"
என்று அவளிடம் கேட்க

அவளோ "இல்லையே! நீருக்கு தான் ஈரம்னா பிடிக்காது" என்று
புன்னகையுடன் பதிலிறுத்தாள்.

"சொந்த அக்கா கூடவே அவளுக்கு எந்தப் பழக்கமும் ஒத்துப்
போகல. குணம் மட்டும் தான் வேறனு நெனைச்சியே ரகுநந்தா, நீ
ரொம்ப அனுபவிப்ப போலயே" என்று அவனது மனசாட்சி அவனை
நோக்கி கைகொட்டிச் சிரித்தது. அதை அடக்கியபடியே அவனும் சில
அடிகள் தள்ளி அமர்ந்தான்.

கிருஷ்ணஜாட்சியைப் பார்த்தவாறு "கிருஷ்ணா உங்க அப்பா
அதான் மிஸ்டர் மதிவாணன் ரொம்ப வைராக்கியமானவரோ?" என்று
கேட்க

கிருஷ்ணஜாட்சி "ஆமா அம்மாஞ்சி. அப்பா ஸ்ட்ரெயிட் ஃபார்வேர்ட் பெர்சன். மனசுல என்ன தோணுதோ அதை பேசிடுவாரு. கோவம் கொஞ்சம் அதிகமாவே வரும். சரியான நேர்மை பைத்தியம்னு அம்மா சொல்லுவாங்க. ஏன் கேக்கிறிங்க?" என்று சந்தேகமாகக் கேட்க

அவனோ பரிதாபமாக "சும்மா தெரிஞ்சிக்கலாம்னு! நான் கேட்டது ஒன்னும் தப்பில்லையே கிருஷ்ணா?" என்று அவளை வினவ அவள் இல்லையென்று தலையாட்டினாள்.

ரகுநந்தன் "நெனைச்சேன், இதுல்லாம் ஜீன்ல வர்றது. அவ அப்பா கிட்ட இருந்து அவளுக்குப் பாஸ் ஆயிடுச்சு போல" என்று மனதிற்குள் புலம்பிக் கொண்டான்.

கிருஷ்ணஜாட்சியோ தன்னுடைய தந்தை பற்றிய நினைவுகளில் மூழ்கியவளாய் "அப்பாவோட எல்லா வைராக்கியமும், கோவமும் எங்க முன்னாடி காணாமப் போயிடும் அம்மாஞ்சி. நான், நீருனா அவருக்கு உயிரு. எங்க கிட்டவோ அம்மா கிட்டவோ அவரால ரொம்ப நேரத்துக்கு கோவமாவோ வைராக்கியமாவோ இருக்கவே முடியாது" என்று தந்தையைப் பற்றி உயர்வாகச் சொன்னவள் அவர்கள் அமர்ந்திருந்த இடத்துக்கு போன் பேசுவதற்காக வந்த ஹர்சவர்தனும் அவர்களின் உரையாடலைக் கேட்டுக் கொண்டிருப்பதை அறியாமல் தன்னுடைய பேச்சைத் தொடர்ந்தாள்.

ரகுநந்தன் கிருஷ்ணஜாட்சியின் ஆர்வம் மின்னும் முகத்தைப் பார்த்தபடி இருக்க அவள் "அப்பா அடிக்கடி சொல்லுவாரு நம்ம எவ்ளோ பிடிவாதக்காரங்களாவும் இருக்கலாம். ஆனா நம்ம பிடிவாதம், வைராக்கியம், கோவம் இது எல்லாமே நமக்காக ஒரு ஸ்பெஷல் பெர்சன் நம்ம வாழ்க்கையில வர்றப்போ அவங்க முன்னாடி காணாம போயிடுமாம்" என்க அவளது இந்த வார்த்தையில் பொறி தட்டியது அண்ணன், தம்பி இருவருக்கும்.

ரகுநந்தன் அந்த ஒரு வார்த்தையை நம்பிக்கையோடு பிடித்துக் கொண்டவனாய் "கிருஷ்ணா இப்பிடிலாம் நடக்குமா என்ன? பயங்கரமான பிடிவாதக்காரங்க யாரோ ஒருத்தருக்காக அவங்க கொள்கைய விட்டுக் குடுப்பாங்களா என்ன?" என்றுக் கேட்க

கிருஷ்ணஜாட்சி "ஆமா அம்மாஞ்சி. ஆனா அந்த ஒருத்தர் அதுக்கு தகுதியானவரா இருக்கணும். எங்க அப்பாவோட பிடிவாதம் எங்க அம்மா முன்னாடி ஏன் தோத்துப் போச்சுனா அதுக்கு காரணம்

எங்க அம்மா அவரு மேல வச்சிருந்த அளவில்லாத காதல். ஒருத்த-ருக்கொருத்தர் விட்டுக்குடுக்கிறதிலயும், பிரச்சனைகளை ஒன்னா சேர்ந்து சந்திக்கறதிலயும் அவங்களை அடிச்சிக்கவே முடியாது.

அவ்ளோ அன்னியோன்யம் அவங்களுக்குள்ள. அதான் நான் சொல்லுறேன் ஒருத்தரோட உண்மையான பாசம், அன்பு, காதல் இது மூனும் எவ்ளோ பெரிய பிடிவாதக்காரங்களையும் மாத்திடும். ஆனா அந்த ஒருத்தர் அதுக்காக ரொம்பவே கஷ்டப்படணும்" என்று முத்-தாய்ப்பாய் சொல்லிவிட ரகுநந்தன் தன்னுடைய பிரச்சனைக்கு தீர்வு கிடைத்த மகிழ்ச்சி மனதை நிறைக்க கிருஷ்ணஜாட்சியை நன்றியுடன் பார்த்தான்.

சந்தோசமிகுதியில் அவளது கன்னத்தைப் பிடித்துக் கொஞ்சியபடி "ஐயோ கிருஷ்ணா! என் தெய்வமே! எவ்ளோ பெரிய பிரச்சனைக்கு நீ சொல்யூசன் சொல்லிருக்க தெரியுமா?" என்க கிருஷ்ணஜாட்சிக்கு அவனது செய்கை வினோதமாகத் தோன்றியது.

ஆனால் இது போல அவன் அடிக்கடி பாட்டி மற்றும் மைத்ரேயியின் கன்னத்தைப் பிடித்து கொஞ்சிப் பார்த்திருப்பதால் அவள் அதை தவறாக எதுவும் எண்ணவில்லை. ஆனால் இவ்வளவு சந்தோசப்படுமளவுக்கு தான் என்ன சொல்லிவிட்டோம் என்பதே அவளது திகைப்புக்கு கார-ணம்.

அவள் அப்படி சிந்தித்தால் அவர்களின் பின்னே நின்று கொண்-டிருந்த ஹர்சவர்தனோ கிருஷ்ணஜாட்சியின் கன்னத்தில் ரகுநந்தனின் கைப்பட்டதும் ஏதோ தனக்குச் சொந்தமான பொம்மையை இன்னொரு குழந்தை தொட்டால் கோபப்படும் குழந்தை போல எண்ணலானான். கோபத்துடன் அவன் இடத்தைக் காலி செய்ததை அறியாத ரகுநந்தனும் கிருஷ்ணஜாட்சியும் உரையாடலைத் தொடர்ந்தனர்.

ரகுநந்தன் அவளது கன்னத்தை விடுவித்தபடி "கிருஷ்ணா இனிமே நீ தான் என்னோட லவ் குரு" என்க

கிருஷ்ணஜாட்சி சந்தேகத்துடன் "என்னது லவ் குருவா?" என்றுக் கேட்க

அவன் சுதாரித்துக் கொண்டவனாய் "அது..வந்து.. ஹான் லவ் மீன்ஸ் அன்பு, குரு மீன்ஸ் ஆசான். நான் என்ன சொல்ல வந்தேன்னா இன்னையில இருந்து நீ தான் எனக்கு அன்பைப் போதிக்கும் ஆசான்னு சொல்ல வந்தேன். உடனே எடக்கு மடக்கா யோசிக்காதே

• 105 •

கிருஷ்ணா. உன்னை நான் மனசுல எவ்ளோ பெரிய இடத்துல வச்சிருக்கேன் தெரியுமா? யூ ஆர் மை இன்ஸ்பிரேசன் இன் பிசுனஸ்..." என்று ஆரம்பிக்க கிருஷ்ணஜாட்சி ஒரு புன்னகையுடன் அவனுக்கு கும்பிடு போட்டாள்.

"போதும் அம்மாஞ்சி! எனக்கு அப்படியே புல்லரிச்சு போச்சு" என்று கேலி செய்ய ரகுநந்தன் அதற்குப் பதிலளிக்க அதைப் பார்த்தபடியே அவர்களிடம் வந்தார் விஜயலெட்சுமி.

அவரைக் கண்டதும் ரகுநந்தனுக்கு அவரை வம்பிழுத்தால் என்ன என்ற எண்ணம் வழக்கம் போல உதயமாக அவரைக் கேலியாகப் பார்த்தபடி "என்ன விஜி மாமியோட காத்து வீட்டுப்பக்கமா வீசாம திசை மாறி அவுட் ஹவுஸ் பக்கமா வீசறது?" என்று கேட்க அவரும் வழக்கம் போல அவனது கேலியை ஹர்சவர்தனுக்காக பொறுத்துக் கொண்டபடி இளித்துவைத்தார்.

இருந்தாலும் வந்த காரியத்தில் கண்ணாக "என்ன அம்மாஞ்சியும், அத்தங்காவும் ஒன்னா உக்காந்து பேசிண்டிருக்கேளா?" என்று இதை வைத்து என்ன கலகம் மூட்டலாம் என்ற எண்ணத்துடன் வினவ

ரகுநந்தனோ நக்கலாக "இல்ல மாமி! நானும் அத்தங்காவும் டூயட் பாடிண்டிருக்கோம், வேணும்னா நீங்களும் ஜாயின் பண்ணிக்கிறேளா?" என்று அவரது எண்ணவோட்டத்தைக் கண்டுகொண்டவனாய் அவரைக் கேட்க

அவர் வேறு வழியின்றி "போடா அம்பி! நோக்கு எப்போவுமே தமாஷ் தான்" என்றுச் சொல்லி சமாளித்தபடி அங்கிருந்து நகர்ந்தார்.

ரகுநந்தன் அவர் செல்வதைப் பார்த்துவிட்டு "அத்தங்கா நீ அவுட் ஹவுஸ்குள்ள போயிடு. நான் இந்த ஆல் இந்தியா ரேடியோ பிராட்காஸ்டிங்க தொடங்கறதுக்கு முன்னாடி அதை ஆஃப் பண்ணிட்டு வர்றேன்" என்றுச் சொல்லிவிட்டு எழுந்து செல்ல கிருஷ்ணஜாட்சியும் அவுட் ஹவுஸை நோக்கிச் சென்றாள்.

****

இரவும் தீபாவளி கொண்டாட்டங்கள் களை கட்ட கிருஷ்ணஜாட்சி கூறிய தீர்வின் காரணமாக மனம் தெளிந்த ரகுநந்தனும் உற்சாகத்துடன் பட்டாசுகளை வெடிக்க ஆரம்பித்தான். மாலையில் மைத்ரேயி விஜயராகவுடன் வந்துவிட ஸ்ருதிகீர்த்தியும் அவளது கணவன் ராகுலுடன் வந்துவிட்டாள். அவளுக்கு திருமணமாகி ஒரு வருடமாகியும் இன்னும்

அவளுக்கு குழந்தைப்பாக்கியம் கிட்டவில்லை என்ற கவலை மைதிலிக்-கும், பத்மாவதிக்கும்.

ஆனால் அவளோ அதைப் பற்றி கிஞ்சித்தும் கவலைப்படவில்லை. தீபாவளி கொண்டாட்டத்தில் கலந்து கொண்ட போது கூட "பகவான் குடுக்கறச்ச குடுக்கட்டும்மா. நானும் மைத்திக்காவாட்டம் குழந்தைய வச்சிண்டு எங்கேயும் போக முடியாம திண்டாடனுமா? போன மாசம் திடீர்னு அவர் ஆபிஸ்ல வேர்ல்ட் டூர் அனுப்புனா. அவரும் பெஸ்ட் எம்பிளாயியான்னோ, சோ அவரை குடும்பத்தோட வரலாம்னு சொல்-லிட்டா. நானும், அவரும் போய் எவ்ளோ ஜாலியா என்ஜாய் பண்-ணோம்னு நோக்கு தெரியுமா? இதுவே குழந்தைனு ஒன்னு வந்துட்டா இப்பிடி நினைச்சபடி போக முடியுமா?" என்பவளை நினைத்து பத்மாவதி தலையில் அடித்துக் கொண்டார்.

நீரஜாட்சி ரகுநந்தனைக் கண்டதும் பழையபடி ஒதுங்கிச் சென்று விஜயராகவனிடம் இருந்து அர்ஜுனை வாங்கிக் கொண்டு ஒரு ஓரமாய் உட்கார்ந்து அவளுடன் விளையாடத் தொடங்கிவிட்டாள்.

"ராகவ் அண்ணா! உங்க டிப்பார்ட்மெண்ட்ல எக்சாம் அனோன்ஸ் பண்ணுனா எனக்குக் கொஞ்சம் சொல்லுங்க. நான் காம்படிட்டிவ் எக்-சாம் எழுதலாம்னு இருக்கேன்" என்று அவன் காதிலும் வேலை விஷ-யமாக ஒரு வேண்டுகோளைப் போட்டுவைத்தாள் அவள்.

விஜயராகவனும் அவளை எப்போதும் தனது உடன்பிறவா சகோ-தரியாகவே பாவிப்பதால் அவனுக்கு தெரிந்த விவரங்களை எல்லாம் உடனுக்குடன் மைத்ரேயி மூலமாக அவளுக்கு தெரிவித்துவிடுவான். நீர-ஜாட்சிக்கும் அவளது "சோ கால்ட் அம்மாஞ்சிகளை" விட விஜயராக-வன் மீது ஏகப்பட்ட மரியாதை.

அவள் ஒரு ஓரமாக அமர்ந்து அர்ஜுனுடன் விளையாடுவதை ரசித்தபடியே அவளுக்கு எதிரில் அமர்ந்திருந்த விஜயராகவனிடம் சென்று அமர்ந்தான் ரகுநந்தன்.

அவளைப் பார்த்துக் கொண்டே "அப்புறம் அத்திம்பேர் பார்த்து மூனு வருஷமாறது! எப்பிடி இருக்கேனு ஒரு வார்த்தை கேக்க மாட்டேளா?" என்று விஜயராகவனிடம் பேசுவதைப் போல நீரஜாட்சியிடம் விழியை திருப்ப அதைப் புரிந்து கொண்டான் ராகவன்.

ரகுநந்தனின் தோளில் கையைப் போட்டவன் "என்னடா பண்ணுறது நந்து? உன்னோட கவனம் தான் என் மேல இல்லையே" என்று அவ்-

னைக் கேலி செய்ய அவனோ ராகவன் தன்னை கண்டுகொண்டதை
நினைத்து நாக்கைக் கடித்துக் கொண்டான்.

நீரஜாட்சி குழந்தையுடன் அங்கிருந்து விலகிச் சென்று சீதாலெட்சு-
மியிடம் அமர்ந்து கொண்டாள். அவனும் தொடர்ந்து அங்கே செல்ல
இரவு தீபாவளி கொண்டாட்டம் முடியும் வரைக்கும் இந்த விளையாட்டு
தொடர்ந்து நடக்கவே நீரஜாட்சி களைத்துப் போனவளாக அவுட் ஹவு-
ஸினுள் சென்று விட்டாள்.

ரகுநந்தனுக்கோ தன்னுடைய தேவதை முன்பு போல் முகம் சுளிக்-
காமல் முறைத்துக் கொண்டிருந்தது கூட இதயத்தில் பியானோவை
இசைத்தது போல இனிமையாகவே இருந்தது. அதே இனிய நிகழ்வு-
களுடன் உறங்க சென்றவனின் கனவிலும் நீரஜாவே ஆக்கிரமித்திருந்-
தாள்.

மறுநாள் விடியலிலும் அவளது குரலே அவன் காதுகளில் ஒலித்தது.

"என் செல்லமோன்னோ! பிளீஸ் எழுந்துக்கோடா!" என்ற நீரஜாட்-
சியின் இனிய குரல் இம்சிக்க

ரகுநந்தன் "போடி! நேக்கு தூக்கம் வர்றது. நீ கனவுலலாம் நன்னா
தான் பேசுவ. நிஜத்துல நான் உன் முன்னாடி வந்து நின்னா கோவத்துல
என்னை எரிச்சு வைக்கிறியே?" என்று சிணுங்கிக் கொண்டுத் தூக்-
கத்தை தொடர ஆரம்பித்தவனை மீண்டும் அவளது குரல் இம்சித்தது.

"என் செல்லப்பட்டுக்குட்டி! எழுந்திரு பாப்போம். இப்போ நீ எழுந்-
திருச்சா நான் உனக்கு கிஸ் பண்ணுவேனாம்" என்க அவன் சட்டென்று
விழிகளைத் திறந்தான். ஏனெனில் அவன் கேட்டக் குரல் கனவில்
அல்ல, நிஜத்தில்!

"அது எவன்டா என் நீருகுட்டி கிட்ட எனக்கு முன்னாடி கிஸ் வாங்-
கப் போறவன்?" என்று கடுப்புடன் அவனது பால்கனியிலிருந்து எட்-
டிப் பார்த்தான். அவனது பால்கனியிலிருந்து எட்டிப் பார்த்தால் முழுத்
தோட்டத்தோடு அவுட் ஹவுஸும் தெரியும்.

அதிலிருந்து எட்டிப் பார்த்தவன் விழிகளை தோட்டம் முழுவதும்
ஓடவிட அங்கே அவன் கண்டது அவனது தாத்தாவும், நீரஜாட்சியும்
பேசிக் கொண்டிருந்ததை தான்.

நீரஜாட்சி அவரை தோட்டத்து பெஞ்சில் இருந்து எழுப்பி விட்டவள்
"பட்டு! உனக்கு தான் வீசிங் இருக்குல்ல! இந்த நேரத்துல பனியில
வந்து இருப்பியா?" என்றபடி அவரை அழைத்துக் கொண்டு வீட்டினுள்

• 108 •

வந்தாள்.

வரும் போதே அவளது அக்மார்க் லவுட்ஸ்பீக்கர் குரலில் "சித்தம்மா நான் டென் ஓ கிளாக் காலேஜூக்கு கன்சாலிடேட்டட் மார்க் ஷீட் வாங்கப் போகணும். அப்போ உன்னோட பிரிஸ்கிரிப்சனை குடு" என்று வீட்டினுள் இருந்து சீதாலெட்சுமி கேட்டதற்கு பதிலளித்தபடி அவுட் ஹவுஸை நோக்கிச் சென்றாள்.

அவளுக்குத் தெரியாமலே தனக்கு ஒரு நல்ல வாய்ப்பைக் கொடுத்துவிட்டுச் செல்லும் நீரஜாட்சிக்கு ஒரு பறக்கும் முத்தத்தை பரிசாக அளித்துவிட்டு அவனும் சீக்கிரமாகக் குளித்துத் தயாரானான். ஜம்மென்று தயாராகி கீழே வந்தவனைப் பார்த்து மூன்று விரல்களைக் காட்டிய சீதாலெட்சுமி "என்னடா கண்ணா உன் கேர்ள் ஃப்ரெண்டை பார்க்கப் போறியோ?" என்று கேட்டு பத்மாவதியின் இரத்த அழுத்தத்தை அதிகரிக்கச் செய்தார்.

ரகுநந்தன் கண்ணை மூடி ரசனையுடன் "என் கேர்ள் ஃப்ரெண்ட் ஆத்துக்குள்ளயே இருக்கறச்ச நான் ஏன் வெளியே போய் தேடப் போறேன் பாட்டி?"என்க பத்மாவதி துணுக்குற்றார்.

இவன் என்னடா புது குண்டை தூக்கித் தலையில் போடுகிறான் என்று மகனைப் பதபதைத்த இதயத்துடன் நின்றார்.

ஆனால் அவரது இளைய புதல்வன் அதற்குள் அவனது அன்னை ஐ.சி.யூவில் அட்மிட் ஆவதைத் தடுக்கும் விதமாய்

"நீ தான் பாட்டி என்னோட கேர்ள் ஃப்ரெண்ட். உன்னை விட அழகினு எவ இருக்கா இந்த லோகத்துல?" என்றுச் சொல்லிவிட்டு சீதாலெட்சுமியை அணைத்து முத்தமிட்டான்.

அதைப் பார்த்த பத்மாவதி "ஒரு நிமிசத்துல என் பி.பியை ஏத்திவிட்டுட்டியேடா" என்று அவன் தலையில் செல்லமாக குட்டிவிட்டுச் சென்றார்.

அவர் சென்றதும் சீதாலெட்சுமியிடம் "பாட்டி உன்னோட ஆங்ரிபேர்ட் பேத்தி காலேஜ் போகணும்னு சொல்லிண்டிருந்தாளே. அப்பாவும், ஹர்சாவும் ஆளுக்கொரு காரை எடுத்திண்டு போயிட்டா. இப்போ இவ எப்பிடி போவா?" என்று கேட்க

அவரோ பெருமையாய் "உங்க அப்பா தான் அவளுக்குனு ஒரு ஸ்கூட்டி வாங்கித் தந்திருக்கானோன்னோ அதுல போவாடா அசடு" என்றுச் சொல்லி அவனுக்கு ஹார்ட் அட்டாக் வரவைத்தார்.

பூங்காற்றிலே உன் சுவாசம் - முதல் பாகம்

ரகுநந்தன் மனதுக்குள் "டேய் நந்து நீ போட்ட பிளான் என்ன? இங்க நடக்கிறது என்ன? சீக்கிரமா யோசிடா. இன்னைக்கு நீருகுட்டி உன் கூட தான் காலேஜ் வரணும். யோசி யோசி" என்று மூளையத் தட்டத் துவங்க அழகான ஐடியாவும் உதித்தது.

அவன் யாருமறியா வண்ணம் ஸ்டோர் ரூமிலிருந்து சாக்கு தைக்கும் ஊசியை எடுத்துக் கொண்டவன் மெதுவாக தரிப்பிடத்தில் நிற்கும் நீரஜாட்சியின் ஸ்கூட்டி பெப்பை நோக்கிச் சென்று அதன் முன் டயரை குத்தி வைத்துவிட்டு ஒன்றும் தெரியாதவன் போல வீட்டுக்குள் சென்று அமர்ந்து மணி பத்து அடிப்பதற்காக காத்திருக்க தொடங்கினான்.

சரியாக பத்து மணிக்கு நீரஜாட்சியின் "சித்தம்மா" என்ற அலறல் சத்தம் அவன் காதை குளிர்விக்க அவனும் "பாட்டி உன் பேத்தி உன்னை அன்பா கூப்பிடுறா பாரு. என்னன்னு விசாரிச்சு பைசல் பண்ணிவிடு" என்று நல்லப் பிள்ளையாகச் சொல்லிவிட்டு அமர்ந்திருக்க சீதாலெட்சுமி தரிப்பிடத்தை நோக்கிச் சென்றார்.

அவனும் வாயிலுக்குச் சென்று அங்கே நடப்பதை வேடிக்கை பார்க்க ஆரம்பித்தான். நீரஜாட்சி ஆகாய நீலவண்ண டாப், வெள்ளை நிற லெகின்ஸில் அழகுதேவதையாய் மிளிர அவளிடமிருந்து அவனுக்கு கண்ணை எடுக்க இயலவில்லை.

அவளோ முகத்தைத் தூக்கி வைத்தபடி சீதாலெட்சுமியிடம் வண்டியின் சக்கரத்தைக் காட்டி புகார் செய்து கொண்டிருக்க ரகுநந்தனின் மனசாட்சி "அடேய் நந்து! டைம் ஸ்டார்ட் நவ். சீக்கிரமா போய் பெர்ஃபார்ம் பண்ணுடா" என்று அவனுக்கு அறிவுறுத்த அவனும் கூலர்சை மாட்டியபடி கிளம்பி பார்க்கிங்கை நோக்கிச் சென்றான்.

அவன் நீரஜாட்சியைக் கண்டு கொள்ளாமல் அவனது ராயல் என்ஃபீல்டை ஸ்டார்ட் செய்ய சீதாலெட்சுமி அவனிடம் "டேய் நந்தா! குழந்தே காலேஜூக்கு போகணும்டா. எந்த படுபாவியோ அவளோட ஸ்கூட்டி டயரை கிழிச்சு வச்சிண்டு போயிட்டான்" என்க

அவன் பதறிப் போய் "ஐயோ பாட்டி அவன் யாரோ எவனோ? இப்பிடி முன்ன பின்ன தெரியாத ஒருத்தனை திட்டி வைக்காதே" என்று சொல்லிவிட்டு திருதிருவென்று விழிக்க நீரஜாட்சி அவனை சந்தேகமாகப் பார்த்து வைத்தாள்.

அவன் கூலர்ஸை ஜீன்ஸ் பாக்கெட்டில் வைத்தவன் வண்டியைத் திருக சீதாலெட்சுமி "டேய் நீ போற வழியில இவளை காலேஜூல

இறக்கிவிட்டுப் போடா ராஜா" என்க

நீரஜாட்சி "சித்தம்மா" என்றுப் பல்லைக் கடித்து அவனுடன் போக தனக்கு விருப்பமில்லை என்பதை கண்ணால் தெரிவித்தாள்.

"இப்போ ஆட்டோக்கு எங்கே போறதுடி? சமத்துப் பொண்ணோல்லியோ! அம்மாஞ்சியோட போயிட்டு வாடி" என்று அவளை தாஜா செய்ய அவளுக்குமே நேரமாவதால் வேறு வழியின்றி அவனது பைக்கில் ஏறி அமர்ந்தாள்.

பக்கவாட்டுக் கண்ணாடியில் அவளது முகத்தைப் பார்த்தபடி "போலாமா நீரு?" என்க அவளும் பதில் சொல்லாமல் முறைத்தபடி தலையை மட்டும் ஆட்டினாள்.

அவன் வண்டியைக் கிளப்பி "பாட்டி போயிட்டு வர்றோம்" என்றபடி கிளம்ப சீதாலெட்சுமி இருவருக்கும் டாட்டா காண்பித்துவிட்டு வீட்டினுள் சென்றார்.

14

பூங்காற்று 14

நீரஜாட்சியை அமர்த்திக் கொண்டு கற்பனையில் மிதந்தபடி சென்றவனின் பைக் என்னவோ சாலையில் தான் சென்று கொண்டிருந்தது. ஆனால் அதன் சொந்தக்காரன் தான் ஆகாயத்தில் பறந்து கொண்டிருந்தான்.

பைக்கை ஓட்டியபடியே "ஏன் நீரு கன்சாலிடேட்டட் மார்க் ஷீட், புரொவிஷனல் சர்டிஃபிகேட் வாங்க ஏன் இவ்ளோ ஆர்வமா போற? எப்பிடியும் மன்த் ஃபுல்லா டிஸ்ட்ரிபியூட் பண்ணுவாளே? மெதுவா வாங்கிக்க கூடாதா?'' என்று வாயை விட

அவன் பின்னே கடனே என்று அமர்ந்து வந்த நீரஜாட்சி "எவ்ளோ சீக்கிரம் அதை கையில வாங்குறேனோ அவ்ளோ சீக்கிரமா நான் ஜாப்கு போயிடுவேன். அதனால தான் இவ்ளோ ஆர்வமா போயிட்டிருக்கேன்" என்க

அவனோ சாதாரணமாக "அவ்ளோ சீக்கிரமா ஜாப்கு போய் நீ என்ன பண்ண போற?" என்று கேட்டு வைக்க

அவள் "நிறைய பண்ண வேண்டியது இருக்கு. அதுல முதல் விஷயம் எனக்கு நியூ ஜாப் கிடைச்சு முதல் மாசம் ஃபர்ஸ்ட் மன்த் சேலரி வாங்குனதும் என்னோட ஆபிஸ் இருக்கிற ஏரியால ஒரு வீட்டை வாடகைக்குப் பார்த்துட்டு நானும் கிருஷ்ணாவும் போயிடணும். மத்தது எல்லாம் அதுக்கு அப்புறம் தான்" என்றுச் சொல்லி ஆகாயத்தில் பறந்து கொண்டிருந்தவனின் காதைப் பிடித்து திருகி பூலோகத்துக்கு அழைத்து வந்தாள்.

அதைக் கேட்டதும் ரகுநந்தனின் மனதில் ஒரு மின்னல் வெட்டி இடியுடன் கூடிய கனமழை பெய்ய ஆரம்பிக்க அங்கே வெள்ளம் வருவதற்குள் நீரஜாட்சியின் கல்லூரி வந்துவிட்டது. அவளை உள்ளே இறக்கிவிட்டவனிடம் "கொஞ்சம் வெயிட் பண்ணு. நான் சீக்கிரமா வாங்கிட்டு வந்துடுவேன்" என்க

அவனோ இன்னும் அதிர்ச்சியிலிருந்து வெளிவராமல் "அவுட்ஹவுஸை விட்டுப் போகணும்னு என்ன அவசியம் இருக்கு?" என்று கேட்டு அவளின் உஷ்ணப்பார்வையை வாங்கிக் கட்டிக் கொண்டான்.

அவனை முறைத்தபடி கல்லூரி படிகளில் ஏறியவள் நேரே அலுவலகத்தினுள் சென்று அவர்கள் காட்டிய குறிப்பேடுகளில் கையெழுத்திட்டு விட்டுத் திரும்ப அவர்கள் கல்லூரி அலுவலகத்தின் சீனியர் அக்கவுண்டெண்ட் அவளை அழைத்தார்.

புன்னகையுடன் வந்து நின்றவளிடம் ஒரு விசிட்டிங் கார்டை கொடுத்து "இந்த கம்பெனியில என்னோட ரிலேட்டிவ் லேடி தான் ஃபினான்ஸ் டிபார்ட்மெண்டோட ஹெட். இவங்க கன்சர்ன்ல இப்போ ஃபினான்ஸ் செக்சனுக்கு டிரெயினிஸை செலக்ட் பண்ணுறாங்க. இது உனக்கு ஹெல்ப்ஃபுல்லா இருக்கும்மா" என்க

அவள் மகிழ்ச்சியுடன் "தேங்க்யூ சோ மச் சார். நான் டுமாரோ போய் பார்க்கிறேன்" என்றுச் சொல்லிவிட்டுத் துள்ளலுடன் வெளியே வந்தாள்.

நேரே பார்க்கிங்கிக்குப் போனவளுக்கு கவிதாவிடம் இருந்து போன் வர "கவி நான் சர்டிஃபிகேட்ஸ் வாங்கிட்டேன்டி. ஹான்! நானா, நான் அந்த வீணாப்போனவன் கூட தான் வந்திருக்கேன்டி..... அஹான்! அவன் பக்கத்துலயே இருந்தாலும் நான் இப்பிடி தான் பேசுவேன் போவியா..... ஓகேடி.... இல்ல இல்ல டுமோரோ நான் ஒரு கன்சர்ன்கு போறேன்.... தேங்க்ஸ்டி..... ம்ம். .பை" என்று அவளிடம் பெசிவிட்டுப் போனை வைத்தாள்.

ரகுநந்தன் நின்ற இடத்தை நோக்க அங்கே அவன் பைக்கை நிறுத்திவிட்டு கூலர்ஸூடன் நிற்க அவனுக்கு எதிரே நின்று அவனைப் பார்த்துக் கொண்டிருந்தனர் சில மாணவிகள்.

நீரஜாட்சி திரும்பி அவனைப் பார்க்க அவனோ அந்தப் பெண்களின் பார்வையை அறியாதவனாய் போனை நோண்டிக் கொண்டிருக்க மனதிற்குள் "இவன் இவ்ளோ நல்லவனா நீரு?"என்று தனக்குள் பேசிக் கொண்டபடி அவன் அருகில் வந்து நின்றாள்.

கையைக் கட்டிக் கொண்டு அவனைக் குறுகுறுவென்று பார்க்க அவனுக்கோ அத்தைமகளின் இந்த கொக்கிப் போட்டு இழுக்கும் பார்வையில் துளியளவும் ரசனை இல்லை என்பது நன்றாகத் தெரிந்துவிட்டது.

"எதுக்கு இப்போ இப்பிடி பார்க்கிறானு தெரியலயே ரகு. இந்தப் பார்வைக்கு அவ டிக்ஸ்னரியில என்ன அர்த்தம்னு புரியலயே. சரி எதுக்கும் சிரிச்சு வைப்போம்" என்றவாறு அவளைப் பார்த்துச் சிரிக்க அவள் அதற்கு எந்த ரியாக்சனும் இல்லாமல் அவனைப் பார்த்தபடி நின்றாள்.

பின்னர் மெதுவாக "நான் போறதுக்கு முன்னாடி அவுட் ஹவுஸை விட்டு ஏன் போகணும்னு நீ கேட்டல்ல? அது ஒன்னும் இல்ல அம்மாஞ்சி! அங்கே இருந்தா எவ்ளோ டிரை பண்ணுனாலும் நெகட்டிவ் எனர்ஜி தாக்குது. அதான் போகணும்னு முடிவு பண்ணிட்டோம்" என்று சொல்ல

ரகுநந்தன் "நீ கொஞ்சமாச்சும் தாத்தா பாட்டியைப் பத்தி நெனைச்சு பாத்தியா நீரு? அவா ரெண்டு பேருக்கும் நீனா உயிர் தெரியுமா?" என்க

அவள் தோளைக் குலுக்கிவிட்டு "தெரியுமே! அதான் நாங்க போறப்போ சித்துவையும், பட்டுவையும் எங்க கூடவே கூட்டிட்டுப் போயிடுவோம். அந்த வீட்டையும், அவுட் ஹவுஸையும் நீ, உங்க அம்மா, உங்க அண்ணா மூனு பேருமா சேர்ந்து ராஜ்ஜியம் கட்டி ஆளுங்க" என்றுச் சொல்லிவிட்டு அவன் பின்னே பைக்கில் அமர்ந்தாள்.

ரகுநந்தன் தாத்தா பாட்டியையும் அழைத்துச் சென்று விடுவோம் என்பதில் கடுப்பானவன் ஏதோ சொல்லப் போக அதற்குள் அவன் போன் அழைக்கவே அதை எடுத்து காதில் வைத்தான்.

"சொல்லுடா அண்ணா" என்றவனிடம் ஹர்சவர்தன் உடனே ஹோட்டலுக்கு வருமாறும் ஒரு முக்கியமான விஷயத்தைப் பேச வேண்டும் என்றும் சொல்ல அவன் சரியென்று சொல்லிவிட்டுப் போனை வைத்தான்.

அவன் பின்னே அமர்ந்திருந்தவளிடம் "கொஞ்சம் இறங்கிக்கறியா?" என்க

அவள் "ஏன்? என்னாச்சு?" என்று கேட்கவும்

"ஒன்னுமில்ல! ஹர்சா என்னை ஹோட்டலுக்கு வரச் சொல்லுறான். சோ நீ என்ன பண்ணுற ஒரு ஆட்டோவோ கால் டாக்சியோ பிடிச்சு

ஆத்துக்குப் போயிடு" என்றுச் சொல்லிவிட்டு சாவியைத் திருக நீர-ஜாட்சி கடுப்புடன் கீழே இறங்கினாள்.

"உன்னை எல்லாம் நம்பி வந்தா நடுரோட்டுல தான் நிக்கணும்" என்று அவள் வழக்கம் போல அவனை அர்ச்சிக்கத் தொடங்க அவன் ஏற்கெனவே அவளது பேச்சில் எரிச்சலில் இருந்தவன் அது அதிகரிக்-கவே பதிலுக்குக் கத்த ஆரம்பித்தான்.

"ஆமாடி! நீ அப்பிடியே என்னை நம்பி அமெரிக்காவுக்கு வந்துட்ட. நான் உன்னை பாஷை தெரியாத ஊருல விட்டுட்டு ஓடுறேன் பாரு" என்றுக் கத்த

அவள் "என்ன சொன்ன 'டி'யா?" என்று முறைக்க

அவனும் சளைக்காமல் "ஆமாடி! நீ பொண்ணு தானே! நீ மட்டும் வார்த்தைக்கு வார்த்தை 'டா' போட்டுக் கூப்பிடறச்ச நாங்க மட்டும் உன்னை கண்ணே, கண்மணியேனு கொஞ்சணுமா? அப்பிடி தான் சொல்லுவேன்" என்று பதிலளிக்க

அவள் சுற்றி முற்றி எதையோ தேட அவன் அதைக் கண்டுகொண்-டவனாக "என்ன தேடுற? கல் எதாச்சும் கிடைக்குமானு தேடுறியோ? என் அத்தை பொண்ணை பெத்துக்க சொன்னா பொறுக்கியை பெத்து விட்டுருக்கா! எப்போ யாரை கல்லால அடிக்கலாம்னு சுத்திட்டு இருக்-கறது" என்று நக்கலாகச் சொல்லிவிட்டு பைக்கை கிளப்பிச் சென்றுவிட

நீரஜாட்சி பல்லைக் கடித்தபடி "நீ இப்போ தப்பிச்சிட்டடா! ஆனா திரும்பி வீட்டுக்கு தானே வரணும். அங்கே நீ செத்தடா" என்றுச் சொல்லி காலை உதைத்துவிட்டு ஆட்டோவைத் தேடிச் சென்றாள்.

அவள் நல்ல நேரம் ஆட்டோவும் உடனே கிடைக்க உர்ரென்று முகத்தை வைத்திருந்தவள் கையில் வைத்திருக்கும் ஃபோல்டரில் இருக்-கும் அந்த விசிட்டிங் கார்டைப் பார்த்ததும் இதனால் தன் வாழ்க்கையே மாறப் போகிறது என்று எண்ணிப் புன்னகைத்தாள்.

அதே நேரம் ஹர்சவர்தன் ஹோட்டலில் இருக்க அவனைத் தேடிச் சென்ற ரகுநந்தனுக்கு அண்ணனிடம் இருந்து ஒரு நல்லச் செய்தி கிடைத்தது. அது அவனது கனவுக்கான முதல் படி என்று சொன்னால் கூட மிகையாகாது.

ஹர்சவர்தன் அவர்கள் ஹோட்டல்களில் இரண்டை மட்டும் ரெசி-டென்ஸியல் ஹோட்டலாக மாற்றலாம் என்ற எண்ணத்தில் இருந்தவன் இதைப் பற்றி அந்த தொழிலில் இருப்பவர்களிடன் தீர விசாரித்த பிறகு

தன்னுடைய எண்ணத்தை தந்தையிடமும், சித்தப்பாவிடமும் கூற அவர்களும் இந்த முயற்சிக்கு பச்சைக்கொடி காட்டிவிட்டனர்.

அதைப் பற்றி பேசுவதற்கு தான் அவன் ரகுநந்தனை அழைத்திருந்தான். ரகுநந்தன் வந்ததும் அவனை அமரச் சொன்னவன் எதிர்காலத் திட்டங்களை விளக்கியவன் இரண்டு ஹோட்டல்களையும் ரெசிடென்ஸியல் ஹோட்டல்களாக விரிவுப்படுத்துவதற்கான பில்டிங் காண்ட்ராக்டை அவர்களின் கன்ஸ்ட்ரெக்சன் நிறுவனமான ஸ்ரீநிவாஸா கன்ஸ்ட்ரெக்சன் பிரைவேட் லிமிட்டெட்டுக்கு கொடுக்கலாம் என்று நினைப்பதாகக் கூறவும் ரகுநந்தனுக்கு மகிழ்ச்சியில் தலை கால் புரியவில்லை.

இன்னும் அதில் அவன் முறைப்படி பதவி ஏற்கவில்லை தான். ஆனால் லண்டனில் இருக்கும் போதே அதனுடைய நடப்பு செயல்பாடுகள், கடந்தகால புராஜெக்ட்களைப் பற்றிய விவரங்களை சித்தப்பா மூலம் தெரிந்துகொண்டிருந்தவன் அவர்களின் கன்ஸ்ட்ரெக்சன் கம்பெனிக்கு இந்த கான்ட்ராக்ட் கிடைத்தால் அதில் நல்ல இலாபம் ஈட்ட முடியும் என்பதால் உற்சாகத்துடன் அதற்கு சம்மதித்தான்.

இந்த கான்ட்ராக்ட் மூலம் கிடைக்கும் இலாபம் என்னவோ வலது கையிலிருந்து இடது கைக்கு பணம் பரிமாறப்படுவதைப் போல தான் என்றாலும் இது அவர்களின் கன்ஸ்ட்ரெக்சன் கம்பெனிக்கு புது இரத்தம் பாய்ச்சுவதைப் போல இருக்கும் என்பதில் அவனுக்குச் சிறிதும் ஐயமில்லை.

இப்போது கம்பெனி வளர்ச்சிக்காக அவன் வங்கிக்கடனுக்கு ஏற்பாடு செய்தாலும் அதற்கு அவன் வட்டி கட்டியே தீர வேண்டும். அதற்கு பதிலாக ஹோட்டலின் மூலம் பணம் கிடைத்தால் அது வருமானம் என்ற கணக்கில் வந்துவிடும் என்ற ஹர்சவர்தனின் கணக்கு அவனுக்கு மிகவும் சரியாகத் தோன்றியது.

இந்த டீலுக்கான பேப்பர்களை தயார் செய்ய கம்பெனி ஊழியர்களை ஏவும் அதிகாரம் இப்போதைக்கு தனக்கு இல்லாததால் ரகுநந்தன் தந்தைக்குப் போன் செய்து முதலில் ஒரு போர்ட் மீட்டிங் ஏற்பாடு செய்யுமாறு கேட்டுக் கொண்டான்.

அதற்கான ஏற்பாடுகளை ஆடிட்டருடன் சேர்ந்து தான் கவனித்துக் கொள்வதாக அவர் கூறவே இன்னும் இரண்டு வாரத்தில் மற்ற விஷயங்களைப் பேசிக் கொள்ளலாம் என்று அண்ணனும் தம்பியும் முடிவு செய்தனர்.

இருவரும் பேசிக் கொண்டே மதியவுணவுக்காக வீட்டுக்குக் கிளம்பி வெளியே வர அதே நேரத்தில் கிருஷ்ணஜாட்சி அவர்களின் பேக்கரிக்குச் செல்வதற்காக வெளியே வந்தவள் அவர்களின் பேக்கரி விரிவாக்கத்துக்காக வங்கிக்கடன் தொடர்பாக கரோலினுடன் பேசிக் கொண்டு வந்தாள்.

தனக்கு எதிரே வந்த ஹர்சவர்தனை கவனிக்காமல் அவன் மீது மோதிக் கொண்டு கீழே விழப் போக ஹர்சவர்தன் அதற்குள் சுதாரித்து அவளைப் பூக்குவியலாய் தனது கரங்களில் தாங்கிக் கொண்டான்.

கிருஷ்ணஜாட்சியோ தான் கீழே விழுந்து விடுவோம் என்று எண்ணி கண்ணை இறுக்கமாக மூடிக் கொள்ள ஹர்சவர்தன் அவளின் விழி மூடி நிற்கும் தோற்றத்தை ரசிக்கத் தொடங்கினான். கருநிற வானவில்லாக புருவங்கள் சுழித்திருக்க, அவளின் அழகிய நீண்ட நயனங்கள் பயத்தில் இறுக்கமாய் மூடியிருக்க அவனது பார்வை அடுத்து அவள் செவ்விதழ்களில் நிலைத்தது.

முகத்தின் குறுக்கே விழுந்த சுருண்ட முடிக்கற்றை ஒன்று அவளின் உதட்டில் பட்டு விளையாட அதை மெதுவாக விலக்கிவிட்டவனின் கைவிரல் ஒரு நொடி அவளின் செவ்விதழை வருடிவிட்டுச் செல்ல கிருஷ்ணஜாட்சிக்கு குறுகுறுவென்ற உணர்வு எழவும் அவளது அழகிய விழிகளை மலர்த்தி அவனை நோக்கினாள்.

புறவுலகை மறந்து அவர்கள் வேண்டுமானால் நிற்கலாம், ஆனால் அண்ணனைத் தொடர்ந்து வந்த ரகுநந்தன் அப்படி நிற்க முடியாதல்லவா! எனவே ஒரு கடமை தவறாத கரடித்தம்பியாக தொண்டையைக் கனைத்து அவர்களை மீண்டும் ஹோட்டலிற்கு அழைத்து வரும் கடமையைச் செவ்வனே செய்துவைக்க இருவரும் அவனது தொண்டைச்செறுமல் சத்தத்தில் திடுக்கிட்டு விலகினர்.

அவர்களைக் கையைக் கட்டிக் கொண்டு கிண்டலாகப் பார்த்தவன் அவர்களை சகஜ நிலைக்கு கொண்டு வருவதற்காக கிருஷ்ணஜாட்சியிடம்

"கிருஷ்ணா! இட்ஸ் டூ பேட்! போயும் போயும் அவன் கையிலயா விழுவ? அவன் கமிட்டட் பாய். இங்கே ஒரு சிங்கிள் சிங்கம் உனக்காக காத்திருக்குங்கிறதை மறந்திட்டியோ?" என்றுச் சொல்ல அவனது கேலியை உணர்ந்த கிருஷ்ணஜாட்சி சிரித்தாள்.

பூங்காற்றிலே உன் சுவாசம் - முதல் பாகம்

ஹர்சவர்தனோ தன்னை ஏறிட்டுக் கூட பார்க்காதவள் தம்பியிடம் சகஜமாகப் பேசி சிரிப்பதைக் கண்டு திகைத்தான்.

ரகுநந்தன் அவளிடம் "கிருஷ்ணா நீ உன்னோட வீரபாகு பேக்கரிக்கு தானே போற? வா நான் உன்னை டிராப் பண்ணிடுறேன்" என்று சொல்ல கிருஷ்ணஜாட்சியும் மறுப்பு சொல்லாமல் தலையாட்டினாள்.

ஹர்சவர்தன் சிலையாய் சமைந்து நிற்க ரகுநந்தன் அவனிடம் "டேய் அண்ணா! நீ வீட்டுக்கு கிளம்புடா. நான் இவாளோட பேக்கரி வரைக்கும் போயிட்டு வர்றேன்" என்று சொல்ல அவன் மனதுக்குள் பொறுமிக் கொண்டான்.

ரகுநந்தன் காரியத்தோடு தான் கிருஷ்ணஜாட்சியை பேக்கரியில் டிராப் செய்வதாகக் கூறி தன்னோடு அழைத்து பைக்கில் அழைத்துச் சென்றான்.

போகும் போதே "கிருஷ்ணா நீ எனக்கு ஆல்ரெடி ஒரு அட்வைஸ் குடுத்தல்ல! இப்போ எனக்கு அகெய்ன் உன்னோட அட்வைஸ் தேவைப்படறது" என்க

அவளும் "சொல்லுங்க அம்மாஞ்சி" என்று ஆர்வமாய் கேட்டாள்.

அவன் பெருமூச்சுடன் "நீ சொன்னல்ல பிடிவாதக்காரங்களோட அன்பை ஜெயிக்கணும்னா ரொம்ப கஷ்டப்படணும்னு. ஆனா எவ்ளோ தூரத்துக்கு அதுக்காக பணிஞ்சுப் போகணும்? ஐ மீன் சில பேர் இருப்பா கெஞ்சினா மிஞ்சுற ரகம்னு! அவாளை எப்பிடி சமாளிக்கறது?" என்று கேட்டு வைக்க

அவளும் உற்சாகமாக "அம்மாஞ்சி! ரொம்ப கெஞ்சுனா காரியம் ஆகாது. சில இடத்துல நம்மளும் நம்ம கெத்தை காட்டணும். நமக்கு பிடிச்சவா நம்ம கையை விட்டுப் போயிடக் கூடாதுனா நம்ம தான் அதுக்கு அரண் போட்டுத் தடுக்கணும்" என்றுச் சொல்ல

அவனோ "சத்தியமா புரியல கிருஷ்ணா. நீ கொஞ்சம் விலாவரியா சொல்லுறியா?" என்று பரிதாபமாக பக்கவாட்டுக் கண்ணாடியில் அவளது முகத்தைப் பார்க்க கிருஷ்ணஜாட்சி சத்தம் போட்டுச் சிரித்தாள்.

பின்னர் சிரிப்பை அடக்கிக் கொண்டு "அம்மாஞ்சி! செஸ் விளையாடிருக்கிங்களா? அதுல ரொம்ப பவர்ஃபுல்லானது குயின் தான். அதை கன்ட்ரோல் பண்ணுறது கஷ்டம். பிகாஸ் அது அது ஹரிஜாண்டல், வெர்டிக்கல்னு எல்லா சைட்லயும் நகரும். பட் அதுக்கு செக் வச்சிட்டா

கிட்டத்தட்ட கேம்ல நம்ம ஒரு ஸ்ட்ராங் பொஸிசனுக்கு வந்துடலாம். அதே மாதிரி தான் ரொம்ப பிடிவாதமா அடம்பிடிக்கறவங்களுக்கு மூவ் ஆக முடியாத அளவுக்கு ஒரு செக் வச்சா போதும். அவங்க நம்ம போட்ட அந்த அரணை தாண்டி போகவே முடியாது. அந்த சைக்கிள் கேப்ல நம்ம அவங்க மனசை மாத்திடணும்" என்று அறிவுரையை அள்ளி வழங்க ரகுநந்தனுக்கு நீரஜாட்சியை அவளது பிடிவாதத்திலிருந்து வெளிவரவைக்கும் டெக்னிக் பிடிப்பட்டு போனது.

அதற்குள் சிக்னல் போடப்பட ரகுநந்தன் பைக்கை நிறுத்திவிட்டு கிருஷ்ணஜாட்சிக்கு நன்றி கூற அவர்களின் கலகலப்பான பேச்சை யார் பார்க்கக் கூடாதோ அவர் பார்த்துவிட்டார். அது வேறு யாருமல்ல, பத்மாவதியின் செல்லமான விஜி மன்னி தான்.

அவர்கள் பைக் நிற்கும் இடத்துக்கு பக்கவாட்டில் தான் விஜயலெட்சுமியின் காரும் நின்றது. அவர் நிச்சயதார்த்தத்துக்கு ஜோஸியர் நாள் குறித்துக் கொடுத்துவிட்டதை நாத்தனாரிடம் நேரில் தெரிவிக்கப் போய்க் கொண்டிருந்தவர் சிக்னலில் ரகுநந்தனின் பைக்கையும், அதில் அவனுடன் சிரித்தபடி பேசிக் கொண்டிருந்த கிருஷ்ணஜாட்சியையும் பார்த்துவிட அவர்களோ இதை அறியாமல் பேசி சிரித்துக் கொண்டிருந்தனர்.

விஜயலெட்சுமி மனதுக்குள் "மதுரவாணியோட பொண்ணை ஹர்சாவுக்கு முடிச்சிடுவாளோங்கிற பயத்துல நாம ஒன்னு பண்ணுனா பகவான் பிரச்சனையை வேற ரூபத்துல கொண்டு வராறே! இந்த நந்தனுக்கு ஏன் தான் புத்தி இப்பிடி போறது? அப்பிடி என்ன லோகத்துல இல்லாத அழகி இந்த கிருஷ்ணஜாட்சினு இவ கூட சுத்திண்டு இருக்கான்? முதல்ல இதை பத்மா காதுல போட்டு இவா ரெண்டு பேரையும் கொஞ்சம் விலக்கி வைக்கணும். இல்லனா நாளைக்கு இவ இளைய மருமாளா அந்த ஆத்துக்குப் போய்டுவா" என்று கருவியபடி சிக்னல் விழுந்ததும் காரை எடுக்கச் சொன்னார்.

மற்ற மூவரின் நிலை இவ்வாறு இருக்க நீரஜாட்சி கல்லூரியிலிருந்து கிளம்பியவளுக்கு கவிதா போன் செய்து அவளின் அம்மா நீரஜாட்சியை வீட்டுக்கு அழைப்பதாகக் கூற அவளால் அதை மறுக்க முடியவில்லை.

மகளைப் பிரிந்து இருந்த இத்தனை ஆண்டுகளில் மகளுக்கு தோழியாக, உறுதுணையாக இருந்த நீரஜாட்சியை கவிதாவின் அம்மாவுக்கு மிகவும் பிடிக்கும். அன்று அவருக்கு விடுமுறை என்பதால் அவளை தங்களது வீட்டுக்கு மதியவுணவுக்கு அழைத்திருந்ததால் நீரஜாட்சியும்

சீதாலெட்சுமிக்கு போன் மூலம் தகவல் சொல்லிவிட்டு நேரே கவிதாவின் வீட்டுக்குச் சென்றவள் அதன் பின் மாலையில் வீடு திரும்பினால் போதுமென தீர்மானித்தாள்.

அதே நேரம் கிருஷ்ணஜாட்சியுடன் சென்ற ரகுநந்தன் அவள் ஃபாண்டெண்டில் உருவம் செய்வதைப் பார்த்தவன் கன்னத்தில் கைவைத்தபடி அதில் இலயித்தான்.

அங்கிருந்து இன்னும் கிளம்பாமல் கரோலினுக்கும், அவளுக்கும் வேண்டியவற்றை எடுத்துக் கொடுத்துக் கொண்டு அங்கேயே மாலை வரை தங்கிவிட்டான்.

இவர்கள் இருவரும் ஜோடியாக சிரித்து பேசியபடி சென்றதைக் கண்டு மனம் வெதும்பிப் போன ஹர்சவர்தனோ மைதிலிக்குப் போன் செய்து தான் மதியவுணவுக்கு வீட்டுக்கு வரவில்லை தனக்கு மீட்டிங் இருக்கிறது என்று பொய் சொல்லிவிட்டு அவனது அலுவலக அறையில் தஞ்சமடைந்தான் மாலை வரை.

இவ்வாறு அன்றைய நாளின் மாலை அவர்கள் நால்வருக்கும் ஏதோ ஒரு விதத்தில் அதிர்ச்சியைத் தயாராக வைத்துக் கொண்டு காத்திருந்-தது.

15

பூங்காற்று 15

வீட்டுக்குள் நுழையும் போதே வாயெல்லாம் பல்லாக நுழைந்த விஜயலெட்சுமியை வழக்கம் போல உற்சாகத்துடன் வரவேற்றார் பத்மாவதி. விஜயலெட்சுமியும் பத்மாவதிக்கு முப்பத்திரண்டு பற்களையும் காட்டிச் சிரித்தவர் அவரது தங்கையும் இளைய நாத்தனாருமான மைதிலியிடம் மட்டும் அதில் பாதி பற்களைக் காட்டி ஒரு அடக்கமான புன்னகையை வீசினார்.

அவருக்கு என்னவோ பத்மாவதியைப் போல மைதிலியிடம் பிடித்தம் இல்லை. மைதிலியும் அவரது அண்ணன் மனைவியின் குணம் தனக்கு ஒத்துப் போகாது என்பதால் அவரிடம் ஒரு அளவுக்கு மேல் உரிமை எடுத்துக் கொள்வதில்லை. எப்போதுமே நீ நலமா நான் நலம் என்று பேசிக் கொள்ளும் அளவுக்கு தான் அவர்களின் உறவின் நிலை இருந்தது.

விஜயலெட்சுமி இரு சகோதரிகளிடமும் "நான் நம்ம குடும்ப ஜோசியரைத் தான் பாத்துட்டு வந்தேன் பத்மா. இந்த மாசத்துல நல்ல நாள் இருக்கிறதால கல்யாணத்துக்கு முகூர்த்தநாள் குறிச்சுக் குடுத்திட்டார். நிச்சயத்தை இன்னையில இருந்து இரண்டு வாரத்துல குறிச்சு குடுத்திருக்கார். மைதிலி நீயும் பாருடி. நோக்கும், உன் ஆத்துக்காரருக்கும் இந்த தேதிகள் வசதிப்படுமானு பார்த்து சொல்லுடிம்மா. என்ன இருந்தாலும் மாப்பிள்ளையோட சித்தி இல்லையோ?" என்று அவரையும் இழுத்து வைத்து அவர் குறித்துக் கொடுத்த தேதிகளைக் காட்ட இரு சகோதரிகளுக்கும் அந்த தேதிகளில் எந்த மாற்றுக்கருத்தும் இல்லை.

பத்மாவதி "மன்னி! அப்பாவும் அம்மாவும் தூங்கிண்டிருக்கா! நீங்க கொஞ்சம் பொறுத்தேள்னா அவா ரெண்டு பேரும் முழிச்சிப்பா. வீட்டோட பெரியவா கிட்ட கேட்டிண்டு மத்த விஷயங்களை முடிவு பண்ணுனா உசிதம்" என்று கடமை தவறாத மருமகளாகச் சொல்ல விஜயலெட்சுமியும் அதற்கு ஒத்துக் கொண்டார். ஆனால் அதோடு விட்டுவிட்டால் அவர் விஜயலெட்சுமி இல்லையே!

கிருஷ்ணஜாட்சி, ரகுநந்தன் விஷயத்துக்கு ஒரு முற்றுப்புள்ளி வைத்தே ஆக வேண்டும் என்று தீர்மானித்தவர் மைதிலி இங்கே இருந்தால் வேலைக்கு ஆகாது என்பதால் அவரைப் பார்த்தவர்

"மைதிலி வெயில்ல வந்தது நேக்கு நாக்கு வரள்றது! நீ எனக்கு ஒரு லெமன் புழிஞ்சு எடுத்திண்டு வர்றியா?" என்றுக் கேட்க மைதிலியும் இதற்கு மேல் இவர்களுடன் இருந்தால் இவர்கள் பேசும் தேவையற்றப் பேச்சுக்களும் தன் காதில் விழும் என்பதால் ஆளை விடுங்கடா சாமி என்று கிச்சன் கிங்டம்மிற்குள் தன்னை ஐக்கியமாக்கிக் கொள்ளச் சென்று விட்டார்.

அவர் சென்றுவிட்டாரா என்று ஹாலின் நடுவில் நின்று உறுதி செய்துவிட்டு பத்மாவதியின் அருகில் அமர்ந்த விஜயலெட்சுமி அவரது பாணியில் வாழைப்பழத்தில் ஊசி ஏற்றுவதைப் போல பேச்சை ஆரம்பித்தார்.

"ஏன் பத்மா உங்காத்துக்கு ஒரே நேரத்துல ரெண்டு மருமாள் வரப் போறா போல?" என்று வத்தி வைக்க

பத்மாவதி குழம்பியவராய் "ரெண்டு மருமாளா? என்ன பேசறேள் மன்னி? நேக்கு விளங்கல" என்றுச் சொல்லிவிட்டு அண்ணன் மனைவியின் முகத்தைப் பார்த்தார்.

விஜயலெட்சுமி சமையலறையை நோட்டமிட்டவாறே "உன் நாத்தனார் அழகுச்சிலையா ஒன்னை பெத்து விட்டுருக்காளே அதுவும், நம்ம நந்தனும் அடிக்கடி ஒன்னா பேசிண்டிருக்கறதை நான் என் கண்ணாலேயே பார்த்திருக்கேன்டிமா. தீபாவளி அன்னைக்கு தோட்டத்துல ரொம்ப நேரம் ஏதோ பேசி சிரிச்சிண்டிருந்தா. இன்னைக்கு டிராபிக்ல நம்ம நந்தனோட பைக் என் கார் கிட்ட தான் நின்னுண்டிருந்தது. அவன் பின்னாடி ஒரு பொண்ணு அவனோட ஏதோ சிரிச்சு சிரிச்சு பேசிண்டிருந்தா. நானும் யாருடா அதுனு பாத்தா கடைசில அது மதுரவாணியோட மூத்தப் பொண்ணு, அதான் அந்த கிருஷ்ணா" என்று

சொல்ல பத்மாவதிக்கு தலையில் இடி விழுந்தது போலவாயிற்று.

அவரது அதிர்ந்த முகத்தோற்றத்தைப் பார்த்த விஜயலெட்சுமி "நான் அவா ரெண்டு பேரும் பழகறதை தப்பா நெனைச்சிண்டு உன்னண்ட சொல்லலைடி பத்மா! ஏன்னா மதுரவாணி இந்தாத்தோட பொண்ணு. என்ன தான் அவ ஓடிப் போய் இந்தாத்துக்கு அவமானத்தைத் தேடிக் குடுத்திருந்தாலும் அது பழைய கதையோன்னோ. வருஷமும் இருபதுக்கு மேல ஆச்சு. நீயும் அந்த குழந்தேள் முகத்தைப் பார்த்து பழசை எல்லாம் மறந்து அந்த கிருஷ்ணஜாட்சியை உன் மருமகளா ஏத்துக்க தயாரியோட்டியோனு..." என்று அவர் சொல்லிக் கொண்டிருக்கும் போதே பத்மாவதி கை உயர்த்தி அவர் பேசுவதை நிறுத்துமாறு சைகை காட்டினார்.

நாத்தனாரின் முகத்தில் இருந்த அனலில் பேச்சை நிறுத்தி அமைதியானார் அவர்.

பத்மாவதி கடுஞ்சினத்துடன் "என்ன பேசறேள்னு புரிஞ்சு தான் பேசறேளா மன்னி? செத்தாலும் அந்த மதுரவாணியோட பொண்ணு இந்த ஆத்து மருமாளா வர நான் ஒத்துக்க மாட்டேன். அருமையா என் பிள்ளைங்க ரெண்டு பேரையும் நான் வளர்த்தது அவளோட பொண்ணுங்களுக்காகவா? அப்பிடி மட்டும் ஒன்னு நடந்தது வையுங்கோ நீங்க இந்த பத்மாவதியை உயிரோட பார்க்க மாட்டேள். ஏதோ பெத்தவா இல்லாத குழந்தேள்னு ரெண்டையும் விட்டு வச்சேனே தவிர அவா என்னைக்குமே எனக்கு ஆகாதவா தான் மன்னி" என்றுச் சொல்ல

விஜயலெட்சுமி "அது என்னவோ வாஸ்தவம்டி பத்மா. ஆனா நான் என்ன சொல்ல வர்றேன்னா.." என்றுப் பேசிக் கொண்டிருந்தவர் மைதிலி ஜூஸ் தம்ளருடன் வரவே பேச்சை நிறுத்திவிட்டு அவரிடமிருந்து தம்ளரை வாங்கிக் கொண்டார்.

மைதிலி மீண்டும் உள்ளே செல்லவே பத்மாவதியிடம் "நான் என்ன சொல்ல வர்றேனா நம்ம நந்தனை அந்தப் பொண்ணை விட்டு விலக்கி வைக்கணும். அவன் இருக்கிற திசைநாமத்துக்கே அவ வரக் கூடாது" என்றுச் சொல்லிவிட்டு ஜூஸை குடிக்கத் தொடங்கினார்.

பத்மாவதியும் தீவிர முகபாவத்துடன் "அதுல்லாம் சரி மன்னி! ஆனா எப்பிடி அவாளை விலக்கி வைக்கறது?" என்றுச் சொல்லிக் கொண்டிருக்கும் போதே "சித்தம்மா" என்று அழைத்தபடியே வீட்டுக்குள் நுழைந்தாள் நீரஜாட்சி.

அவளைக் கண்டதுமே விஜயலெட்சுமியின் மூளை கிரிமினல் வேலையை ஆரம்பித்தது. அவர்கள் இருவரையும் முறைத்தவாறே வந்தவளிடம்

"ஏன்டிம்மா நீரஜா பாட்டி கிட்ட மட்டும் தான் பேசுவியா? இங்க குத்துக்கல்லாட்டம் ரெண்டு பேர் உக்காந்திண்டிருக்கோமே எங்களண்ட பேசுனா ஆகாதா?" என்று குத்தலாகவே பேச்சை ஆரம்பித்தார் அவளிடம்.

அவளோ இவரைப் பார்த்து "என்ன பண்ணுறது பெரியம்மா? எனக்கு கல்லு, மண்ணோட பாஷை தெரியாதே! அதுவுமில்லாம இக்னோர் நெகட்டிவிட்டிங்கிறது என்னோட பாலிசி! அதுக்கு ஏத்த மாதிரி நான் எதிர்மறையான மனுசங்க கிட்ட இருந்து விலகி நின்னுக்கிறேன்" என்று சொல்லி ஒரு ஏளனமான உதட்டுவளைவுடன் பத்மாவதியைப் பார்த்துவிட்டு ஹாலின் வலதுபுறத்தை நோக்கி "சித்தம்மா" என்று கத்த மைதிலி சமையலறையிலிருந்து வெளியே வந்தார்.

"என்னடி வந்ததும் வராததுமா உன் சித்தம்மாவை ஏலம் விட்டுண்டிருக்க? என்ன விஷயம்?" என்க

அவளோ கண்ணைச் சிமிட்டியபடி "அதெல்லாம் சித்தம்மா கிட்ட தான் ஃபர்ஸ்ட் சொல்லுவேனாக்கும்" என்க சீதாலெட்சுமியும் தூக்கம் கலைந்து ஹாலுக்கு வந்துவிட்டார்.

"ஏன்டி இப்போ சித்தம்மாக்காக எந்த ராஜகுமாரனை அழைச்சிண்டு வந்திருக்கேனு இந்த கூப்பாடு?" என்று கேலியாக கேட்க அவரைப் பார்த்து கேலியாக உதட்டை வளைத்த நீரஜாட்சி

"உனக்கு என்னோட பட்டுவே ஓவர். இதுல வேற ராஜகுமாரன் கேக்குதாக்கும்? சித்து திஸ் டூ மச்!. கொள்ளுப்பேரனை கொஞ்ச வேண்டிய வயசுல உனக்கு ராஜகுமாரன் கேக்குதோ?" என்றுச் சொன்னபடியே ஹாலின் சோஃபாவில் கைப்பிடித்தபடி அழைத்துச் சென்று அவரை அமர வைத்துவிட்டு வழக்கம் போல அவரது காலடியில் அமர்ந்து கொண்டாள்.

ஆவலுடன் தன் கையிலிருக்கும் ஃபோல்டரிலிருந்த விசிட்டிங் கார்டை எடுத்து சீதாலெட்சுமியிடம் காட்டியவள் "இது சென்னையிலயே ரொம்ப ஃபேமஸான எக்ஸ்போர்ட் கம்பெனியோடது. இங்கே நாளைக்கு நான் இண்டர்வியூவுக்கு போகப் போறேனே!" என்று சொல்ல பத்மாவதிக்கும் இவள் பிழைத்துக் கொள்வாள் என்ற எண்ணம்.

நீரஜாட்சி "இண்டர்வியூங்கிறது சும்மா ஃபார்மாலிட்டிக்கு தான். எங்க காலேஜ் சீனியர் அக்கவுண்டண்டோட ரிலேட்டிவ் லேடி தான் அங்க ஃபினான்ஸ் செக்சனுக்கு சீஃப். சோ நான் செலக்ட் ஆன மாதிரி தான். எனக்கு மட்டும் இந்த வேலை கிடச்சதுனா.." என்று அவள் சொல்லும் போதே வீட்டின் காம்பவுண்டுக்குள் கார் வரும் சத்தமும், ராயல் என்ஃபீல்டின் சத்தமும் ஒரே நேரத்தில் கேட்க அனைவரின் கவனமும் வாயிலை நோக்கித் திரும்பியது.

காரிலிருந்து இறங்கிய ஹர்சவர்தன் வீட்டை நோக்கி நடைபோட அவனுக்கு எதிரே கிருஷ்ணஜாட்சியுடன் வந்து இறங்கினான் ரகுநந்தன். இருவரையும் ஏறிட்டவன் இறுகிய முகத்துடன் வீட்டினுள் செல்ல அவனைத் தொடர்ந்து இருவரும் அவள் செய்த கேக்கைப் பற்றி பேசியபடியே வீட்டினுள் வந்தனர்.

அவர்களின் பேச்சு அந்த வீட்டில் நால்வருக்கு அந்தக் காட்சி மனதில் புகைச்சலை உண்டு பண்ணியது.

அதில் ஒருவன் ஹர்சவர்தன். மீதமுள்ள மூவர் விஜயலெட்சுமி, பத்மாவதி கடைசியாக நீரஜாட்சி. அவளுக்கு என்றுமே ரகுநந்தனிடம் நம்பிக்கையோ நல்லெண்ணமோ இல்லை.

அவனுடன் கிருஷ்ணஜாட்சி பேசிக் கொண்டு வருவதைக் கண்டதும் மனதிற்குள் "இந்த கிருஷ்ணாக்கு புத்தியே இல்லை. இவன் கூட என்ன பேச்சு?" என்று அவள் பல்லைக் கடித்த காட்சி விஜயலெட்சுமியின் கண்ணில் பட அதை பத்மாவதியிடம் சுட்டிக் காட்டியவர் அவரது அறைக்கு அழைத்துச் சென்றார் மெதுவாக.

"பத்மா! இந்த சின்னப்பொண்ணுக்கு நம்மாத்து மனுஷா யாரையும் ஆகாதோன்னோ! நேக்கு ஒரு ஐடியா தோண்றது" என்று தனது திட்டத்தை விவரிக்க

பத்மாவதி "திட்டம் என்னவோ நன்னா தான் இருக்கு மன்னி. ஆனா இந்த நீரஜா ஜெகஜால கில்லாடி. நம்ம சொல்லறதை அவ கேட்டுப்பாளா?" என்று வினவ

விஜயலெட்சுமி "அதுல்லாம் கேப்பாடி! அவ அக்கானா அவளுக்கு உயிர்" என்க அவருமே அதை ஒத்துக் கொண்டார்.

இருவரும் ஹாலுக்கு வந்த போது அங்கே பட்டாபிராமனும், சீதாலெட்சுமியும் அமர்ந்திருக்க சீதாலெட்சுமியின் காலடியில் அமர்ந்திருந்த நீரஜாட்சியும், அவளுக்குப் போட்டியாக பட்டாபிராமனின் மடியில்

தலைச்சாய்த்திருந்த ரகுநந்தனும் அவர்களை கிண்டல் செய்து சிரித்து கொண்டிருந்த வேங்கடநாதன், கோதண்டராமன் கிருஷ்ணஜாட்சியிடம் அதைக் காட்டிக் கேலி செய்து கொண்டிருந்தனர்.

விஜயலெட்சுமி பத்மாவதியின் காதில் "நான் சொன்னேனோல்லியோ? உன் இளைய பையனுக்கும் அந்த நீரஜாவுக்கும் சுத்தமா ஆகாது. நம்ம திட்டம் கண்டிப்பா ஜெயிக்கும்னு நேக்கு பூரண நம்பிக்கை இருக்கு" என்க ரகுநந்தனைப் பார்த்து முகம் சுளித்த நீரஜாட்சி அவருடைய நம்பிக்கையை இன்னும் அதிகரித்தாள்.

அதன் பின் விஜயலெட்சுமி வீட்டின் பெரியவர்களிடம் வணக்கம் சொல்லிவிட்டு வந்த விஷயத்தையும் சொல்ல அனைவருக்குமே இதில் ஆனந்தம் தான்.

கிருஷ்ணஜாட்சி கோதண்டராமனுடன் அமர்ந்திருந்த ஹர்சவர்தனிடம் "அம்மாஞ்சி கங்கிராட்ஸ்" என்றுச் சிரித்த முகமாகச் சொல்ல அவனுக்கோ எனக்கு இப்போது திருமணம் வேண்டாம் என்று வாய்விட்டுக் கத்த வேண்டும் போல் ஆங்காரம் வந்தது.

ஆனால் மகிழ்ச்சியில் பூரித்த தாயின் முகம் கண்ணில் படவே அந்த வார்த்தைகள் அவன் தொண்டை குழியிலேயே சமாதி ஆகிவிட்டது.

அவனும் சிரமத்துடன் புன்னகைக்க பத்மாவதி அவனுக்கு நெட்டி முறித்து திருஷ்டி கழித்தார்.

"என் ராஜா! இன்னைக்கு நான் எவ்ளோ சந்தோசமா இருக்கேன் தெரியுமா ஹர்சா?" என்று அவனைப் பார்த்தவரின் கண்ணில் சந்தோசக்கண்ணீர் மினுமினுக்க ஹர்சவர்தனுக்கு அதற்கு மேல் வேறு எதுவும் தேவை இல்லை என்றே தோன்ற அவனும் சிரித்த முகத்துடன் இருந்து கொண்டான்.

அதன் பின் ஒருவர் மாற்றி ஒருவராக அவனுக்கு வாழ்த்து சொல்ல நீரஜாட்சி இன்னும் வாழ்த்தாததை கவனித்த கிருஷ்ணஜாட்சி அவளிடம் "நீரு அம்மாஞ்சிக்கு கங்கிராட்ஸ் சொல்லிட்டு வா" என்றுச் சொல்ல அவள் முகத்தைச் சுருக்கி கொண்டு மறுத்தாள். கிருஷ்ணஜாட்சி கண்ணை உருட்டி மிரட்ட வேறு வழியின்றி கடமைக்கு ஒரு வாழ்த்தைச் சொல்லிவிட்டு வந்தாள்.

அதன் பின் சீதாலெட்சுமியிடம் சொல்லிவிட்டு அவுட் ஹவுஸை நோக்கிச் சென்றவளை பத்மாவதியிடம் விஜயலெட்சுமி சுட்டிக்காட்ட அவர் தான் இனி பார்த்துக் கொள்வதாகக் கூறி அவளைத் தொடர்ந்துச்

சென்றார்.

நீரஜாட்சி நீருற்றைத் தாண்டும் முன்னரே "நீரஜா கொஞ்சம் நில்லுடிம்மா" என்ற பத்மாவதியின் குரல் கேட்க அதை மதிக்காமல் எப்போதும் போல செல்ல விழைந்தவளை அவரது கரம் அழுத்தமாய் பற்றித் தடுக்க நீரஜாட்சியால் அதற்கு மேல் நகர இயலவில்லை.

இறுகிய முகத்துடன் அவரை நோக்கி திரும்பியவளை அவர் புன்னகையுடன் பார்த்துக் கொண்டிருந்தார்.

என்னவென்று ஏறிட்டவளை "உன்னைப் பார்த்தா சரியா இருபத்தஞ்சு வருசத்துக்கு முன்னாடி உன் அப்பாவை பார்த்த மாதிரியே இருக்குடி நேக்கு. அதே கோவம், அதே பிடிவாதம், அதே வைராக்கியம். சும்மா சொல்லக் கூடாது. மதிவாணனோட வாரிசுங்கிறதை ஒவ்வொரு தடவையும் நிரூபிக்கற" என்று பத்மாவதி புகழ அவளோ தன் தந்தையின் பெயரைக் கேட்டதும் சிறிது அமைதியானாள்.

அவரிடமிருந்து கையை உருவிக் கொண்டவள் "எங்க அப்பாவை புகழ்ந்தது போதும் மாமி. என்ன விஷயம்னு சொல்லுங்க. எனக்கு நிறைய உருப்படியான வேலை இருக்கு. நாளைக்கு வேற இண்டர்வியூ. அதுக்கு பிரிப்பேர் ஆகணும்" என்க

அவரோ "போகாத இண்டர்வியூவுக்கு ஏன்டிம்மா பிரிப்பேர் ஆகணும்?" என்று புன்னகை விரிய சொல்லிவிட்டு அதற்கு அவளின் அதிர்ச்சியை ரசித்தார்.

நீரஜாட்சி கடுப்புடன் "இங்க பாருங்க மாமி! நான் ஒன்னும் கிருஷ்ணா இல்ல. நீங்க என்ன சொன்னாலும் தலையாட்டுறதுக்கு. என் கிட்ட பேசறதுக்கு முன்னாடி கொஞ்சம் நிதானிச்சு பேசுறது உங்களுக்கு நல்லது" என்றுச் சொல்லிவிட்டு கோபம் மின்னும் விழிகளுடன் அவரை எரிக்கத் தொடங்கினாள்.

பத்மாவதியோ "அதையே தான்டிம்மா நானும் சொல்லறேன்! நீ கிருஷ்ணஜாட்சி மாதிரி இல்ல. நோக்கு வைராக்கியம் ஜாஸ்தி. அதனால தான் உன்னால இன்னும் என்னையோ, என் பசங்களையோ ஏத்துக்க முடியல. ஆனா உன் அக்கா மதுரவாணியை மாதிரி! அவளால ஈசியா எங்காத்துப்பசங்களோட பழக முடியறதுலயே அது தெரியறது. ஆனா என்ன பழக மட்டும் தான் செய்யறாளா இல்ல இந்த ஸ்ரீனிவாசவிலாசத்துல நிரந்தரமா தங்கிடலாம்னு எதுவும் திட்டத்தோட இருக்களானு யாருக்கு தெரியும்?" என்று வஞ்சகத்துடன் உரைக்க நீர-

ஜாட்சி பொறுக்க முடியாமல் கத்திவிட்டாள்.

"போதும் மாமி! ரொம்ப பேசிட்டிங்க. கிருஷ்ணாவுக்கு செல்ஃப் ரெஸ்பெக்ட் ஜாஸ்தி. உங்காத்துல போய் அவ நிரந்தரமா தங்க பிளான் போடுறானு சொல்லுறிங்களே, எதை ஆதாரமா வச்சு என் கிருஷ்-ணாவை பத்தி இப்பிடி அவதூறா பேசிறிங்க?" என்றுச் சீறியவளை அவளுக்குச் சிறிதும் குறையாத சீற்றத்துடன் எதிர்கொண்டார் பத்மாவதி.

"உன்னோட அக்கா என் நந்தனோட சிரிச்சு சிரிச்சு பேசிண்டு சுத்-தறானு நேக்கு தகவல் வந்துச்சு. நன்னா கேட்டுக்கோடிம்மா! உன் அக்-காவை என்னைக்குமே நான் என்னோட மருமகளா ஏத்துக்க மாட்டேன். இப்பிடி என் பையன் பின்னாடி பல்லை இளிச்சிண்டு போக வேண்-டாம்னு உன் அக்கா கிட்ட நீயே சொன்னாலும் அவ கேக்க மாட்டாடி" என்க

நீரஜாட்சி கடுங்கோபத்துடன் அவரை விரல் நீட்டி எச்சரித்து "மரி-யாதையா பேசுங்க மாமி! இவ்ளோ நேரம் நான் உறவுமுறையை நினைச்சும், உங்க வயசை நினைச்சும் அமைதியா இருக்கேன். அதை என்னோட பலகீனம்னு நினைச்சு பேசாதிங்க. என் கிருஷ்ணா ஒன்னும் உங்க பையன் பின்னாடி சுத்தலை. அவன் தான் அத்தங்கா அத்தங்-கானு அவ பின்னாடி சுத்திட்டிருக்கான்.

நான் அதைப் பத்தி கிருஷ்ணா கிட்ட கேட்டதுக்கு கூட அவ அம்-மாஞ்சி எனக்கு நல்ல ஃப்ரெண்டுனு சொன்னாளே தவிர அவ மனசுல உங்க பையன் மேல நீங்க நினைக்கிற மாதிரி எந்த எண்ணமும் இல்லை. இவ்ளோ ஏன் இந்த உலகத்தோட கடைசி ஆம்பளை உங்க நந்தன் தான்னு ஒரு நிலைமை வந்தா கூட என் அக்கா அவனை திரும்பிக் கூடப் பார்க்க மாட்டா" என்றுச் சொல்ல பத்மாவதி சிரித்தார்.

"அக்கா மேல அவ்ளோ அக்கறை இருக்கறதா நோக்கு? அப்போ இதையும் கேட்டுக்கோ! என்னோட நந்தன் மனசை கிருஷ்ணஜாட்சி-யோட அழகு தான் கலைச்சிருக்கு, அவ அப்பிராணினே வச்சுப்போம். ஆனா என் பையன் அவ்ளோ ஈசியா பிடிச்சவாள விட்டுக்குடுக்க மாட்-டான். அவளே விலகிப் போனாலும் என்னோட நந்தன் அவளை விட்டு விலக மாட்டான். அதே நேரம் உன்னோட அக்கா இந்த ஆத்தோட மருமாளா வந்தாலும் என்னால அவளை மனப்பூர்வமா ஏத்துக்க முடி-யாது" என்று தீர்மானமாகச் சொல்ல நீரஜாட்சி கோபத்தை அடக்கியபடி இனி என்ன செய்வது என்று தெரியாமல் விழித்தாள்.

"அதனால நோக்கு கொஞ்சமாச்சும் உன் அக்கா மேல அக்கறை இருந்தா என் நந்தனும் உன் அக்காவும் நெருங்காம கவனிக்கிற வேலையை செய். உன் கண் மறைச்சு கூட அவா ரெண்டு பேரும் பழகிடக் கூடாது" என்று அவர் கூற

நீரஜாட்சி கடுப்புடன் "என் கிருஷ்ணாவை நான் பார்த்துப்பேன். ஆனா உங்க மகனை என்ன செய்யுறதா உத்தேசம்? வேணும்னா நான் அவனோட பாடிகார்டா இருந்து ட்வென்டி ஃபோர் ஹவர்சும் அவன் கிருஷ்ணாவை சந்திக்கிறானா இல்லையானு அவனை கண்காணிச்சிட்டே இருக்கவா?" என்று கேட்டுவிட்டு முகத்தைச் சுளித்துக் கொண்டாள்.

பத்மாவதி "அதுல்லாம் தேவை இல்ல. நீ அவனோட கம்பெனில வேலைக்குச் சேர்ந்துடு. அதுவும் இருபத்திநாலு மணி நேரமும் அவன் கூடவே இருக்கற மாதிரி தான். ஆபிஸ் நேரத்துல அவன் எங்கே போறான் வர்றானு உன்னாலயும் ஈசியா தெரிஞ்சிக்க முடியும். அவன் உன் அக்காவை சந்திக்கவோ பேசவோ முயற்சி பண்ணுனா அதை உன்னால தடுக்கவும் முடியும்" என்று பொறுமையாய் தன் திட்டத்தைக் கூறினார்.

நீரஜாட்சி இவ்வளவு நாட்கள் தனக்கு வேலை கிடைத்தால் என்னென்ன செய்ய வேண்டும் என்று கண்டுவைத்திருந்த கனவுகள் அனைத்தும் அவளைப் பார்த்து கை கொட்டிச் சிரித்தன.

ஆனால் அந்த ரகுநந்தனால் தன்னுடைய அக்காவின் நடத்தை கேலிக்குரியதாக ஆகக் கூடாதென்றால் அவள் பத்மாவதியின் திட்டத்துக்கு உடன் பட்டே ஆகவேண்டும்.

கனத்த மனதுடன் "சரி மாமி! நான் உங்க சின்ன மகனோட கம்பெனியிலயே ஜாயின் பண்ணிக்கிறேன்" என்று சொல்ல பத்மாவதிக்கோ தன் தலை மீது யாரோ கூடை பூக்களை தூவுவது போன்ற உணர்வு.

மகிழ்ச்சியுடன் "இது போதும்டிம்மா! நான் உன்னை முழுசா நம்புறேன். நீயாச்சும் இத்தனை நாள் உங்களை கவனிச்சுகிட்ட மாமா வீட்டுக்கு உண்மையா இருக்கியே" என்றுச் சொன்னபடி அவளது நாடியைப் பிடித்து முத்தமிட்டுவிட்டுச் சென்றார்.

செல்லும் போதே விஜயலெட்சுமியின் "பத்மா! அந்த சின்னவளுக்கு நம்ம நந்தனை ஆகவே ஆகாது. கிருஷ்ணஜாட்சியையும் நந்துவையும் பிரிக்கணும்னா அது அவளாலே மட்டுமே முடியும். நீயோ நானோ

சொன்னா கேக்கறவன் இல்ல உன் இளையப்பிள்ளை. அதனால தான் சொல்லுறேன் இந்த நீரஜாவை நம்ம கன்ஸ்ட்ரெக்சன் கம்பெனியில ஜோலிக்குச் சேர சொல்லு. அதுக்கு அப்புறம் அவ கண்ணுக்குத் தப்பி நந்து எப்பிடி கிருஷ்ணஜாட்சியைச் சந்திப்பான்?" என்ற வார்த்தைகள் நினைவில் தோன்ற "திட்டம் போடறதில மன்னியை அடிச்சிக்க முடியாது" என்று சிலாகித்த வண்ணம் வீட்டுக்குள் சென்றார்.

நீரஜாட்சியோ வேலைக்குச் சென்ற பிறகாவது இந்த அவுட் ஹவுஸ் வாசத்துக்கு ஒரு முற்றுப்புள்ளி வரும் என்று நம்பியிருந்தவள் அந்த நம்பிக்கை சிதைந்த சோகத்தில் அவுட் ஹவுஸை நோக்கிச் சென்றாள்.

ஆனால் இவர்களின் பேச்சை ரகுநந்தன் ஒட்டுக்கேட்டுக் கொண்டிருந்ததை அவர்களில் ஒருவர் கூற அறியவில்லை. அன்னையின் தேவையற்ற பயம் அவனுக்கு அடக்கமாட்டாத சிரிப்பையே கொடுத்தது.

அதே நேரம் கிருஷ்ணஜாட்சியிடம் இருந்து தன்னை விலக்கி வைக்கிறேன் என்று நீரஜாட்சியுடன் தான் நெருக்கமாவதற்கான வழியைக் காண்பித்துச் சென்ற அன்னை அவன் கண்களுக்கு தெய்வமாகவே காட்சியளித்தார்.

ரகுநந்தன் "டேய் நந்து கிருஷ்ணா சொன்ன மாதிரி இந்த குயினுக்கு செக் வைக்க வேண்டிய நேரம் வந்துடுத்துடா. இதுல மெயின் காயினே கிருஷ்ணா தான். தெரிஞ்சோ தெரியாமலோ என் காதலுக்கு உதவியிருக்கா. இனி அவ பேரைச் சொல்லியே நீரஜாட்சியை நம்ம வழிக்குச் சுலபமா கொண்டு வந்துடலாம் போல" என்று சந்தோசத்தில் துள்ளிக் குதித்தபடியே வீட்டை நோக்கி நடைபோட்டான்.

16

பூங்காற்று 16

───❦───

பத்மாவதியிடம் தான் அவர்கள் நிறுவனத்திலேயே வேலைக்குச் சேர்-
வதாகச் சொல்லிவிட்டு வந்தாலும் நீரஜாட்சிக்கு இப்போதும் அங்கே
செல்வதில் தயக்கமே. தேவை இல்லாத விஷயத்துக்கு மாமி பயப்படு-
கிறாரோ என்று எண்ணியவள் இன்னொரு முறை அவரிடம் சென்று
பேசிப் பார்க்கலாம் என்ற எண்ணத்தில் கிருஷ்ணஜாட்சியிடம் சொல்லி-
விட்டு வீட்டை நோக்கிச் சென்றாள்.

விஜயலெட்சுமி இரவாகியும் இன்னும் கிளம்பாமல் பத்மாவதியுடனே
சுற்றிக் கொண்டிருந்தவர் நீரஜாட்சியைக் கண்டதும் "பத்மா குழந்தே
உன்னைத் தான் பார்க்க வந்திருக்கா போலிருக்கு. நேக்கும் நாழியறதுடி.
நான் ஆத்துக்கு கிளம்பறேன்" என்றுச் சொன்னவர்

நீரஜாட்சியிடம் வந்து அவளின் கன்னத்தைப் பிடித்துக் கொஞ்சி
"சமத்துப்பொண்ணா மாமி சொல்லற மாதிரி நடந்துக்கணும். வரட்டு-
மாடி?" என்றவாறு வெளியேறினார்.

பத்மாவதி அவரை அனுப்பிவைத்துவிட்டு வந்தவர் நீரஜாட்சியிடம்
சோபாவில் அமருமாறு சைகை காட்ட அவள் மறுத்துவிட்டு "மாமி!
கொஞ்சம் யோசிச்சுப் பாருங்க. உங்களோட இந்த பயம் அவசியமே
இல்லாததுனு உங்களுக்கே புரியவரும். உங்களுக்கு இஷ்டமில்லாத
எதையும் உங்க பையன் செய்ய மாட்டார். நீங்க அவர் கிட்ட நேரடி-
யாவே கிருஷ்ணாவைப் பிடிக்கலனு சொல்லறது தான் பெட்டர்" என்க

பத்மாவதி சிறுப்புன்னகையுடன் "இதை எல்லாம் நான் யோசிக்கா-
மலா உன் கிட்ட வந்திருப்பேனு நினைக்கிற? இங்க பாருடிம்மா! என்

பிள்ளைகள்ல ரகுநந்தன் என் பேச்சை அப்பிடியே கேக்கற ரகம் இல்ல. அப்பிடி கேக்கறவனா இருந்துண்டிருந்தா நான் லண்டன் போகாதேடானு தலைதலையா அடிச்சும் அவன் போயிருந்திருக்க மாட்டான். அவனுக்கு அம்மா பாசம்லாம் உண்டு. ஆனா அவனுக்குப் பிடிச்ச விஷயம்னு வர்றச்ச அம்மாலாம் அவனுக்கு கண்ணுக்கு தெரிய மாட்டா. அதனால நீ மனசை போட்டுக் குழப்பிக்காம நம்ம கம்பெனிக்கு கிளம்பற வழியைப் பாரு" என்றுச் சொல்லிவிட்டு அவரது அறையை நோக்கிச் சென்று-விட்டார்.

நீரஜாட்சி அவர் செல்வதைக் கடுப்புடன் பார்த்துவிட்டு "அவன் அடங்காம திரியறதுக்கு நாங்க என்ன பண்ணுவோமாம்? இந்த பத்து மாமி அதுக்குனு ஒரு நீதி நியாயம் வச்சிட்டு சுத்துது! ஒரு செகண்ட் கூட அவனோட என்னால இருக்க முடியாது. இந்த லெட்சணத்துல அவனோட ஒரே கம்பெனியில வேலை பார்க்கணும்னா இதுலாம் ரொம்ப பெரிய பனிஷ்மெண்ட்" என்று புலம்பிக் கொண்டே வீட்டை விட்டு வெளியேறினாள்.

அவுட் ஹவுஸிற்குப் போகப் பிடிக்காமல் தோட்டத்து ஊஞ்சலில் அமர்ந்து மூளையைக் கசக்கிக் கொண்டிருந்தவளின் அருகே யாரோ வந்து அமர திடுக்கிட்டுப் போனாள் நீரஜாட்சி. முகம் கொள்ளா புன்ன-கையுடன் அவள் அருகே அமர்ந்து இருந்தவன் ரகுநந்தன். அவனைக் கண்டதும் எழுந்து சென்றுவிடலாமா என யோசித்தவளை அவளது மனசாட்சி தடுத்தது.

"நீரு நீ சாட்சிக்காரன் கால்ல விழறதுக்குப் பதிலா சண்டைக்காரன் கால்ல விழுந்துடு. இவன் தானே இந்த பிரச்சனைக்கு மூலக்காரணம். இவன் கிட்டவே டேரக்டா கிருஷ்ணாவுக்கும் உனக்கும் இடையில என்ன நடக்குதுனு கேட்டுடு. ஒன்னும் இல்லைனு இவன் சொல்லிட்டா நீயும் தேவையில்லாம இந்த மூஞ்சில தினமும் எட்டுமணி நேரம் தொடர்ந்து முழிக்க வேண்டாம்" என்ற மனசாட்சியின் கூற்றும் அவளுக்குச் சரியாகப் படவே தன்னருகில் அமர்ந்திருந்தவனை நோக்கி சிறு புன்னகையை வீசினாள் அவள்.

ரகுநந்தனோ "இப்போ எதுக்கு இவ சிரிக்கிறா? டேய் நந்து ஏதோ பிளான் பண்ணுறாடா. பீ கேர்ஃபுல்" என்று தனக்குள் சொல்லிக் கொண்டபடி நீரஜாட்சியை நோக்கிப் புன்னகைத்தான்.

"என்ன குட்டி அத்தங்கா! நீ என்னையெல்லாம் பார்த்துச் சிரிக்கிற? நோக்கு உடம்பு எதுவும் சரியில்லையா?"

"நான் நல்லா தான் இருக்கேன் அம்மாஞ்சி. நான் உங்க கிட்ட ஒரு விஷயம் கேப்பேன். அதுக்கு எனக்கு நீங்க உண்மையைச் சொல்லணும்"

கண்ணை உருட்டி அவள் சொன்ன அழகை ரசித்தபடியே "சொல்லலாமே! நீ கேட்டு நான் பொய் சொல்லுவேனா?" என்று அவன் பதிலுறுக்க அவள் மனதில் நினைப்பதை கேட்டு விட்டாள்.

"கிருஷ்ணாவுக்கும் உங்களுக்கும் இடையில என்ன? ஐ மீன் நீங்க ரெண்டு பேரும் ஃப்ரெண்ட்ஸா? குளோஸ் ஃப்ரெண்ட்ஸா? இல்ல..." என்று சொல்லி அவள் தயக்கத்துடன் நிறுத்தினாள்.

ரகுநந்தன் மனதிற்குள் "ஆக இதுக்கு தான் நீ சிரிச்சு வச்சியாடி செல்லக்குட்டி? பதில் தானே! சொல்லிட்டாப் போச்சு" என்று எண்ணியபடியே அவளை ஓரக்கண்ணால் பார்த்தபடியே "கிருஷ்ணாவும் நானும் ரொம்ப குளோஸ். எவ்ளோ குளோஸ்னா இன்னைக்கு நானும் அவளும் சேர்ந்து ஒரு கேக்கை பேக் பண்ணி டெலிவரி பண்ணுற அளவுக்கு குளோஸ்" என்று சொல்லிவிட்டு நீரஜாட்சியின் முகத்தில் தோன்றும் கலவர பாவத்தை ரசிக்க ஆரம்பித்தான்.

நீரஜாட்சிக்கு நன்றாகவே தெரியும், கிருஷ்ணஜாட்சி கேக்கை பேக் செய்யும் போது யாரையும் அருகில் அனுமதிக்க மாட்டாள் என்று. அப்படிப்பட்டவள் இவனுடன் சேர்ந்து செய்தாளென்றால் ஏதோ இருக்கிறது என்று மனதில் பட சட்டென்று ரகுநந்தனிடம் "நீங்க என் கிருஷ்ணா கிட்ட இருந்து கொஞ்சம் விலகி இருங்க" என்றுச் சொல்ல அவனோ ஏதோ ஒரு பெரிய ஜோக்கைக் கேட்டது போல வயிற்றைப் பிடித்துக் கொண்டு சிரிக்க ஆரம்பித்தான்.

நீரஜாட்சி முறைக்க ஆரம்பிக்கவுமே "ஓகே ஓகே! சிரிக்கல. பட் உனக்கே இது கொஞ்சம் ஓவரா தெரியல? ஆல்ரெடி நானும் அவளும் தூரமா தானே இருக்கோம்" என்றுச் சொல்ல நீரஜாட்சியின் முகத்தில் சிறு நம்பிக்கைக்கீற்று வர ஆரம்பித்தது.

ஆனால் அடுத்த நொடி ரகுநந்தன் "ஆமா! அவுட் ஹவுஸ் இங்கே இருக்குனா என்னோட ரூம் அங்கே இருக்கு. அப்போ நானும் அவளும் விலகி தானே இருக்கோம்" என்று அவனது அறை இருக்கும் திசையை நோக்கி கையைக் காட்ட அவள் தலையிலடித்துக் கொண்டபடி எழுந்தாள். எழுந்தவள் அவளது ஃபிளாட் ஸ்லிப்பர் புல்லில் சிக்கி விழப்போக

ரகுநந்தன் அவளைக் கைப்பற்றி விழாமல் தடுத்தான்.

அவளும் சுதாரித்து நின்று கொண்டபடியே அவனது கையை உறுத்து விழிக்க ரகுநந்தன் அவள் பார்வை போகும் திசையை அறிந்து சட்டென்று கையை உருவிக் கொண்டான்.

அவன் கையை உருவிய வேகத்தில் அமர்த்தலாகச் சிரித்தவள் தனது கரத்தில் இல்லாத தூசியைத் தட்டிவிட்டபடியே அவுட் ஹவுஸை நோக்கி நடைபோட ரகுநந்தன் அவன் தலையிலேயே தட்டிக் கொண்டான்.

"ஏன்டா அவ முறைச்சா இப்பிடி பதறுற? நீ பதறிட்டே இரு. அவ உன்னை முறைச்சு முறைச்சே காரியம் சாதிச்சுப்பா" என்று அவனது மனசாட்சி கேலி செய்ய அவனும் இனி அவளது முறைப்பை எல்லாம் பொருட்படுத்தக் கூடாது என்று தீர்மானித்தவனாய் வீட்டை நோக்கிச் சென்றான்.

மாடிக்குச் சென்றவன் வராண்டாவில் அமர்ந்திருந்த அண்ணனைக் கண்டதும் அவனருகில் ஒரு மோடாவை இழுத்துப் போட்டு அமர்ந்தான்.

ஹர்சவர்தனின் முகத்தில் சுரத்தே இல்லாமல் இருக்க "டேய் ஹர்சா! என்னாச்சுடா? எதும் பிரச்சனையா? எல்லாரும் நிச்சயதார்த்த வேலையில பிஸியா இருக்கறச்ச நீ யாருக்கோ வந்த வாழ்வுனு இருக்க?" என்று அக்கறையுடன் வினவ

ஹர்சவர்தனோ தாடையை தடவிக் கொண்டபடி தம்பியை நோக்கியவன் "நான் ஒன்னு கேப்பேன். அந்த நிலமையில நீ இருந்தா உண்மையா நீ எப்பிடி ஃபீல் பண்ணுவேனு சொல்லணும்" என்க ரகுநந்தனும் தலையை ஆட்டிவைத்தான்.

"நந்து நீ ஒரு பொண்ணை முதல் தடவை பார்க்கிறப்போவே மனசுல ஏதோ ஒரு சஞ்சலம். அப்புறம் அவளோட ஒவ்வொரு அசைவும் நோக்குப் பிடிச்சுப் போகுது. அவ வேற ஒருத்தனோட பேசினா கூட நோக்கு கோவம் வர்றது. இதுக்கு பேர் என்னடா? அந்தப் பொண்ணு நமக்கு வேண்டாதவானு அம்மா சொல்லுறானு வையேன், நீ அந்த இடத்துல எப்பிடி ரியாக்ட் பண்ணுவ?"

"டேய் அண்ணா அந்த ஃபீலிங்குக்கு பேர் தான் லவ். நான் முன்னமே சொன்ன மாதிரி லவ் வர்றதுக்கு ஒரு செகண்ட் போதும்டா. அப்புறம் கேட்டியே அம்மா அவளை வேண்டாதவானு சொன்னா பண்ணுவனு, அது அம்மாவோட பிரச்சனைடா. அதுக்கு நான் என்னடா

பண்ணறது? என் மனசுக்குப் பிடிச்சவாளை நான் யாருக்காகவும் விட்-
டுக்குடுக்க மாட்டேன்டா. அம்மாவுக்காக கூட" என்று அழுத்தம் திருத்-
தமாகச் சொல்ல ஹர்சவர்தன் அவனது அந்த அழுத்தம் தனக்கு ஏன்
இல்லாமல் போனது என்று தன்னை நொந்து கொண்டான்.

*****

மறுநாள் காலையில் நிச்சயதார்த்ததுக்கு வேண்டியவற்றை ஏற்பாடு
செய்வதற்கு கோதண்டராமனும், வேங்கடநாதனும் மெனக்கிடவே கிருஷ்-
ணஜாட்சி தான் எல்லாவற்றையும் பார்த்துக் கொள்வதாக மாமாக்களிடம்
பேசிக் கொண்டிருந்தாள்.

பட்டாபிராமன் அந்த பரந்து விரிந்த ஹாலின் ஒரு மூலையில்
சாய்வுநாற்காலியில் அமர்ந்தபடி நீரஜாட்சிக்கு பகவத்கீதையின் ஒரு
வசனத்தை விளக்கிக் கொண்டிருந்தார்.

"யதா யதா ஹி தர்மஸ்ய க்லானிர் பவதி பாரத
அப்யுத்தானம் அதர்மஸ்ய ததாத்மானாம் ஸ்ருஜாம்யஹம் |
பரித்ராணாய ஸாதூனாம் விநாசாய ச துஷ்க்ருதாம்
தர்ம ஸம்ஸ்தாபனார்த்தாய ஸம்பவாமி யுகே யுகே"

"அதாவது எப்போலாம் தர்மம் சீர் கெட்டுப் போறதோ, அதர்மம்
தலை தூக்கறதோ, அப்பாவி மக்கள் எல்லாம் சிரமப்படுறாளோ அப்-
போலாம் தர்மத்தை நிலை நாட்ட பகவான் எல்லா யுகத்திலயும் அவத-
ரிப்பார். புரியறதா நோக்கு?" என்க நீரஜாட்சி தலையை ஆட்டிக் கேட்-
டுக் கொண்டிருந்தாள்.

பத்மாவதி அவருக்கு காபியைக் கொண்டுவந்து வைத்தவர் நீரஜாட்-
சியிடம் "குழந்தே நீயும் எடுத்துக்கோடி" என்று அவளுக்கும் ஒரு டபரா
டம்ளரை நீட்ட நீரஜாட்சி பிகு பண்ணாமல் காபியை எடுத்துக் கொண்-
டாள்.

அவர் சென்றதும் காபியை ஆற்றியபடியே பட்டாபிராமனிடம் "பட்டு
சும்மா சொல்லக் கூடாது! உங்க மூத்தமருமகளோட காபிக்கு நான்
அடிமை" என்று நாக்கைச் சுழற்றியவண்ணம் சொல்லிவிட்டு சொட்டு
கூட மிச்சம் வைக்காமல் காபியைக் குடித்தவள் இருவரது டம்ளர்களை-
யும் சமையலறையில் சென்று கொடுத்துவிட்டு வந்து மீண்டும் தாத்தா-
வின் பகவத்கீதை பிரசங்கத்தை கேட்க அமர்ந்தாள்.

நிச்சயதார்த்த ஏற்பாடு பற்றி சீதாலெட்சுமி தன்னுடைய கருத்துக்க-
ளைச் சொல்ல பத்மாவதியும் அதை மனதில் குறித்துக் கொண்டார்.

மாடியிலிருந்து அலுவலகம் செல்ல இறங்கிவந்த இரு மகன்களையும் புன்னகையோடு பார்த்தவர் "ஹர்சா உன் நிச்சயத்தைப் பத்தி தான்டா எல்லாரும் பேசிண்டிருக்கோம்" என்று வாயெல்லாம் பல்லாகச் சொல்ல அவரது மைந்தனோ வேண்டாவெறுப்பாகச் சிரித்து வைத்தான்.

கோதண்டராமன் கிருஷ்ணஜாட்சியிடம் "குழந்தே டி.எம்.எஸ் மஹால் ஓனர் கிட்ட நான் பேசிட்டேன். நீ போய் அட்வான்ஸ் குடுத்து மத்ததை முடிச்சிட்டு வந்துடு" என்க கிருஷ்ணஜாட்சி அதற்கு சரியென்று தலை-யாட்டினாள்.

ரகுநந்தனின் குறுக்குப்புத்தி வேகமாக வேலை செய்ய ஒரு கணம் அம்மாவையும் நீரஜாட்சியையும் பார்த்தவன் கிருஷ்ணஜாட்சியை நோக்கி "அத்தங்கா நீ தானே நிச்சயதார்த்த வேலை எல்லாம் செய்யப் போற! நீ ஏன் தனியா சிரமப்படுற? நானும் உனக்கு கொஞ்சம் உதவ-றேன்" என்க அவளும் தலையாட்டினாள்.

அவனது பேச்சைக் கேட்டு அதிர்ந்தது இருவர். அந்த இருவரில் மூத்தவர் இளையவளைப் பார்த்து கண்ணால் சைகை காட்ட அவளோ "நான் பார்த்துக்கிறேன்" என்று அவரிடம் கண்ணால் பேசிவிட்டு மாமா இருவரும் அமர்ந்திருக்கும் இடத்துக்கு வந்தாள்.

ரகுநந்தன் அவளைக் கேலியாகப் பார்த்தபடி "தெரியும்டி நீ வரு-வேனு. ஆனா இவ்ளோ சீக்கிரம் வருவேனு நான் எதிர்ப்பாக்கல. தேங்க்யூ பகவான்" என்று மனதிற்குள் இஷ்டதெய்வத்துக்கு நன்றி கூறி-விட்டு நல்லப்பிள்ளை போல கிருஷ்ணஜாட்சியை நோக்கி

"கிருஷ்ணா நானும் தி.நகர் தாண்டி தான் போறேன். வாயேன் உன்னை டி.எம்.எஸ் மஹால்ல டிராப் பண்ணுறேன். எப்பிடி பார்த்தாலும் இந்த நிச்சயதார்த்ததுல இருந்து கல்யாணம் வரைக்கும் நீயும் நானும் தானே எல்லா விஷயத்தையும் எடுத்துச் செய்ய போறோம்" என்றுச் சொல்லி அவனைப் பெற்றவரின் இதயத்தை ஹிரோசிமா நாகசாகி அளவுக்குத் தாக்கிக் கொண்டிருந்தான்.

நீரஜாட்சி பத்மாவதியின் முகம் போன போக்கைப் பார்த்தவள் இதற்கு மேல் இவனை விட்டு வைத்தால் அவரை அவசர சிகிச்சை பிரிவில் சேர்க்கும் அளவுக்கு கொண்டு சென்றுவிடுவான் என்று அனு-மானித்துவிட்டாள்.

வேகமாக கோதண்டராமனிடம் "மாமா! கிருஷ்ணா ஆல்ரெடி ஹோட்டல், பேக்கரினு நாள் பூரா கஷ்டப்படறா. இதுல இந்த அரேஞ்ச்-

மெண்டும் அவளே பார்த்தா அலைச்சல் ஜாஸ்தி ஆகிடப்போறது. நான் சும்மா தானே இருக்கேன். இந்த அரேஞ்ச்மெண்ட் எல்லாம் நானே பார்த்துக்கிறேன்" என்றுச் சொல்ல

வேங்கடநாதன் குறுக்கிட்டு "இல்லடிம்மா! நீ குழந்தை! உனக்கு எதுக்கு சிரமம்?" என்று மருமகளை வேண்டாமென்று மறுக்க

பத்மாவதி "ஏண்ணா அவ தான் செய்யறேனு சொல்றாளோன்னோ, கிருஷ்ணாவும் தான் பாவம். குழந்தே எவ்ளோ வேலையை தான் செய்வா?" என்று நீரஜாட்சிக்கு பரிந்துப் பேச பட்டாபிராமன் சீதாலெட்சுமியிடம் மருமகளின் மாற்றத்தைச் சுட்டிக் காட்ட தவறவில்லை.

ரகுநந்தனோ ஒரு கேலியான முகபாவத்துடன் இதை வேடிக்கை பார்த்துக் கொண்டிருக்க பத்மாவதி அவன் புறம் திரும்பியவர் "நீரஜாவை ஒன்னும் தனியா அனுப்ப வேண்டாம்ணா! நம்ம நந்துவை கூடவே அனுப்புவோம். அவா ரெண்டு பேருமா சேர்ந்து ஏற்பாடுகள் எல்லாம் கவனிச்சுப்பா. என்னடா நீரஜா கூட சேர்ந்து கல்யாண வேலையை பார்ப்பியோன்னோ?" என்று வினவ

அவனும் ஏதோ போனால் போகிறது என்பது போல "ம்ம்... பார்த்துப்பேன்" என்று இழுத்தபடி முடித்தான்.

அத்தோடு தந்தையிடம் "அப்பா! போர்ட் மீட்டிங்குக்கு நோட்டிஸ் இஸ்யூ அனுப்பிச்சாச்சா? நம்ம தவிர வேற யார் கலந்துப்பா? கோரம் (QUORUM) வேற வரணுமே?" என்று தொழிலையும் விசாரிக்கத் தவறவில்லை.

வேங்கடநாதன் "நேத்து முதல் வேலையா அதை தான் செய்யச் சொன்னேன்டா கண்ணா. என்னோட செகரட்டரி ஈவினிங்கே மெயில் அனுப்பிட்டார். கோரம் பத்தி கவலைப்படாதேடா. என் ஃப்ரெண்ட், அவனோட சன் ரெண்டு பேர் அப்புறம் எல்லாமே நம்மாத்து மனுஷா தான் ஷேர்ஹோல்டர்ஸ்" என்று சொல்ல அவனும் நிம்மதியானான்.

நீரஜாட்சியை ஓரக்கண்ணால் பார்த்தபடி "அப்பா எதுக்கும் நம்ம நீருவை உங்க செகரட்டரி மோகன் அங்கிள் கிட்ட டிரெயினிங் அனுப்புங்கோ. பின்னாடி அவளுக்கு யூஸ்ஃபுல்லா இருக்கும்" என்றுச் சொல்ல கிருஷ்ணஜாட்சியிலிருந்து அனைவருக்கும் இவன் என்ன சொல்கின்றான் என்ற குழப்பம்.

நீரஜாட்சியோ "நான் ஏன்டா செகரட்டரி வேலைக்கு டிரெயினிங் போகணும்? நான் அக்கவுண்ட்ஸ் தானே பார்க்கப் போறேன்" என்று

மனதிற்குள் பொறுமினாள்.

அதை அதிகரிக்கும் விதமாக பத்மாவதி "ஆமாண்ணா! நீரஜா நம்ம கம்பெனியிலயே வேலைக்குச் சேர்ந்துக்கிறேன் மாமினு நேத்தைக்கே என்னண்ட சொல்லிட்டா. நேக்கும் குழந்தையை வெளியாள் யார் கிட்-டவும் வேலைக்கு அனுப்ப இஷ்டம் இல்லண்ணா" என்று பதவிசாகக் கூற சீதாலெட்சுமி, பட்டாபிராமன், கிருஷ்ணஜாட்சி மட்டுமல்ல மைதி-லியுமே இதை வியப்பாக தான் பார்த்தார்.

கோதண்டராமன் தான் "சும்மா எல்லாரும் மன்னியையே பாக்கா-தேள். அவா பலாப்பழம் மாதிரி. அவா நீரஜா விஷயத்துல நல்ல முடிவு தான் எடுத்திருக்கா. நேக்கு இதுல பரிபூர்ண சம்மதம் மன்னி" என்று பச்சைக்கொடி காட்டிவிட வேங்கடநாதனும் இதற்கு சம்மதித்துவிட்டார்.

சீதாலெட்சுமி, பட்டாபிராமன் இருவரின் கவலையே வேறு. நீரஜா-வும், நந்தனும் எலியும் பூனையுமாக கம்பெனியில் போல் சண்டையிட்-டுக் கொண்டால் இவர்கள் மூஞ்சியை எங்கே வைத்துக் கொள்வார்கள் என்பதே அவர்களின் கவலை.

ஆனால் இவையனைத்துக்கும் முத்தாய்ப்பாக நீரஜாட்சியே அதற்கு சம்மதித்துவிட்டாள் என்றால் அவர்கள் அதற்கு மறுப்பு தெரிவிக்க விரும்பவில்லை.

ரகுநந்தன் அவளைக் கேலியாக பார்த்துவிட்டு "எக்ஸ்பீரியன்ஸ் இல்-லாத எம்பிளாயிக்கு டிரெயினிங் குடுக்கிறது வழக்கம் தானே சித்தப்பா. சோ அப்பாவோட செகரட்டரி மோகன் சார் கிட்ட சொல்லிடுங்கோ நீர-ஜாட்சிக்கு அவர் தான் டிரெயினிங் குடுக்கணும்னு. நாளை பின்னே என்னோட செகரட்டரியா அவ வேலை செய்யறச்ச அது தெரியாது இது தெரியாதுனு முழிக்க கூடாதோன்னோ" என்று சொல்லி நீரஜாட்சியை அதிரவைத்தான்.

அவளோ "இவனுக்கு செகரட்டரியா இருக்கவா நான் டிஸ்டிங்சன்ல பாஸ் பண்ணுனேன்? அம்மாவும் பிள்ளையும் என் அமைதியை அவங்க-ளுக்குச் சாதகமா பயன்படுத்திக்கிறிங்களா? எனக்கும் ஒரு காலம் வரும். அப்போ காட்டுறேன் இந்த நீரஜா யாருனு" என்று மனதிற்குள் கறுவி-யபடியே சபதமிட்டுக் கொண்டாள்.

அவன் அதோடு விட்டால் பரவாயில்லை. நீரஜாட்சியை தலையிலி-ருந்து கால் வரை பார்த்தவன் "என்ன குட்டி அத்தங்கா இதே கோலத்-திலேயா மண்டபம் புக் பண்ண வரப் போற? போய் டிரஸ் சேஞ்ச் பண்-

ணிண்டு வா" என்க அவளும் அப்போது தான் தன்னைக் கவனித்தாள்.

காலையில் குளித்து முடித்துவிட்டு வீட்டில் இருக்கும் போது போட்டுக் கொள்ளும் லாங் ஸ்கர்ட் மற்றும் டாப்பில் இருந்ததைப் பார்த்தவள் "ஃபைவ் மினிட்ஸ்ல வர்றேன்" என்றபடி அவுட் ஹவுஸை நோக்கி ஓடினாள்.

சீதாலெட்சுமி சத்தமாக "சுபகாரியத்துக்கு அட்வான்ஸ் குடுக்கப் போறடிம்மா. ஒரு நல்ல புடவையா கட்டிண்டு வா. எப்போவும் போல அந்த திரைச்சீலையை போட்டுண்டு வந்து நிக்காதே" என்று அவளது டிரெண்டியான டாப் கலெக்சனை கேலி செய்தார்.

அவர் சொன்னதைக் கேட்டு குடும்பமே சிரித்து வைக்க அவர்களுடன் சேர்ந்துச் சிரித்த கிருஷ்ணஜாட்சி தனக்கு ஹோட்டலுக்கு நேரமாவதால் கிளம்புவதாகச் சொல்லி விட்டு எழுந்தாள்.

பத்மாவதி மிகுந்த அக்கறையுடன் "ஹர்சா கண்ணா! நீயும் ஹோட்டலுக்கு தானேடா போற? கிருஷ்ணாவையும் உன்னோட அழைச்சிண்டு போடா" என்றுச் சொல்ல இவ்வளவு நேரம் பியூஸ் போன பல்பு போல் இருந்த அவன் முகம் அப்போது ஆயிரம் வாட்ச் பல்பாக மாறி தகதகத்தது.

கிருஷ்ணஜாட்சியும் அவனுடன் கிளம்ப எத்தனிக்க சீதாலெட்சுமி "இருடிம்மா! கால்ல சக்கரம் கட்டுன மாதிரி ஓடாம இன்னைக்காச்சும் காத்தாலே இந்த பாட்டி கையால சாப்பிட்டிட்டுப் போ" என்று அவளைச் சாப்பிட அழைக்க அவளும் மறுப்பு ஏதும் சொல்லாமல் அவருடன் டைனிங் டேபிளை நோக்கிச் சென்றாள்.

சீதாலெட்சுமி பட்டாபிராமன் அருகில் ஒரு நாற்காலியை இழுத்துப் போட்டுக் கொண்டு அமர அவளுக்கு எதிர்புறம் ரகுநந்தனுடன் அமர்ந்தான் ஹர்சவர்தன்.

சீதாலெட்சுமி அவளுக்கு ஊட்டிவிட அவள் சாப்பிடும் அழகை ரசித்தபடியே தானும் இட்லிகளை உள்ளே தள்ளியவன் அவளுக்கு சிரசில் அடிக்கவே வேகமாக தண்ணீர் டம்ளரை நீட்டினான்.

அவள் தண்ணீரை குடித்துவிட்டு "தேங்க்ஸ் அம்மாஞ்சி" என்றுப் புன்னகைத்து வேறு வைக்க ஹர்சவர்தனுக்கு அன்றைக்கு இட்லியும் சாம்பாரும் பாயாசமாக இனிக்கத் தொடங்கியது. ரகுநந்தனுக்கு போன் வரவே அவனது தாத்தாவுக்கு சாப்பிடும் நேரத்தில் பேசுவது பிடிக்காது என்பதால் கொஞ்சம் விலகி நின்று பேச ஆரம்பித்தான்.

பூங்காற்றிலே உன் சுவாசம் - முதல் பாகம்

அதற்குள் நீரஜாட்சியும் பேபி பிங்கில் எளிமையான ஷிபானில் தயாராகி ஹாலுக்கு வந்தவள் குடும்பமே ஒன்றாக அமர்ந்து உண்பதைக் கண்டபின் ஹாலை நோக்கிச் செல்ல விழைந்தாள்.

சீதாலெட்சுமி "சாப்பிட்டிட்டு போடிம்மா" என்க அவளோ இறுகிய முகத்துடன் "வேண்டாம் சித்தம்மா! நான் அவுட் ஹவுஸிலயே சாப்பிட்டிட்டு தான் வந்தேன்" என்று பிடிவாதமாக உரைத்துவிட்டு ஹாலுக்குச் செல்ல திரும்பிய போது போன் பேசிவிட்டு வந்த ரகுநந்தன் மீது மோதவிருந்தவள் சுதாரித்து நின்று கொண்டாள்.

ரகுநந்தனோ அந்த எளிய புடவையிலும் கொள்ளை அழகாக இருந்தவளை பார்த்து இமைக்க மறந்து விழிக்க நீரஜாட்சிக்கு அவனது அந்த ஆளை விழுங்கும் பார்வை வழக்கம் போல அசவுகரியத்தைக் கொடுத்தது.

அவனை முறைத்துவிட்டு ஹாலின் சோபாவில் சென்று அமர்ந்து கொண்டாள். அவன் அந்த இடத்தை விட்டு நகராமல் அவளையே இன்னும் ரசித்துக் கொண்டிருக்க பட்டாபிராமனின் "நந்து சாப்பாட்டை காக்க வைக்கக் கூடாதுடா" என்ற அதட்டலில் அவனது இருக்கையில் அமர்ந்தான்.

அவனுக்கு அடுத்து இருக்கும் அண்ணனிடம் "டேய் ஹர்சா! நீருகுட்டியை மட்டும் சாப்பிட கூப்பிடாம இருக்கேளேடா. இது பகவானுக்கு அடுக்குமா?" என்க

அவனோ கிருஷ்ணஜாட்சியைக் கவனித்தவாறே "கூப்பிட்டா மட்டும் அவ ஓடி வந்து சமத்தா சாப்பிடுவா பாரு! அவ ரொம்ப பிடிவாதமான பொண்ணுடா! வந்தா நாள்ல இருந்து நம்மாத்துல அவ சாப்பிட்டதே இல்ல. பாட்டியே கூப்பிட்டாலும் மாட்டேனுவா. அதனால நீருகுட்டி அது இதுனு சொல்லி அவளுக்குள்ள உறங்கிண்டிருக்கற சந்திரமுகியை எழுப்பி விடாம சாப்பிட்டு முடிடா" என்றுச் சொல்ல ரகுநந்தனுக்கோ ஒரு வாய் சாப்பாட்டுகே இவ்வளவு பிடிவாதம் பிடிப்பவளை எவ்வாறு சரிகட்டுவது என்ற கவலை.

ஆனால் அது எதையும் போட்டு வருத்திக் கொள்ளாமல் நீரஜாட்சியின் பக்கவாட்டு தோற்றத்தில் விழியைப் பதித்தவாறு சாப்பிட்டு முடித்தான் ரகுநந்தன்.

கை கழுவி விட்டு ஹாலுக்கு வந்தவனிடம் வேங்கநாதன் செக்கை நீட்ட அதை வாங்கிப் பத்திரப்படுத்திக் கொண்டவன் அனைவரிடமும்

சொல்லிவிட்டுக் கிளம்பினான்.

நீரஜாட்சி "நான் மட்டும் புடவை கட்டிட்டு போகணுமாம். இந்த நெட்டைக்கொக்கு மட்டும் ஜீன்சிலயே சுத்துவானாம். இது எந்த ஊரு நியாயம்?" என்று முணுமுணுத்தபடி அவனைப் பின் தொடர்ந்தாள்.

ரகுநந்தன் அவள் முணுமுணுப்பதைக் கேட்டுக் கொண்டே பைக்கின் சாவியைத் திருகியவன் "உக்காரு" என்க

நீரஜாட்சி "போன தடவை மாதிரி நடுரோட்டுல விட்டிட்டுப் போயிட மாட்டியே?" என்று கவனமாகக் கேட்க அதை நினைத்து நாக்கை கடித்-துக் கொண்டான் அவன்.

"வாட் இஸ் திஸ் நீரு? இனி நீயே சொன்னாலும் உன்னை விட்டுட்-டுப் போற ஐடியா நேக்கு இல்லையாக்கும். சும்மா என்னை சந்தேகக்-கண்ணோட பாக்காதேடி" என்று பூடகமாக தனது மனநிலையை விளக்க

அவளோ அதை புரிந்து கொள்ளாமல் அவனது 'டி'யில் கடுப்பான-வள் "சரி சரி! இது தான் சாக்குனு என்னை 'டி' போட்டுக் கூப்பிட்டு இரிட்டேட் பண்ணாதே" என்றபடி அவன் பின்னே அமர பத்மாவதியின் மைந்தன் அவனது அன்னையின் கண் முன்னரே அவளுடன் பைக்கில் கிளம்பினான்.

17

பூங்காற்று 17

ஹர்சவர்தனுடன் காரில் ஏறிய கிருஷ்ணஜாட்சி ஹோட்டலை அடையும் வரை அவனுடன் எதுவும் பேசவில்லை. காரை தரிப்பிடத்தில் விட்டு-விட்டு அவனுடன் இறங்கி நடந்து வரும் போது அவன் கீழே கவனிக்-காமல் சென்றதில் கல் தடுக்கி விழப் போனான்.

அவனை விழாமல் கைப்பற்றி தடுத்தவள் "ஹர்சா பார்த்து நடக்க மாட்டிங்களா?" என்று அக்கறையுடன் கூற ஹர்சவர்தனுக்கு அவனது பெயரே அன்று அழகாக மாறிவிட்டது போல தோன்றியது.

கிருஷ்ணஜாட்சியை புருவம் உயர்த்தி நோக்கியபடி "கிருஷ்ணா நீ என் பேரை சொல்லி கூப்பிட்டியா?" என்று கேலியாகக் கேட்க அவளோ பதற்றத்தில் தவறு செய்த குழந்தை போல நாக்கைக் கடித்துக் கொண்டு செல்லமாய் அவள் தலையிலே குட்டிக் கொண்டாள்.

அவ்வாறு செய்யும் போது அவள் மிகவும் அழகாக இருப்பது போல் அவனுக்குத் தோன்ற "அது ஒன்னும் கொலைக்குத்தம் இல்ல. சோ நீ இவ்ளோ கியூட் ரியாக்சன்லாம் குடுக்க வேண்டாம்" என்று அவளை ரசித்தபடியே கூறினான்.

கிருஷ்ணஜாட்சி தலையை ஆட்டியபடி "அதுவும் சரி தான். கூப்பி-டுறதுக்கு தானே பேர் வச்சிருக்காங்க. எனக்கும் அம்மாஞ்சி அம்மாஞ்-சினு சொல்லி போர் அடிச்சுப் போச்சு. ரொம்ப ஓல்ட் டைப்பா இருக்கு" என்று அவனுடன் அவள் சாதாரணமாகப் பேசிக்கொண்டே வர

அவனும் அவள் பேச்சில் கலந்து கொண்டவனாய் "அப்போ ஏன் இத்தனை நாளா அப்பிடி கூப்பிட்டிங்க மேடம்?" என்று கேலி செய்ய

அதற்கான உண்மைக்காரணத்தை நினைத்து அவள் சிரித்தபடி நடந்தாள்.

"அம்மா அடிக்கடி இந்த ரிலேசன்ஷிப் பத்தி சொல்லுவாங்க. அதுல அம்மாஞ்சிங்கிற வார்த்தையைக் கேட்டா எனக்கு ஏனோ காமெடியா இருக்கும். சிட்டிக்கு வந்த புதுசுல எனக்கு உங்களையும் சின்ன அம்மாஞ்சியையும் அவ்ளோவா பிடிக்காது. அதான் உங்களை கலாய்க்கிறதுக்காக அப்பிடி கூப்பிடுவோம்" என்று இத்தனை நாள் இரகசியத்தைப் போட்டு உடைக்க

அவனோ "வாட்? கூப்பிடுவோமா? அப்போ நீரஜாவும் உன்னை மாதிரி தானா? அப்போ அக்காவும் தங்கச்சியும் மனசாற எங்களை அம்மாஞ்சினு சொல்லலை? அப்பிடி சொல்லி எங்களை கலாய்ச்சிருக்கிங்க!" என்று சொல்ல அவளும் ஆமாமென்று தலையாட்டியபடியே வந்தாள்.

அவனுக்கான அலுவலக அறை வந்தும் உள்ளே போகாமல் நின்றவனைக் கண்டு "உள்ளே போகலையா அம்மாஞ்சி?" என்று கேலி செய்ய ஹர்சவர்தன் ஆட்காட்டி விரலால் புருவத்தை நீவிவிட்டுக் கொண்டான்.

கையைக் கட்டி தன்னை கேலியாகப் பார்த்துக் கொண்டிருந்தவளை நோக்கி "கிருஷ்ணா! நீ என்னை ஹர்சானே கூப்பிடு" என்று ஆழ்ந்த குரலில் சொல்ல அவளுக்கோ அந்த குரல் உணர்த்தும் செய்தி புரியாதால் மாட்டேன் என்று மறுத்து தலையாட்டிவிட்டு கிச்சனை நோக்கி நகரப் போனவள் நகர இயலாமல் நின்றாள்.

ஏனெனில் அவளது கரத்தை இறுக்கமாகப் பற்றி நிறுத்தியிருந்தவன் ஹர்சவர்தன்.

திகைப்புடன் திரும்பியவள் சுற்றும் முற்றும் பார்த்தபடி கலவரத்துடன் "என்ன பண்ணுறிங்க? யாராச்சும் பார்த்துடப் போறாங்க. முதல்ல கையை விடுங்க" என்றுச் சொல்ல

ஹர்சவர்தன் குறும்பாகப் பார்த்தபடி "நீ இனிமே என்னை ஹர்சானு கூப்பிடுவேனு சொல்லு. நான் கையை விடறேன்" என்றான் பிடிவாதக் குரலில்.

அவள் வேறு வழியின்றி "சரி உங்களை இனிமே ஹர்சானு தான் கூப்பிடுவேன். போதுமா? லீவ் மை ஹேண்ட்" என்று தவிப்புடன் கூற

அவன் மீண்டும் கேலியாக "எங்கே ஒரு தடவை என்னை ஹர்சானு கூப்பிடு பார்ப்போம்" என்று சொல்லவும் கிருஷ்ணஜாட்சிக்கு தனது

தலையை எங்கே சென்று முட்டிக் கொள்வது என்றே புரியவில்லை.

சொல்லாவிட்டால் அவன் தன் கையை விட மாட்டான் என்பதை அவனது முகபாவத்திலிருந்து அறிந்து கொண்டவள் "ஹர்சா பிளீஸ் கையை விடுங்க" என்றுச் சொல்ல அவனும் நல்லப்பிள்ளையாக கையை விடுவித்தான்.

"நீ இவ்ளோ நார்மலா என் கிட்ட பேச மாட்டியே? அது தான் எனக்கு கொஞ்சம் ஷாக்கா இருக்கு" என்று கிண்டலாக அவளைப் பார்க்க

அவளோ "இவ்ளோ நாள் நீங்க உங்க அம்மாக்கு பிள்ளையா இருந்திங்க. இப்போ அப்பிடி இல்லையே! நீங்க வர்ஷாவோட ஆத்துக்-காரர் ஆகப் போறிங்க. அதனால நோ பிராப்ளம். நான் உங்க கிட்டவும் இனி சாதாரணமா பேசலாம்னு இருக்கேன்" என்று பெரிய மனதுடன் சொல்லிவிட்டு "ஓகே எனக்கு டைம் ஆச்சு. நான் கிளம்புறேன் அம்... ஹர்சா" என்றுச் சொல்லிவிட்டு கிச்சனை நோக்கிச் செல்ல அவளது வார்த்தை கொடுத்த அதிர்ச்சியிலிருந்து மீள முடியாமல் அவனது அலு-வலக அறையை நோக்கிச் சென்றான் ஹர்ஷவர்தன்.

அங்கே சென்று அவனது சுழல் நாற்காலியில் அமர்ந்தவனுக்கு தன் மனதில் கிருஷ்ணஜாட்சியைக் கண்டதும் எழும் உணர்வுக்கு எதிர்கா-லமே இல்லையென்று அறிந்த பின்னும் அவளது ஒவ்வொரு செய்கை-யிலும் அவன் மீண்டும் மீண்டும் அவளிடம் மயங்குவது ஏன் என்று புரியவில்லை.

அவனுக்கே தெரியும் அவனது தாயால் வர்ஷாவைத் தவிர வேறு யாரையும் தனது மனைவியாக எண்ண முடியாது என்று. அப்படியே வேறு ஒருத்தி என்று வந்தாலும் அவள் மதுரவாணி அத்தையின் மகளாக இருந்தால் நிச்சயமாக அவனது அன்னை சம்மதிக்க மாட்டார் என்பதும் அவனுக்கு உள்ளங்கை நெல்லிக்கனி போல தெரிந்தாலும் அவனால் கிருஷ்ணஜாட்சியைக் கண்டதும் அவள்பால் சரியும் அவனது மனதைக் கட்டுப்படுத்த முடியவில்லை.

ஒவ்வொரு முறையும் அதற்காக முயன்று முயன்று அந்த முயற்சிக-ளில் எல்லாம் அவன் தோல்வியையே கண்டான். தலையைப் பிடித்தபடி யோசனையில் இருந்தவனுக்கு வர்ஷாவிடம் இருந்து போன் வர இயந்-திரம் போல் எடுத்து "ஹலோ" என்க அவளோ மறுமுனையில் கலகலப்-பாக நடக்கப் போகும் நிச்சயதார்த்தத்தைப் பற்றி பேச ஆரம்பிக்க சிறிது

நேரத்தில் அவனும் அந்த கலகலப்பில் மற்றதை மறந்து போனான்.

அதே நேரம் நீரஜாட்சியும் ரகுநந்தனும் டி.எம்.எஸ் மஹாலில் இறங்கி உள்ளே செல்ல மண்டபத்தின் மேனேஜர் அவர்களை வரவேற்றார்.

"வாங்க சார்! கொஞ்ச நேரத்துக்கு முன்னாடி தான் கிருஷ்ணமூர்த்தி சார் கால் பண்ணி நீங்க வருவிங்கன்னு சொன்னார்" என்று சொல்லிக் கொண்டே உள்ளே அழைத்துச் சென்றார்.

நீரஜாட்சி மண்டபத்தை தன் கண்களால் படம்பிடித்தவாறே அவர்களுடன் நடக்க ரகுநந்தனும் அவளுடன் சேர்ந்து உள்ளே சென்றான். நீரஜாட்சி மண்டபத்தின் பார்க்கிங் வசதி, டைனிங் ஹால் பற்றி எல்லாம் அவரிடம் கேள்வி எழுப்பிக் கொண்டே வர அவரும் பொறுமையுடன் பதிலளித்தபடி வந்தார்.

"குறைஞ்சது ஆயிரம் பேராச்சும் வருவாங்க சார். அதான் நான் அடிக்கடி கேட்டு கன்ஃபர்ம் பண்ணிக்கிறேன். இஃப் யூ டோண்ட் மைண்ட் நான் இந்த மண்டபத்தை போட்டோ எடுத்துக்கலாமா? கல்யாணப்பொண்ணோட ஆர்டர். என்னால மறுக்க முடியல" என்று அவள் கேட்ட பாணியில் சரியென்று அவர் அனுமதி அளிக்க நீரஜாட்சி ஹாலை வளைத்து வளைத்து புகைப்படம் எடுக்க ஆரம்பித்தாள்.

டைனிங் ஹால், பார்க்கிங், மணமகள் அறை என்று ஒன்றை கூட விடாமல் எடுத்தவள் மணமேடைக்குச் சென்று அதையும் ஒரு புகைப்படம் எடுத்துக் கொண்டாள்.

அவள் பின்னூடே வந்த ரகுநந்தன் "வெறும் ஹோமகுண்டத்தை மட்டும் என்ன பண்ண போற?" என்று கேலி செய்ய அவளோ அதைக் கண்டு கொள்ளாமல் "வர்ஷாக்கா தான் போட்டோ எடுக்க சொன்னா" என்று கூறினாள் காரியத்திலேயே கண்ணாக.

ரகுநந்தன் அவள் போட்டோ எடுக்கும் அழகை ரசித்தபடியே "ஏன் நீரு நீ எப்போ கல்யாணம் பண்ணிக்கப் போறதா இருக்க?" என்று கேட்டு வைக்க

அவளோ "ப்ச்... இப்போ என்ன அவசரம்? கிருஷ்ணாக்கு கல்யாணம் ஆகி அவளோட பையன் கூட ஓடி பிடிச்சு விளையாண்டதுக்கு அப்புறம் தான் நான் என்னோட கல்யாணத்தைப் பத்தி யோசிக்கவே ஆரம்பிப்பேன்" என்றாள் அலட்சியமாக.

பூங்காற்றிலே உன் சுவாசம் - முதல் பாகம்

ரகுநந்தன் "என்னது? அவளுக்குக் கல்யாணம் ஆனதும்னு சொன்னா கூட ஓகே! ஆனா அவ பிள்ளை கூட ஓடி பிடிச்சு விளையாண்டதுக்கு அப்புறமானா ரொம்ப லேட் ஆயிடுமே. என்னால அவ்ளோ நாள் வெயிட் பண்ண முடியாது" என்றான் அவன் பிடிவாத-மாக.

அவனை அற்பப்புழுவைப் போல் பார்த்துவிட்டு "உன்னை யாருடா வெயிட் பண்ண சொன்னது? உங்க அண்ணன் கல்யாணம் முடிஞ்சதும் உங்க அம்மா உனக்கும் ஒரு கீதாவையோ மாலாவையோ பிடிச்சு கல்-யாணம் பண்ணி வைப்பாங்க. அவங்கள்ல ஒருத்தியை கட்டிக்கிட்டு நீ உன் ரூட்ல போ மேன். என் கல்யாண விஷயத்துல நீ தலையிடாத" என்று நறுக்கு தெறித்தாற்போல் சொல்லிவிட்டு மண்டப நுழைவாயிலை புகைப்படம் எடுக்கச் செல்ல அவள் பேச்சு ஏற்படுத்திய கடுப்பில் அவள் பின்னே சென்றான் ரகுநந்தன்.

அவள் வெளியே சென்று புகைப்படம் எடுக்க திரும்பியவள் அவளை ஒட்டிக் கொண்டே பின்னே வந்தவன் மீது நன்றாகவே மோதிக்கொண்டாள்.

அவன் மீது முகம் மோதியதில் அவள் மூக்கு வலிக்கத் தொடங்கவே கடுப்புடன் "என் முந்தானையை பிடிச்சிட்டே வருவியா? கொஞ்சம் கேப் விட்டு வந்தா ஆகாதா?" என்றுக் கத்திவிட்டாள்.

அவனோ கடுப்புடன் "நான் எங்கேடி உன் முந்தானையை பிடிச்-சேன்? விட்டா நீ பேசிட்டே போற. ஒரு மனுஷன் மேல பழி போடுற-துக்கும் ஒரு அளவு இருக்கு. நான் ஒரு விரல் அளவு கேப் விட்டுத் தான்டி வந்தேன்" என்று சொல்ல நீரஜாட்சி இவனுக்கு உண்மையிலேயே தான் சொன்னது புரியவில்லையோ என்ற குழப்பம்.

அவன் கழுத்தை நெறிப்பது போல கைகளை உயர்த்தியவள் "முந்-தானையை பிடிச்சிட்டே வர்றதுனா இப்பிடி பின்னாடியே சுத்துறியேனு அர்த்தம். இது கூட தெரியாம நீ லண்டன்ல என்னத்த படிச்சு கிழிச்-சியோ" என்று சொல்ல அவனுக்கு அப்போது தான் அவள் சொன்ன அர்த்தம் புரிந்தது.

நீரஜாட்சி கையை கட்டிக் கொண்டவள் "அங்கே போய் கல்லு, மண்ணையா சாப்பிட்ட? உன் மேல மோதி என் மூக்கு போச்சு" என்று குறைபட

அவனோ சட்டையின் காலரைத் தூக்கிவிட்டபடி "இது ஜிம் பாடிம்மா! ஒரு வருசம் இல்ல, மூனு வருச கடின உழைப்பு" என்று பெருமிதப்பட்டுக் கொண்டான்.

பின்னர் அவளை குறுகுறுவென்று பார்த்தவன் கேலியாக "நீரு கொஞ்சம் வேர்க்கிற மாதிரி இருக்கு. எனக்கு ஏ.சி இல்லாம இருந்து பழக்கம் இல்லையா? சோ இஃப் யூ டோண்ட் மைண்ட்....." என்று அவன் இழுக்க

அவள் புருவத்தை மட்டும் உயர்த்தி முறைத்தவாறு "என்ன இழுவை?" என்றுக் கேட்க

அவன் நிஜமாகவே அவளது முந்தானையைப் பிடித்து "இது சும்மா தானே தொங்கிண்டு இருக்கு. கொஞ்சம் காத்து வீச யூஸ் பண்ணிக்கிறேன்" என்றுச் சொல்லி நீரஜாட்சியின் மூன்றாவது கண்ணை திறக்க வைத்தான்.

அவன் கையிலிருக்கும் புடவை முந்தானையைப் பிடுங்கிக் கொண்டபடி "இங்க பாரு மிஸ்டர் ரகுநந்தன் இந்த கிண்டல், கேலி எல்லாம் வேற ஆள் கிட்ட வச்சுக்கோ. என் பழைய கிரிக்கெட் பேட் இன்னும் என் கிட்ட இருக்கு. அதை மறந்துடாத" என்று விரல் நீட்டி மிரட்ட அவன் அவளது விரலைப் பிடித்துக் கொண்டான்.

"அப்பிடி நான் கிண்டல், கேலி பண்ணக் கூடாதுனா நீ இனிமே சாரி கட்டிக்காதடி. உன்னை சாரில பார்த்தா கேலி பண்ணனும்னு என் மனசு என்னைப் பிராண்டறது" என்று நெஞ்சில் கை வைத்து அபிநயம் பிடிக்க

அவள் கடுப்பாக "எனக்கு கூட தான் நீ இந்த மாதிரி பேசறப்போ, ஆளை முழுங்கிற மாதிரி பார்க்கிறப்போ உன்னை கொலை பண்ணனும்னு தோணுது" என்றுச் சொல்லிவிட்டு திரும்பி நின்று புகைப்படம் எடுக்க ஆரம்பித்தாள்.

ரகுநந்தன் அவளிடம் பார்வையை ஓட்டியபடி "அப்பிடி நீ என்னை கொல்லணும்னா இதோட கோடி முறை கொன்னுருக்கணும் நீருகுட்டி" என்று சொல்ல

அவள் மொபைலோடு திரும்பியவள் "இன்னொரு வாட்டி நீ என்னை நீருகுட்டினு சொன்னனனு வையேன், சத்தியமா சொல்லுறேன் நான் உன்னை கொன்னுடுவேன்" என்று மிரட்டிவிட்டு மேனேஜரை நோக்கிச் சென்றாள்.

அவனோ "ஆல்ரெடி உன் அழகைப் பார்த்து நான் செத்துண்டு தானே இருக்கேன் நீருகுட்டி. தனியா வேற என்னைக் கொல்ல போறியா? குழந்தைப் பொண்ணுங்கிறது சரியா தான் இருக்கு" என்றபடி அவளைத் தொடர்ந்தான்.

அங்கே மேனேஜரிடம் இன்முகத்துடன் பேசிக் கொண்டிருந்தவளைப் பார்த்தபடி "எல்லார் கிட்டவும் சிரிச்சு பேசு. என் கிட்ட வந்தா மட்டும் அந்த அக்மார்க் முறைப்பு வந்து இவ முகத்துல ஒட்டிக்கும். ஹே பகவான்!இந்தப் பொண்ணு மனசுல எப்போ காதல் வரும்?" என்று புலம்பியபடி அவள் அருகில் சென்று நின்றான்.

அவள் மேனேஜரிடம் மண்டபவசதிகள் அனைத்தும் அருமையாக இருப்பதாகச் சொன்னவள் அவனிடம் செக்கைக் கொடுக்கும் படி கண் காட்ட அவனோ "ஆமா நீ பெரிய கண்ணழகி. வாய் விட்டுச் சொல்லாம எதையும் செய்ய முடியாதுடி" என்றபடி நிற்க மேனேஜர் இருவரையும் குழப்பமாகப் பார்த்தபடி நின்றார்.

நீரஜாட்சி பொய்யாகச் சிரித்தபடி அவன் காதில் "மாமா உன் கிட்ட தானே செக் குடுத்து விட்டார். அதை மேனேஜர் கிட்ட குடு. அவர் வெயிட் பண்ணிட்டு இருக்கார் பாரு" என்று பல்லைக் கடித்தபடி சொல்ல

அவனோ "அஹான்! அப்போ மரியாதையா 'நந்து செக்கை குடுங்கனு' உன் வாயால சொல்லு. நான் அவரண்ட குடுக்கறேன்" என்று தெளிவான குரலில் முணுமுணுத்தான்.

அவள் கோபத்தில் முறைக்க ரகுநந்தன் "நீ என்ன முறைச்சாலும் வேலைக்கு ஆகாது நீருகுட்டி. ஒழுங்கா நான் சொன்ன மாதிரி சொல்லு, நான் செக்கை குடுக்கறேன்" என்றவனை வேறு நேரமாக இருந்திருந்தால் அவள் லெப்ட் ரைட் வாங்கியிருப்பாள்.

ஆனால் தானாகவே நிச்சய ஏற்பாட்டைப் பார்த்துக் கொள்வதாக குடும்பத்தினரிடம் கூறிவிட்ட பிறகு இவன் செய்யும் குரங்குச்சேட்டைக்காக அதிலிருந்து பின் வாங்க அவளுக்கு மனமில்லை.

எனவே பொய்யாகவே அவனை நோக்கி புன்னகைத்தவள் "நந்து! செக்கை மேனேஜர் சார் கிட்ட குடுங்க" என்று சொல்ல அவளை மெச்சுதலாகப் பார்த்தான் ரகுநந்தன்.

பாக்கெட்டிலிருந்து செக்கை எடுத்தவன் அதை நீரஜாட்சியிடம் நீட்டி "நீருகுட்டி நம்மாத்துல எல்லா நல்ல விஷயத்துக்கும் பொம்மனாட்டி

கையால தான் பணம் குடுக்கிறது வழக்கம். சோ நீயே உன் கையால குடு" என்று சொல்ல இம்முறை நீரஜாட்சியின் இதழில் நிஜமாகவே மனம் நிறைந்தப் புன்னகை எழ அவனிடம் இருந்து இன்முகத்துடன் செக்கை வாங்கியவள் மனதிற்குள் "பெருமாளே! இந்த நிச்சயம் உங்க அருளால நல்லபடியா நடக்கணும்" என்று வேண்டிவிட்டு மேனேஜரிடம் நீட்டினாள்.

அவர் அதை வாங்கிக் கொள்ளவும் அவரிடமிருந்து விடைபெற்று இருவரும் வாயிலை நோக்கிச் செல்ல அதற்குள் வர்ஷா போன் செய்யவே நீரஜாட்சி ரகுநந்தனின் லீலைகள் எல்லாவற்றிற்கும் அவனை ஒரு வழியாக்க வேண்டும் என்று மனதிற்குள் பொருமிக் கொண்டிருந்தவள் அதை மறந்தவளாக வர்ஷாவுடன் பேசியபடி பைக்கில் அவன் பின்னே அமர்ந்தாள்.

ரகுநந்தன் பைக்கை கிளப்பும் போது அவள் பேச்சுவாக்கில் அவன் தோளில் கையை வைக்க அவனுக்குள் ஆயிரம் வயலின்கள் வாசிக்கத் தொடங்க இதே மண்டபவாயிலில் அவர்கள் இருவரும் மணமக்களாக வெளியே வரும் காட்சி அவன் மனக்கண்ணில் தோன்ற அதை நினைத்தபடியே பைக்கை உதைத்தான் ரகுநந்தன்.

நீரஜாட்சி வர்ஷாவிடம் "வர்ஷாக்கா நான் போட்டோஸ் எல்லாமே வாட்சப் பண்ணிட்டேன். செக் பண்ணிக்கோங்க. ஆமா, நாளைக்கு தான்......முடியாது முடியாது.... கல்யாணப்பொண்ணும் வரணும்.... நானும் கிருஷ்ணாவும் கரெக்ட் டைமுக்கு வந்துடுவோம்....... நோ லேடீஸ் ஒன்லி! ஆம்பிளைங்களை கூட்டிட்டுப் போனா நிம்மதியா ஷாப்பிங் பண்ண முடியாது...... கரெக்டா சொன்னிங்க.... ஓகே ஷார்ப்பா டென் ஓ கிளாக் நான், கிருஷ்ணா, சின்ன மாமி, பெரிய மாமியோட வந்துடுவோம்..... பட்டு சித்து இல்லாமலா.....ஓ கே பை டேக் கேர் கல்யாணப்பொண்ணே" என்றபடி போனை வைக்க ரகுநந்தனின் மூளை வேகமாகச் சிந்திக்க ஆரம்பித்தது.

"டேய் நந்து எதாச்சும் பண்ணி நாளைக்கு குடும்பத்தோட சேர்ந்து நீயும் ஷாப்பிங் போயே தீரணும்டா. அப்போ தான் நீருகுட்டி கூட டைம் ஸ்பெண்ட் பண்ண முடியும்" என்று மனதிற்குள் தீர்மானித்துக் கொண்டபடி வேகத்தை அதிகரிக்க பைக் சாலையில் சீறிப் பாயத் தொடங்கியது.

18

பூங்காற்று *18*

அன்று வீட்டுக்குத் திரும்பிய ரகுநந்தனுக்கு அவன் தந்தையிடமிருந்து கன்ஸ்ட்ரெக்சன் கம்பெனிக்கு வருமாறு அழைப்பு வர நீரஜாட்சியை வீட்டில் இறக்கிவிட்டு கம்பெனியை நோக்கிச் சென்றான். அண்ணன் நிச்சயதார்த்தம் ஒரு புறம் இருந்தாலும் அவனது இலட்சியமான அந்த கம்பெனியும் அவனது மனதிலிருந்து அகலவில்லை.

அங்கே சென்றதும் கம்பெனி செகரட்டரி, ஆடிட்டர் மற்றும் சட்ட ஆலோசகர் அனைவருக்கும் மகனை அறிமுகப்படுத்தி வைத்த வேங்-கடநாதன் இனி கம்பெனியின் பொறுப்பை அவன் தான் பார்த்துக் கொள்ளப் போகிறான் என்பதையும் அவர்களிடம் தெரிவிக்க அவர்கள் அவனுக்கு வாழ்த்து தெரிவித்து விட்டு கம்பெனியின் நடைமுறைகள் மற்றும் தற்போதைய நிலையைப் பற்றி அவர்கள் பங்குக்கு அவனுக்கு ஆலோசனை வழங்கினர்.

அவர்களிடம் பேசிவிட்டு வழியனுப்பியவனை தந்தையும், சித்தப்பா-வும் அலுவலகத்துக்குள் அழைத்துச் செல்ல அவனும் பின் தொடர்ந்-தான். என்ன தான் வளர்ந்து வரும் நிறுவனம் என்றாலும் அதன் உள்கட்டமைப்பும், அலுவலகம் இருக்கும் நேர்த்தியும் அவன் மனதை நிறைக்க உள்ளே பணியாளர்களின் கேபின் காலியாக இருப்பதை ஒரு புருவச்சுழிப்புடன் பார்த்தவாறே அவர்கள் செல்லும் திசையில் அவனும் நடந்தான்.

இருவரும் கான்ஃபரென்ஸ் ரூமை நோக்கி நடைப்போட்டவர்கள் உள்ளே நுழைந்ததும் அவர்களுக்கு முன்பே அங்கே குழுமியிருந்த நிறு-

• 150 •

வனத்தின் ஊழியர்களுக்கு வணக்கம் தெரிவிக்க அவர்களும் மரியாதை நிமித்தம் எழுந்து நின்றுவிட்டு கோதண்டராமன் கையைசப்புக்குப் பின் இருக்கையில் அமர்ந்தனர்.

ஒவ்வொரு துறையிலும் தலைமை பொறுப்பு வகிப்பவர்களை அவனுக்கு அறிமுகம் செய்து வைத்தார் வேங்கடநாதனின் உதவியாளர் மோகன். அனைவரிடமும் இன்முகமாகப் பேசி அறிமுகமாகிக் கொண்டவனை ஊழியர்களுக்கும் முதல் முறை பார்த்ததுமே பிடித்துப் போய் விட்டது.

போர்ட் மீட்டிங் பற்றிய தகவல்களை அவர்களிடம் தெரிவித்துவிட்டு அவர்களின் பணியைத் தொடரச் செல்லுமாறு மோகன் அனுப்பி வைத்தார்.

அதன் பின் அவரிடம் "அங்கிள்! என்னோட செகரட்டரியா ஒர்க் பண்ண போறது என்னோட அத்தை பொண்ணு தான். பட் ஷீ டஸிண்ட் ஹேவ் எக்ஸ்பீரியன்ஸ். உங்க கிட்ட தான் டிரெயினிங் வர சொல்லிருக்கேன். அவளும் கற்பூரம் மாதிரி, நீங்க சொல்லி குடுத்தா உடனே புரிஞ்சிப்பா. அவளை எப்போ வரச் சொன்னா உங்களுக்கு வசதியா இருக்கும்?" என்றுக் கேட்க தனக்கு கட்டளையிடும் இடத்தில் இருந்தாலும் அவரது வசதியை கேட்கும் அவனது பணிவு அவரது மனதைத் தொடவே அவரும் நாளையே வரும்படி சொல்ல ரகுநந்தன் தலையசைத்துவிட்டு அவனுக்கு இந்த துறையில் இருக்கும் சந்தேகங்களைக் கேட்டு தெளிவுபடுத்திக் கொண்டு மாலையில் தான் வீடு திரும்பினான்.

அவன் வீடு திரும்பும் போது மணி மூன்று. அந்நேரத்தில் அவனது அம்மாவும், சித்தியும் மற்ற வேலைகளை முடித்துவிட்டு சிறிது நேரம் கண்ணயருவர். வயிறு வேறு கபகபவென்று பசி எடுக்க சமையலறைக்குள் சென்று உருட்டத் தொடங்கினான்.

நீரஜாட்சி அப்போது தான் தாத்தாவிற்கு மாத்திரை கொடுத்து தூங்கச் சொல்லிவிட்டு அவரது அறையை பூட்டிவிட்டு வந்தவள் சமையலறையில் ஏதோ உருட்டும் சத்தம் கேட்கவே என்னவென்று எட்டிப் பார்த்தாள்.

அங்கே பாத்திரங்களை நொறுக்கிக் கொண்டிருந்தவனிடம் "இப்போ ஏன் இங்கே வந்து உருட்டிட்டு இருக்க? இந்த சத்தத்துல எல்லாருக்கும் தூக்கம் ஸ்வாகா ஆயிடும்" என்று கேலி செய்ய

பூங்காற்றிலே உன் சுவாசம் - முதல் பாகம்

அவன் "நீ ஏன் சொல்ல மாட்ட? நல்லா மூக்கு முட்ட சாப்பிட்டு நெக்ஸ்ட் ரவுண்டு தூக்கத்துக்கு ரெடியாகப் போற. நான் அப்பிடியா? ஆபிஸ் போய்ட்டு மீட்டிங்லாம் அட்டெண்ட் பண்ணிட்டு பசியோட வந்திருக்கேன்மா" என்று அடுக்களையில் அதகளம் செய்ய நீரஜாட்சி உள்ளே வந்தாள்.

"நீ போய் டைனிங் டேபிள்ல உக்காரு! நான் கொண்டு வர்றேன்" என்றுச் சொன்னவளை நம்ப முடியாமல் பார்த்துவிட்டு கை கழுவி விட்டு சாப்பிட அமர்ந்தான். அவள் எல்லாவற்றையும் உணவுமேஜையில் எடுத்து வைத்து அவனுக்கும் பரிமாற ரகுநந்தனுக்கு தான் காண்பது கனவோ என்ற ஐயம் தோன்றிவிட்டது.

"நீரு கொஞ்சம் என் கையில கிள்ளு" என்றபடி கையை நீட்ட அவளோ புரியாமல் பார்த்தபடி கிடைத்த வாய்ப்பை பயன்படுத்திக் கொண்டவளாய் நன்றாகக் கிள்ளி வைத்துவிட அவன் "அம்மா! ஏய் ராட்சஸியாட்டம் நகம் வளர்த்திண்டு இருக்க. முதல்ல அதை வெட்டுடி" என்றபடி வலித்த கையைத் தடவி விட்டுக் கொண்டான்.

நீரஜாட்சி "நீ தானடா கிள்ள சொன்ன?" என்றவளாய் அவனுக்கு பொறியலை வைக்க அவன் சாப்பிட்டுக் கொண்டே "ஆமா அதுக்கு முன்னாடி உன் நெயிலை செக் பண்ண மறந்துபோயிட்டேன். எனி வே இன்னைக்கு நேக்கு சர்ப்ரைஸ் மேல சர்ப்ரைஸா இருக்கு. நீ இவ்ளோ சாந்தமா நேக்கு சாதம் பரிமாறரதைப் பார்த்தா இதுல எதோ உள்கூத்து இருக்குமோனு சந்தேகமாவும் இருக்கறது" என்றான்.

பேசிக் கொண்டே சாப்பிட்டதில் சிரசில் அடிக்க அவள் தண்ணீர் டம்ளரை நீட்ட அதை வாங்கி அருந்தியவன் "ஒரு வேளை செகரட்டரி வேலைக்கு இப்போவே பழகிண்டிருக்கியோ?" என்றுச் சொல்லிவிட்டு சாதத்தை உள்ளே தள்ள அவளோ "பரிதாபப்பட்டு உனக்கு சாதம் போட்டிருக்கேனே தவிர இதுல வேற எந்த நோக்கமும் இல்ல" என்றுச் சொல்லிவிட்டு கையில் இருக்கும் மொபைலை நோண்ட ஆரம்பித்தாள்.

ரகுநந்தனுக்கு தன் எதிரே பொம்மை போல் அமர்ந்து கொண்டு போனில் கேம் விளையாடுபவளை அப்படியே அள்ளிக் கொண்டால் கூட தேவலாம் என்றுத் தோன்ற அவனது மனசாட்சியோ "டேய் நந்து! அவ கிட்ட போய் நிக்கறதும், சூயிசைட் அட்டெம்ப்ட் பண்ணுறதும் ஒன்னு தான். தைரியம் இருந்தா டிரை பண்ணிப் பாருடா ராஜா" என்று எச்சரிக்க அவன் அதற்கு செவிமடுத்தபடி சாப்பாட்டில் மட்டும் கண்

• 152 •

பதித்தான்.

அவன் சாப்பிட்ட தட்டுடன் எழுந்துவிட நீரஜாட்சி பாத்திரங்களை மீண்டும் சமையலறையில் கொண்டு வைத்தவள் அவன் ஸிங்கிலேயே தட்டை போட்டுவிட்டு வெளியேற சொடக்கிட்டு அவனை அழைத்து "நீ தானே சாப்பிட்ட! தட்டை அலம்பி வச்சிட்டுப் போனா லண்டன்ல ஏறுன கொழுப்பு குறைஞ்சு போயிடுமா? இது ஈவினிங் வரைக்கும் இங்கேயே கிடக்கணுமா? அலம்பி வச்சிட்டு போ" என்றுச் சொல்ல அவனும் மறு-பேச்சின்றி அதை அலம்பி ஈரம் காய வைத்துவிட்டுச் சென்றான்.

நீரஜாட்சி ஹாலுக்கு வர அவன் லேப்டாப்பும் கையுமாக இருந்தவன் திரையில் விழிபதித்தபடியே அவளிடம் "நீரு டுமாரோல இருந்து மோகன் அங்கிள் கிட்ட டிரெயினிங் போயிடு. நான் அவரண்ட பேசிட்-டேன்" என்க அவள் சரியென்று தலையாட்டிவிட்டு அவுட் ஹவுஸை நோக்கிச் சென்றாள். அவனுக்கும் வேலையில் கவனம் சென்றுவிட்ட-தால் அவளிடம் வம்பிழுக்கும் எண்ணம் அப்போதைக்கு எழவில்லை.

ஹாலிலேயே அமர்ந்து லேப்டாப்பில் மூழ்கியவன் ஒரு மணி நேரம் கழித்து மைதிலியின் சத்தத்தில் லேப்டாப்பிலிருந்து கண்ணை விலக்கி-னான்.

"ஏன்டா ராஜா எப்போ வந்த? வந்ததும் சித்திக்கு சத்தம் கொடுத்தி-ருக்கலாமோன்னோ? சாப்பிட்டியாடா? இரு நான் உனக்கு சாதம் எடுத்து வைக்கறேன்" என்றபடி சமையலறையை நோக்கிச் செல்ல அவரை வேகமாகக் கைப்பற்றி தடுத்தவன் "நான் சாப்பிட்டுட்டேன். நீங்க கொஞ்-சம் ரிலாக்சா உக்காருங்க" என்றபடி அமர வைத்தான்.

"நீயே எடுத்துப் போட்டுச் சாப்பிட்டியாடா?"

"இல்ல சித்தி! நீரு வந்து பரிமாறிட்டு போனா" என்றான் அவன் விழிகளை லேப்டாப் திரையில் ஓடவிட்டபடி.

இதைக் கேட்ட மைதிலிக்கு ஆச்சரியம். இவனைக் கண்டாலே அவள் முகம் சுளிப்பதை அந்த வீட்டிலுள்ள அனைவரும் அறிவர். அப்படிப்பட்டவளா அவனுக்குப் பரிமாறிவிட்டுச் சென்றாள் என்ற திகைப்புடன் அதை அவனிடமே கேட்டுவிட்டார்.

அவன் அதற்கு சாதாரணமாக தோளை குலுக்கியதோடு சரி. அவரி-டம் பிடி கொடுத்து பேசவில்லை. ஆனால் அவரோ இளைய மரும-களின் மாற்றத்தை மனதிற்குள் வியந்தபடி மகன் வேலை செய்வதைப் பார்த்துக் கொண்டிருந்தார்.

சிறிது நேரம் கழித்து வீட்டில் அனைவருமே விழித்து விட மைதிலி காபி போடச் சென்றார். பத்மாவதி மகனிடம் மதியம் ஏன் நேரத்துக்குச் சாப்பிட வரவில்லை என்று குறைபட அவன் நிறுவனத்துக்குச் சென்ற விவரத்தை அவரிடம் ஒப்பித்தான்.

அவன் கால்பந்து, பைக் என்று சுற்றாமல் பொறுப்புள்ளவனாக மாறிவிட்டதை பெருமிதத்தோடு பார்த்தவர் "என் செல்லக்குட்டிக்குப் பொறுப்பு வந்துடுத்து. நோக்கு தெரியாதுடா! நான் உன்னை நினைச்சு தான் கவலைப்பட்டிண்டிருந்தேன். இவன் விளையாட்டுத்தனத்தை ஒதுக்கி வச்சிட்டு வாழ்க்கையில எப்போ முன்னேறுவான் பெருமாளேனு நான் அவரண்ட சண்டை போடாத நாளே இல்ல. ஒரு வழியா அவரும் கண்ணை திறந்திட்டார்" என்றுச் சொல்லி மகனுக்கு நெட்டி முறித்து திருஷ்டி கழித்தார் பத்மாவதி.

மகன்கள் இருவரும் வருங்காலத்தில் அளிக்கப் போகும் அதிர்ச்சிகள் எதையும் அறியாதவராய் அவர் மனம் மகிழ்வதைப் பார்த்து விதி சிரித்துக் கொண்டது.

மைதிலி காபியோடு வர சீதாலெட்சுமியும் பட்டாபிராமனும் ஹாலின் சோபாவில் ஓய்வாக அமர்ந்தனர். பத்மாவதி இருவரக்கும் காபி எடுத்துக் கொடுக்க அதை அருந்தியபடியே பட்டாபிராமன் மூத்த மருமகளிடம்

"ஏன்டிம்மா நாளைக்கு டிரஸ் எடுக்கப் போறேளா இல்லையா? விவரம் சொன்னா நான் கிருஷ்ணாவை ஆத்திலேயே இருக்கச் சொல்லிடுவேன். நீங்க காத்தாலே போனேள்னா அடைஞ்சா தான் வருவேள்" என்று பெண்களின் ஷாப்பிங்கைப் பற்றி கேலி செய்யும் போதே வந்து சேர்ந்தாள் நீரஜாட்சி.

"என்ன பட்டு நான் இல்லைனதும் நீ லேடிஸை கிண்டல் பண்ணிட்டிருக்க போல?" என்றபடி அவர் அருகில் அமர வர ரகுநந்தன் வேகமாகச் சென்று பட்டாபிராமன் அருகில் அமர்ந்து அவரது கையைக் கோர்த்து கொண்டான்.

நீரஜாட்சி முகத்தைச் சுருக்கியபடி சீதாலெட்சுமியிடம் அமர்ந்தவள் "நான் எப்போ பட்டு பக்கத்துல உக்கார போனாலும் இந்த கடன்காரனுக்கு மூக்குல வேர்த்துடும். இருடா ஒரு நாள் இல்லைனா ஒரு நாள் நான் பட்டுவையும் சித்துவையும் என் கூடவே அழைச்சிட்டு போயிடுவேன். அப்போ நீ கண்ணீர் விட்டு அழுவ" என்று மனதிற்குள் அவனை வறுத்தெடுத்தாள்.

பட்டாபிராமன் பேத்தியின் முகவாட்டத்தைப் பொறுக்க முடியாமல் ரகுநந்தனின் காதில் "ஏன்டா உன்னால குழந்தை முகம் வாடிப்போ-யிடுத்து பாரு. இது என்ன சின்ன குழந்தையாட்டம் அவளும் நீயும் அடிச்சிக்கிறேள்?" என்று முணுமுணுக்க

அவனோ "இங்க பாருங்கோ தாத்தா! நான் ஆல்ரெடி சொன்-னேன்னோல்லியோ உங்க ரெண்டு பேரையும் நான் இவளண்ட விட்டுக் குடுக்க மாட்டேனு. அவளுக்கு முன்னாடி நான் தான் உங்க பேரன். அதை மறந்துடாதேள்" என்றபடி சலுகையாய் அவரது தோளில் சாய்ந்து கொள்ள பட்டாபிராமனுக்கு உள்ளே பெருமையாய் இருந்தாலும் வெளிக்காட்டிக் கொள்ளவில்லை.

பேச்சு மீண்டும் நிச்சயதார்த்ததுக்கான ஆடைகள் பற்றித் திரும்ப ரகுநந்தன் "மா! ஏன் தாத்தா பாட்டி மட்டும் வீட்டிலேயே இருக்கணும்? நம்ம எல்லாருமா போய் எடுத்திண்டு வருவோம்? எவ்ளோ நாளாச்சு நம்ம எல்லாரும் சேர்ந்து போய் டிரஸ் எடுத்து" என்று அவன் சொல்லிக் கொண்டிருக்கும் போதே கிருஷ்ணஜாட்சி வந்துச் சேர அவளுக்கு ஒரு புன்னகையையும் அவனைப் பெற்றவருக்கு ஒரு மினி ஹார்ட் அட்டாக்-கையும் பரிசாக அளித்தான் ரகுநந்தன்.

கிருஷ்ணஜாட்சியும் மைதிலி சமையலறையில் இருப்பதால் அவரை நோக்கிச் சென்றுவிட ரகுநந்தன் சொன்னபடி குடும்பமாக ஆடை எடுக்க செல்லலாம் என்று முடிவெடுத்தனர். பத்மாவதி இந்த விஷயத்தை உடனே விஜயலெட்சுமிக்கு போன் செய்து தெரிவிக்கச் சென்றுவிட சீதா-லெட்சுமி, பட்டாபிராமனுடன் நீரஜாட்சியும், ரகுநந்தனும் மட்டுமே மீத-மிருந்தனர் அங்கே.

ரகுநந்தன் பட்டாபிராமனிடம் "எப்போ தான் ஹர்சா கல்யாணம் முடியும்னு இருக்கு தாத்தா!" என்று சலித்துக் கொள்ள

பட்டாபிராமன் மனைவியிடம் கேலியாகப் பேரனைச் சுட்டிக் காட்டி-யபடி "ஏன்டா பெரிய மனுஷா நோக்கும் கல்யாண ஆசை வந்துடுத்து போல? பொண்ணு ஏதும் பார்த்து வச்சிருக்கியா? நம்ம ஊர் பொண்ணா இல்ல எதும் வெள்ளைக்காரியை லவ் பண்ணி உங்கம்மாக்கு அதிர்ச்சி வைத்தியம் குடுக்க போறியா?" என்றவரின் கேலியில் நீரஜாட்சி நமட்-டுச்சிரிப்பு சிரிக்க

ரகுநந்தன் "தாத்தா இங்கே நிறைய பேர் என்னை அண்டர் எஸ்டி-மேட் பண்ணுறா! அதை எல்லாம் பீட் பண்ணி, என்னோட கம்பெனியை

ஒரு ஸ்டெடி பொசிசனுக்கு கொண்டு வந்ததுக்கு அப்புறமா தான் கல்-
யாணம்" என்று அமர்த்தலாக மொழிந்தான்.

சீதாலெட்சுமி "அவன் சொல்லுறது சரிதாண்ணா! அவனுக்கு என்ன
அவசரம்? கிருஷ்ணாக்கும், நீரஜாக்கும் முடிச்ச பிறகு பொறுமையா
அவனுக்கு முடிக்கலாம்" என்க அதைக் கேட்டு ரகுநந்தன் வெகுண்டு
விட்டான்.

"என்ன பாட்டி சொல்லற? கிருஷ்ணாக்கு இப்போ கூட நீங்க
நினைச்சா முடிக்கலாம். ஏன்னா அவளுக்கும் என்னோட வயசு தான்.
ஆனா இவளுக்கு இப்போ என்ன விவாகத்துக்கு அவசரம்?" என்று
அவன் படபடக்க மூவரும் பார்த்த பார்வையில் அமைதியாக லேப்டாப்-
பில் முகம் மறைத்தான் அவன்.

சீதாலெட்சுமி கேலியாக "நீ ஏன்டா டென்சன் ஆகற கண்ணா? சரி
நோக்கு விவாகம் நடந்து ஒரு ரெண்டு மூனு வருஷம் கழிச்சு நீரஜாக்கு
பண்ணலாம். இப்போ திருப்தியா?" என்று கேட்க

அவனோ "க்கும், அவளை விட்டுட்டு நான் வேற யாரை மேரேஜ்
பண்ணுவேன்? சரியான அசட்டு பாட்டி" என்று மனதிற்குள் பாட்டியைச்
செல்லமாக வைதாலும் வாய் விட்டுச் சொல்லாமல் தலையை மட்டும்
ஆட்டி வைத்தான். மற்ற இருவரும் அவன் சொன்னதற்கு சிரித்தாலும்
நீரஜாட்சி மட்டும் அவனைக் கிண்டலாகப் பார்த்து வைத்தாள்.

மறுநாள் அனைவரும் உற்சாகமாகவே ஆடைகள் எடுக்க தயாரா-
யினர். ஹர்சவர்தன் மட்டும் வரவில்லை என்று சொல்லிவிட பத்மா-
வதியும் அவனுக்கு ஹோட்டலில் ஏகப்பட்ட வேலை இருக்கும் என்று
அனுமானித்தவர் அவனை வற்புறுத்தவில்லை. ஆனால் கணவரையும்,
மைத்துனரையும் அவர் விடவில்லை.

கோதண்டராமன், மைதிலி, வேங்கடநாதன், பத்மாவதி நால்வரும்
ஒரு காரில் அமர அதை கோதண்டராமன் தான் ஓட்டுவதாகச் சொல்லி
முன்னிருக்கையில் அண்ணனுடன் அமர்ந்து கொண்டார்.

இன்னொரு காரை ரகுநந்தன் வசம் கொடுத்தவர் அதில் பட்டா-
பிராமன், சீதாலெட்சுமி, கிருஷ்ணஜாட்சி மற்றும் நீரஜாட்சியை அமரச்
சொல்ல ரகுநந்தன் கிருஷ்ணஜாட்சியை முன்னே தன் அருகில் அமரச்
சொன்னான்.

பத்மாவதியின் கண்பார்வையில் அவர் சொல்ல வருவதைப் புரிந்து
கொண்ட நீரஜாட்சி "நீ பின்னாடி சித்தம்மா கூட உக்காந்துக்கோ

• 156 •

கிருஷ்ணா. நான் முன்னாடி இருந்துக்கறேன்" என்றபடி அவன் அருகில் அமர அவன் விசிலடித்தபடி காரைக் கிளப்பினான். அவர்கள் வரும் முன்னரே விஜயலெட்சுமி வர்ஷாவுடன் காத்திருக்க இந்த குடும்பத்தா-ரும் அவர்களுடன் சேர்ந்து உற்சாகமாக ஆடைத்தேர்வில் ஈடுபட்டனர்.

போகும் போது இருந்த உற்சாகம் அவனுக்கு கடையில் ஆடைக-ளைத் தேர்வு செய்யும் போது முற்றிலுமாக வடிந்துவிட்டது. ஏனெனில் பத்மாவதியிலிருந்து வர்ஷா வரை யாருமே சீக்கிரமாக புடவையைத் தேர்வு செய்வதாகத் தெரியவில்லை. சீதாலெட்சுமியும் உற்சாகமாக இளைய மருமகளுடன் சேர்ந்து புடவைகளை ஆர்வமாகப் பார்த்துக் கொண்டிருக்க ஆண்கள் அனைவரும் ரகுநந்தனை முறைத்து வைத்-தனர்.

கோதண்டராமன் ஒரு படி மேலாக "பேசாம நாமளும் ஹர்சா மாதிரி வேலை இருக்குனு சொல்லிருக்கணும். உன் பேச்சைக் கேட்டு வந்தோம் பாரு. இது முடிய இன்னைக்கு ஈவினிங் ஆயிடும்" என்று வாய் விட்டுப் புலம்பினார்.

ரகுநந்தனும் நேரம் போகாமல் போனை நோண்டிக் கொண்டிருந்-தவன் கிருஷ்ணஜாட்சியிடம் மைதிலி பணம் கொடுப்பதை பார்த்து-விட்டான். அவர்கள் அறியாமல் அவர்கள் பேசுவதை கேட்டவன் "கிருஷ்ணா இதுல முப்பதாயிரம் இருக்குடிம்மா. நீயும் நீரஜாவும் உங்க-ளுக்குப் பிடிச்சதா எடுத்துடுங்கோ. அவ கேட்டா வழக்கம் போல இது உங்க அப்பாவோட சேவிங்ஸ்னு சொல்லிடு" என்றுச் சொல்ல கிருஷ்-ணஜாட்சியும் தலையாட்டினாள்.

அவர் யாரும் அறியாவண்ணம் மீண்டும் புடவை தேர்வு செய்ய சென்றுவிட கிருஷ்ணஜாட்சி திரும்பியவள் அங்கே நின்ற ரகுநந்தனை கண்டதும் திகைத்தாள்.

சுடிதார் துப்பட்டாவின் நுனியை திருகியபடி என்ன சொல்லவென்று தெரியாமல் விழித்தவளின் அருகில் வந்தவன் "இது எவ்ளோ நாளா நடக்கறது?" என்று அதட்டலாகக் கேட்க அவளால் பதிலளிக்க இயல-வில்லை.

"உன் தங்கை என்னண்ட ஒரு தடவை பெருமையா சொன்னா, நாங்க ஒன்னும் உங்காத்து மனுஷா உழைப்பில வாழலடா. எங்கப்பா கிராஜுவிட்டி, சேவிங்ஸ் இருக்கு, அதுல தான் நாங்க வாழறோம்னு அடிச்சுப் பேசுனா. ஆனா உண்மை வேற போலிருக்கே" என்று அவன்

புருவம் உயர்த்தி வினவியதில் கிருஷ்ணஜாட்சி கூனி குறுகிப் போனாள்.

அவனை நிமிர்ந்து கலவர விழிகளால் பார்த்தவள் "நீரு கிட்ட இதை பத்தி சொல்லிடாதிங்க! அவளுக்கு சின்னமாமி எனக்கு பணம் குடுக்கறது தெரியாது. இப்போ மட்டும் இல்ல, நாங்க இந்த வீட்டுக்கு வந்ததில இருந்து எங்களுக்கு சின்னமாமியும், பெரியமாமா, சின்னமாமாவும் தான் எல்லா செலவையும் பண்ணிட்டு இருக்காங்க. ஆனா நான் தான் நீரு கிட்ட இது எல்லாமே அப்பாவோட பணம்னு பொய் சொல்லிருக்கேன்" என்க

ரகுநந்தன் "ஏன் பொய் சொன்ன?" என்று குற்றவாளியை விசாரிப்பது போல் விசாரிக்க கிருஷ்ணஜாட்சி உடைந்துவிட்டாள்.

கண்ணீரை அடக்கியபடி "வேற என்ன செய்ய சொல்லுறிங்க? நாங்க தஞ்சாவூர் விட்டுக் கிளம்பணும்னு சொல்லுறப்போ நீரு அதுக்கு ஒத்துக்கவே இல்ல. யாரோ ஒருத்தரோட வீட்டுல போய் ஓசியில எப்பிடி தங்குறதுனு ரொம்பவே பிடிவாதம் பிடிச்சா. எனக்கு வேற வழியில்லாம அப்பாவோட பணம் நிறைய இருக்கு, நம்ம ஒன்னும் அவங்க பணத்துல வாழப் போறதில்லனு சொல்லி கஷ்டப்பட்டு அவளை இங்கே கூட்டிட்டு வந்தேன்.

இங்கே வந்ததுக்கு அப்புறம் பெரிய மாமிக்கு எங்களைப் பிடிக்காதுனு தெரிஞ்சதுக்கு அப்புறம் என்ன பண்ணனு தெரியல. ஆனா தஞ்சாவூர் திரும்பிப் போகவும் பயமா இருந்துச்சு. நான் என்ன பண்ணுறது? அதனால தான் நான் நீரு கூட இங்கேயே தங்கிட்டேன். பெரியவங்க எங்களுக்காக குடுக்கிற பணத்தை இது வரைக்கும் அப்பாவோட பணமா தான் நீரு நினைச்சிட்டிருக்கா. ஆனா அவளுக்கு தெரியாது வி.ஆர்.எஸ் வாங்குனதால அப்பாக்கு கிடைச்ச செட்டில்மெண்ட் பணம் பூராவுமே அப்பா பிசினஸ் தொடங்க வீட்டு மேல வாங்குன கடனுக்காக செலவாயிடுச்சுனு. பிசினஸ் தொடங்கறேனு சொல்லி எல்லா ஏற்பாடும் முடியுற டைம்ல தான் அப்பாக்கும் அம்மாக்கும் ஆக்சிடெண்ட் ஆயிடுச்சு. அவங்க ரெண்டு பேரும் போனதுக்கு அப்புறம் எங்களுக்குனு யாருமில்லனு நினைச்சு ஒவ்வொரு நாளையும் நாங்க பயத்தோட கழிச்சிட்டு வந்தோம்.

பெரியமாமாவும், சின்ன மாமாவும் கடவுள் மாதிரி வந்து கடனையும் அடைச்சிட்டு எங்களையும் இங்கே கூட்டிட்டு வந்துட்டாங்க. தயவு பண்ணி இது எதையும் நீரு கிட்ட சண்டை போடுறப்போ சொல்லி காட்-

டிடாதிங்க. நான் வேணும்னா இது வரைக்கும் வாங்குன பணத்தை எப்-பிடியாச்சும் குடுத்துடுறேன். பிளீஸ்" என்று அவள் சொல்ல அவர்கள் அனுபவித்த வேதனையைக் கேட்டவனின் கண்ணிலும் கண்ணீர் திரள திரும்பிக் கொண்டான்.

பின்னர் தன்னை சமாளித்தவனாய் "நான் சொல்ல மாட்டேன். நீ கண்ணை துடைச்சுக்கோ" என்றபடி அவன் கைக்குட்டையை நீட்ட அவள் தயக்கத்துடன் அதை வாங்காமல் நிற்க அவள் கையில் திணித்-தான் ரகுநந்தன்.

அவள் கண்ணைத் துடைத்துவிட்டு திரும்ப அளிக்க அவளைப் பார்த்தவன் "நீயும் நீருவும் நினைக்குற அளவுக்கு நாங்க மோசமானவங்க இல்ல கிருஷ்ணா! அம்மாக்கு அத்தை மேல ஏதோ கோவம். அது அவங்க பிரச்சனை. அதுக்காக உங்களை வெறுக்கற அளவுக்கு நான் ஒன்னும் மடையனோ, முட்டாளோ கிடையாது. இப்போ உன் கிட்ட இதை நான் கேட்டதுக்கு கியூரிசியாட்டி தான் காரணமே தவிர எங்காத்து பணத்தை திருப்பி குடுனு கேக்கறதுக்கு இல்ல.

மதுரா அத்தைக்கும் இந்தச் சொத்துல பங்கு இருக்கு. அதை செலவு பண்ணுற முழு உரிமையும் உனக்கும் நீருவுக்கும் இருக்கு. ஆனா உன் தங்கை இதை ஒத்துக்க மாட்டா. அவளோட பிடிவாதத்துக்கு முன்னாடி பகவானே வந்தாலும் அவர் தோத்துப் போயிடுவார். அவ கிட்ட இந்த விஷயத்தைச் சொன்னா அவ கண்டிப்பா விபரீதமா எதாவது செஞ்சு வைப்பா. சோ நான் எப்போவும் இதைப் பத்தி அவ கிட்ட பேச மாட்-டேன். இப்போ நீ ரிலாக்சா போய் பர்சேஸ் பண்ணு. இல்லனா உன்-னோட ஆங்ரி பேர்ட் தங்கை இங்கேயே வந்துடுவா" என்று கேலியாய் அவளைச் சுட்டிக் காட்ட கிருஷ்ணஜாட்சியும் இத்தனை நாள் மனதை அறுத்த விஷயத்தை அவனிடம் பகிர்ந்து கொண்ட நிம்மதியுடன் நீர-ஜாட்சியை நோக்கிச் சென்றாள்.

செல்பவளைப் பார்த்த ரகுநந்தன் தன்னை விட இளையவளாயினும் வாழ்வில் பிரச்சனைகளை அவள் சமாளித்த விதத்தில் கிருஷ்ணஜாட்சி மீது மதிப்பு கூடியது அவனுக்கு. அதே நேரம் தமக்கையிடம் ஒரு புட-வையைக் காட்டி கண்களை உருட்டி பேசிக் கொண்டிருந்த நீரஜாட்சி-யைக் கண்டதும் அவனுக்கு ஆயாசமாக இருந்தது.

"நீ இவ்ளோ ரோஷம் பார்க்கிறவளா பிறந்திருக்க வேண்டாம்டி. பத்மாவதியம்மா வீட்டு பணத்தையே வேண்டானு சொல்லறவா எப்பிடி

• 159 •

தான் பத்மாவதியம்மாவோட மகனை ஏத்துக்க போறாளோ? ஹே பகவான் பிளீஸ் ஹெல்ப் மீ" என்று கடவுளிடம் வேண்டியபடி இரு சகோதரிகளையும் நோக்கிச் சென்று அவனது அன்னைக்கு இன்னொரு அதிர்ச்சியை அளிக்கச் சென்றான் ரகுநந்தன்.

19

பூங்காற்று 19

ரகுநந்தன் இரு சகோதரிகளிடம் வந்தவன் கிருஷ்ணஜாட்சியின் அருகில் அமரச் செல்ல அதை கண்டுகொண்ட நீரஜாட்சி இருவருக்கும் இடையில் சென்று நின்று கொண்டாள். ரகுநந்தனுக்கு அவளது செய்கைகள் வினோதமாகத் தெரிந்தாலும் அவளது அருகாமை மனதுக்கு இதமளிக்க அவள் புடவை தேர்வு செய்யும் அழகை ரசித்தவண்ணம் இருந்தான்.

நீரஜாட்சி அவளுக்கு அரக்கு நிறத்திலும் கிருஷ்ணஜாட்சிக்கு நீல நிறத்திலும் நிச்சயதார்த்தத்துக்கு ஆடைகளைத் தேர்வு செய்துவிட்டு இன்னும் நகராமல் அங்கேயே போன் நோண்டிக் கொண்டிருந்தவனைப் பார்த்து "நீ போய் ஜென்ட்ஸ் செக்சன்ல உனக்கு டிரஸ் செலக்ட் பண்ண வேண்டியது தானே. இங்கே ஏன் உக்காந்திருக்க?" என்று விரட்ட அவனும் தனக்கு வேண்டியவற்றை வாங்குவதற்குச் சென்றுவிட்டான்.

ஒரு வழியாக மதியத்தோடு ஷாப்பிங் முடிந்துவிட அவர்கள் குடும்பத்தோடு ஹோட்டலிலேயே சாப்பிடலாம் என்று முடிவெடுத்து அவர்களின் ஹோட்டலுக்கே சென்று மதியவுணவை முடித்துக் கொண்டனர்.

அதன் பின் அனைவரும் கிளம்ப நீரஜாட்சியும் அவர்கள் பின்னோடு செல்ல அவளைத் தடுத்து நிறுத்தியவன் "நீ வீட்டுல போய் வெட்டியா தூங்க தானே போற! ஒழுங்கா என்னோட கம்பெனிக்கு வர்ற. அங்கே மோகன் அங்கிள் வெயிட் பண்ணிண்டிருக்கார். இன்னையில இருந்து உன் டிரெயினிங் ஸ்டார்ட் ஆகுது. நீங்கல்லாம் கிளம்புங்கோ. அவ என்னோட நைட் ஆத்துக்கு வந்துப்பா" என்று அவளுக்கும் சேர்த்து பேச நீரஜாட்சி திகைத்தவாறு நிற்கையிலேயே அனைவரும் அவர்க-

ளுக்கு டாட்டா காண்பித்துவிட்டுச் சென்றனர்.

வர்ஷாவும், கிருஷ்ணஜாட்சியும் அவளுக்கு அழகு காட்டி கேலி செய்தபடி செல்ல நீரஜாட்சி "உன்னால தான்டா அவங்க என்னை கிண்டல் பண்ணிட்டுப் போறாங்க. அதான் மதியம் ஆயிடுச்சுல்ல, ஒரே-யடியா நாளைக்கே போயிருந்துருக்கலாம். நான் டெயிலர் கிட்ட என் டிரஸ்ஸை தைக்க குடுக்க போகலானு நினைச்சேன்" என்று பொரும ரகுநந்தன் அதை காதிலேயே வாங்காதவனாய் காரை கிளப்பி அவளை வந்து அமருமாறு சைகை காட்ட வேறு வழியின்றி அமர்ந்தாள் அவள்.

இருவரும் கம்பெனியை அடைந்ததும் அவளை மோகனிடம் அறி-முகப்படுத்திவிட்டுச் சென்றதோடு சரி. அதன் பின் மோகன் அவளிடம் தன்னை அறிமுகப்படுத்திக் கொண்டு அவளது வேலையின் தன்மைக-ளைப் பற்றி எடுத்துச் சொல்ல அவளும் அதைக் கவனமாகக் கேட்டுக் கொண்டாள்.

பின்னர் மோகன் அழைத்ததும் உள்ளே வந்த ரகுநந்தன் "என்ன அங்கிள் எப்பிடி கத்துக்கிறா நீருகுட்டி?" என்று கேலியாக வினவ

அவர் சிரித்தபடி "நீ சொன்ன மாதிரி கற்பூரமே தான் தம்பி" என்றுச் சிலாகித்தார்.

அவரிடம் சொல்லிக் கொண்டு அவளையும் அழைத்துக் கொண்டு கிளம்பியவன் நேரே வீட்டுக்குச் செல்லாமல் கிருஷ்ணஜாட்சி வேலை செய்யும் பேக்கரி இருக்கும் இடத்துக்கு காரைச் செலுத்தினான்.

நீரஜாட்சி கண்ணை மூடி இருக்கையில் சாய்ந்திருந்தவள் கார் நின்-றதும் வீடு தான் வந்துவிட்டது போல என்று கண்ணைத் திறந்தவள் எதிரே தெரிந்த பொக்கே ஷாப்புடன் இணைந்த பேக்கரியைக் கண்டதும் இங்கே எதற்காக அழைத்து வந்திருக்கிறான் என்ற யோசனையுடன் அவன் வந்து கார் கதவைத் திறந்துவிட இறங்கினாள்.

எதுவும் செல்லாமல் உள்ளே நுழைந்தவனைக் குழப்பத்தோடு பார்த்-தபடி அவளும் பின் தொடர்ந்தாள். அங்கே இன்னும் இருள் கவி-ழாததால் கூட்டம் இல்லை. அவர்கள் வந்ததும் இருந்த சிலரும் பில் செலுத்திவிட்டுக் கிளம்ப அந்த இடத்தின் அமைதி கூட ரகுநந்தனுக்கு அழகாகத் தான் இருந்தது.

அங்கே கேஷ் கவுண்டரில் நின்று கொண்டிருந்த கரோலின் நீரஜாட்-சியைக் கண்டதும் "ஓ மை டியர் நீரு பேப்" என்றபடி அவளைக் கட்டிக் கொள்ள ரகுநந்தனுக்கு தான் அந்த காட்சி பொறாமையைத் தூண்டி-

யது.

நீரஜாட்சி கரோலினுடன் பேசிக் கொண்டே சென்று ஒரு டேபிளில் அமர்ந்துவிட கிருஷ்ணஜாட்சி உள்ளெ பேன் கேக் தயார் செய்து கொண்டிருந்தவள் கரோலினின் கூச்சல் கேட்டு வெளியே வந்து பார்த்து இருவரையும் நோக்கிப் புன்னகைத்தாள்.

சில நிமிடங்கள் அவர்களிடம் பேசிவிட்டு நகரப் போனவளை கரோ-லின் தடுத்து நிறுத்த அவளிடம் "ஐயாம் பிரிப்பேரிங் பேன் கேக்ஸ் ஃபார் கிட்ஸ். தே வில் கம் வித் தெயர் மாம்.... யூ கேரி ஆன்" என்றபடி கிச்-சனுள் சென்றபடி விழியால் ரகுநந்தனையும் அழைக்க அவனும் அவள் பின்னே சென்றான். நீரஜாட்சி பேச்சு சுவாரசியத்தில் இதை கவனிக்க-வில்லை.

உள்ளே வந்தவனிடம் தவாவில் கேக் மாவை ஊற்றியபடியே "நீரு-வோட இங்க வந்திருக்கிங்களே! காரணம் இல்லாம நீங்க எதுவும் பண்ண மாட்டிங்க. சொல்லுங்க" என்றபடி அவனைப் பார்க்க

ரகுநந்தன் தயக்கமின்றி "உன் கிட்ட சொல்லாம உன் தங்கையோட பீச், ரெஸ்ட்ராண்ட்னு சுத்துனா நன்னா இருக்காது. சோ உன்னோட வீரபாகு பேக்கரிக்கே கூட்டிட்டு வந்துட்டேன்" என்று சொல்ல கிருஷ்-ணஜாட்சிக்கு ஏனோ அவன் பொடி வைத்துப் பேசுவது போல தோன்ற கேக்கை திருப்பி போட்டபடி அவனைக் குறுகுறுவென்று பார்த்தாள் அவள்.

"நீங்க ஏன் நீருவை பீச், ரெஸ்ட்ராண்ட்னு கூட்டிட்டுப் போகணும்?" என்றபடி புருவம் உயர்த்தியவளைப் பார்த்துப் புன்னகைத்தான் ரகுநந்-தன்.

பின்னர் பெருமூச்சு விட்டபடி "நான் அவளை லவ் பண்ணுறேன் கிருஷ்ணா. அவளோட டைம் ஸ்பென்ட் பண்ணனும்னு நேக்கும் ஆசை இருக்குமோன்னோ?" என்று இது வரை நீரஜாட்சிக்குக் கூட தெரிவிக்-காத தன் காதலை கிருஷ்ணஜாட்சியிடம் உரைக்க அவளோ அதிர்ந்து விட்டாள். முதல் வேலையாக ஸ்டவ்வை அணைத்துவிட்டு மாவை ஃபீ-ரிசரில் வைத்தாள்.

பின்னர் கையுறையைக் கழற்றியபடியே "நீங்க சொல்லுறது..." என்று இழுக்க ரகுநந்தன் "ஹண்ட்ரெட் பர்சண்டேஜ் உண்மை தான். எனக்கு அவளைப் பிடிச்சிருக்கு. நீ திகிலா முழிக்கறதைப் பார்த்தாலே புரியறது, என்னடா இவன் அவ கிட்ட ஏட்டிக்குப் போட்டி பேசுவான், சண்டை

போடுவானே! திடீர்னு இப்போ லவ்னு சொல்லுறானேனு உனக்கு தோணும். ஆனா இது தான் உண்மை" என்று அவன் வேகமாக மனதில் இருப்பதைச் சொல்லிவிட்டான்.

கிருஷ்ணஜாட்சி தயக்கத்துடன் "உங்க அம்மாக்கு எங்களைப் பார்த்-தாலே பிடிக்காது. நீங்க எந்த தைரியத்துல நீருவை லவ் பண்ணுறிங்-கன்னு எனக்கு இப்போவும் சுத்தமா புரியல. ஆனா ஒரு விஷயம் நிச்-சயமா சொல்ல முடியும். நீரு கூட மனசு மாறி உங்களை ஏத்துக்கலாம், பெரிய மாமி எப்போவுமே அவளைத் தன்னோட மருமகளா ஏத்துக்க மாட்டாங்க" என்றுச் சொல்லி முடித்தாள்.

ரகுநந்தன் சாதாரணமாக "அது அவங்களோட பிரச்சனை. அதுக்கு நான் என்ன பண்ணுறது? எனக்குப் பிடிச்சவளை தான் நான் விவாகம் பண்ணி அந்த ஆத்துக்கு அழைச்சிண்டு வருவேனே ஒழிய உங்க பெரிய மாமி சொல்லுற எந்த சோளக்கொல்லை பொம்மையையும் என்னால ஆத்துக்காரியா நினைச்சுக் கூட பார்க்கமுடியாது" என்று தீர்மானமாக உரைக்க

கிருஷ்ணஜாட்சி குறுக்கிட்டு "அவங்க உங்க அம்மா. நீங்க பண்ண போற காரியத்தால அவங்களுக்கு வீணா மனவருத்தம் தான் வரும்" என்க அவளைக் கையுயர்த்தி தடுத்தான் ரகுநந்தன்.

"அப்போ அம்மானு வந்துட்டா அவங்க பண்ணுற எல்லா விஷ-யத்தையும் அது நல்லதா கெட்டதானு கூட யோசிக்காம சப்போர்ட் பண்ணனும்னு சொல்ல வர்றியா? சாரி என்னால அப்பிடிலாம் கண்-மூடித்தனமா ஒருத்தவங்க சொல்லுற எல்லா விஷயத்தையும் ஆதரிக்க முடியாது. என்னடா இவன் ஒரு நாள் அம்மாக்காக நம்ம தங்கையைத் திட்டுனவன் தானேனு நீ யோசிக்கலாம். யெஸ்! அப்போ நான் திட்டு-னேன் தான். ஆனா அதுக்கு காரணம் அவ பெரியவங்களை அப்பிடி மரியாதை இல்லாம பேசுனது தான். அதே தப்பை நீரு இப்போ பண்-ணுனாலும் நான் திட்டுவேன். ஆனா அவளை யார் பேச்சைக் கேட்டும் விட்டுக்குடுக்க மாட்டேன்" என்றுத் தெளிவாக தன் பக்க நியாயத்தை எடுத்துக் கூறிவிட்டு இனி உன் முடிவு என்பது போல் கிருஷ்ணஜாட்சி-யைப் பார்க்க அவளோ கையைப் பிசைந்தபடி நின்று கொண்டிருந்தாள்.

ரகுநந்தனுக்கும் அவளது தயக்கம் மற்றும் பயத்துக்கான காரணம் புரிந்தாலும் அதற்காக நீரஜாட்சியை விட்டுக் கொடுக்க அவன் தயாராக இல்லை. இருந்தாலும் கிருஷ்ணஜாட்சி அவளுடைய சகோதரி என்-

• 164 •

பதால் அவளிடம் விளக்க வேண்டிய கடமை அவனுக்கு இருப்பதால் தான் இன்று அவளிடம் விஷயத்தைச் சொல்லிவிட்டான்,

அவளைப் பார்த்தபடியே "இதை நான் இன்னைக்கு உன் கிட்ட சொல்ல காரணம் இருக்கு. உங்க அப்பா அம்மா போனதுக்கு அப்புறமா நீ இவ்ளோ கஷ்டங்களை அனுபவிச்சிருக்கனு எனக்கு இன்னைக்கு தான் தெரிஞ்சது. நீ ஒரு அருமையான புரொபசனை செலக்ட் பண்ணி-ருக்க. இந்த சின்ன வயசுலயே ஒரு மீடியம் சைஸ் பேக்கரியை உன்-னால மேனேஜ் பண்ண முடியறது. ஆனா இது எதுக்கும் நீருவோட ஃபியூச்சர் பத்தின கவலை ஒரு தடையா வந்துடக் கூடாதுனு நான் நினைக்கிறேன். அவளோட வருங்காலத்தைப் பத்தி நீ கண்டிப்பா எதா-வது கணக்கு போட்டு வச்சிருப்ப. அவளுக்காக இன்வெஸ்ட் பண்ணி-ருப்ப. அதுல்லாம் இனி தேவை இல்லனு தான் நான் சொல்ல வர்-றேன். இனிமே நீ உன்னோட புரொபசன்ல கான்சென்ட்ரேட் பண்ணு. இதை டெவலப் பண்ணுறதுக்காக ஹார்ட் ஒர்க் பண்ணு. நீரஜாவை நான் பார்த்துக்கிறேன்" என்று சொல்ல கிருஷ்ணஜாட்சிக்கு அவனது அக்கறையில் கண்ணைக் கரித்துக் கொண்டு வந்தது.

கண்ணைத் துடைத்தபடியே "எனக்குக் கேக்கிறதுக்கு எவ்ளோ சந்-தோசமா இருக்கு தெரியுமா? நீங்க சொல்லுற மாதிரி நான் அவளோட எதிர்காலத்துக்காக என்னால முடிஞ்ச அளவுக்கு சேவிங்ஸ் வச்சிருக்-கேன். அவளுக்கு அப்பா அம்மா இல்லாத குறை தெரியாம செம ஜோரா கல்யாணம் பண்ணி பார்க்கணும்கிறது என்னோட கனவு. என்-னோட மூனு வருச உழைப்பும் அதுக்காகவும் அவளோட ஸ்டடிஸ்காக-வும் நான் சேர்த்து வச்சேன். உங்களை லைஃப் பார்ட்னரா அவ ஏத்-துப்பாளானு எனக்கு தெரியாது. ஆனா அவளுக்கு உங்களை மாதிரி ஒருத்தர் கிடைச்சா நல்லா இருக்கும்னு மட்டும் தோணுது" என்றாள் கிருஷ்ணஜாட்சி.

ரகுநந்தன் அவளது சோகமான முகத்தில் சிரிப்பை வரவழைக்க எண்ணி "அதுலாம் ஓகே! உன் தங்கைக்கு தான் பெரிய விக்டோரியா மகாராணினு நினைப்பு. அவளா என்னை ஓகே பண்ணி கல்யாணம் பண்ணனும்னா நேக்கு அறுபதாம் கல்யாணம் தான் நடக்கும்" என்றுப் பொய்யாகச் சலித்துக் கொள்ள கிருஷ்ணஜாட்சியின் முகத்தில் சிரிப்பின் ரேகைகள் பரவத் தொடங்கியது.

அதற்குள் இருவரையும் காணாது கிச்சனுக்குள் வந்த நீரஜாட்சி "என்ன ரகசியம் பேசிட்டு இருக்கிங்க?" என்று இருவரையும் அதட்ட

கிருஷ்ணஜாட்சி பேன் கேக்கை காட்ட "ஓ பேன் கேக் செஞ்சிட்டு இருக்கியா? அதை ஏன் இவன் கிட்ட காட்டுற? இது சரியான தயிர்சா-தம். இதுக்கு எக் ஆகாது. எனக்குக் குடு. அப்பிடியே அந்த மேப்பிள் சிரப்பை எடு" என்று தட்டோடு எடுத்துக் கொள்ள

ரகுநந்தன் கிண்டலாய் "உன் அக்கா அதை யாரோ கஸ்டமருக்காக செஞ்சு வச்சிருக்கா. நீ எடுத்திண்டு போனா என்னடி அர்த்தம்?" என்று சொன்னவனை முறைத்துக் கொண்டே சென்ற தங்கையைப் பாசமாய் தழுவின கிருஷ்ணஜாட்சியின் விழிகள்.

அவளது சந்தோசத்துக்கு என்றுமே குந்தகம் வரக் கூடாது என்று எப்போதும் போல அன்றும் வேண்டிக் கொண்டாள் அந்த தமக்கை.

இதே மனநிலையுடன் வீட்டுக்கு வந்த மூவருமே நிம்மதியாக உலாவ ஹர்சவர்தன் மட்டுமே தவிப்புடன் இருந்தான். அவன் மனது கிருஷ்-ணஜாட்சியின் பால் சாயத் தொடங்க அவன் மூளையோ அன்னையின் கூற்றை நினைவுறுத்திக் கொண்டே இருந்தது. ஆனால் முடிவில் வென்-றது என்னவோ அவனது மூளை தான்.

ஆம்! இனி கிருஷ்ணஜாட்சி தன்னுடைய வாழ்க்கையில் எப்போ-துமே இல்லை என்ற கசப்பான உண்மையை ஏற்றுக் கொள்ள அவன் மனதுக்கு கட்டளையிட்டு விட்டு கனத்த இதயத்துடன் நிச்சயதார்த்த நாளை எதிர்நோக்கி இருந்தான் பத்மாவதியின் மூத்தப் புதல்வன்.

அதே நேரம் ரகுநந்தன் அந்த வாரத்தில் ஒரு நாளில் நடத்தப்பட்ட போர்ட் மீட்டிங்கில் எஸ்.என் கன்ஸ்ட்ரெக்சனின் மேனேஜிங் டைரக்ட-ராகப் பதவியேற்றுக் கொண்டான். அவன் பதவியேற்றதும் செய்த முதல் காரியம் நீரஜாட்சியை அவனது உதவியாளினியாக பொறுப்பேற்க வைத்-ததே.

அதன் பின் அவர்களது ஹோட்டல் காண்ட்ராக்டில் கையெழுத்திட்-டவன் மீதமுள்ள வேலைகள் அனைத்தையும் ஹர்சவர்தனின் திருமண-ணத்துக்குப் பிறகு என ஒத்தி வைத்துவிட்டு கையில் தற்போது இருக்கும் கான்ட்ராக்ட்களில் கவனம் செலுத்தத் தொடங்கினான். நீரஜாட்சியையும் ஹர்சவர்தனின் திருமணத்துக்குப் பிறகே அலுவலகம் வருமாறு கூறிவிட அவள் நிச்சயதார்த்த ஏற்பாட்டை மட்டும் அவனுடன் சேர்ந்து பார்த்துக் கொண்டாள்.

அதோ இதோவென்று நிச்சயதார்த்த நாளும் வந்துவிட மற்ற ஏற்பா-
டுகளை முடித்துவிட்டு தாமதமாக தயாராயினர் ரகுநந்தனும், நீரஜாட்சி-
யும். அவள் அவனுக்கு முன்னரே அரக்கு நிறப்பட்டில் அடர்பச்சை நிற
பார்டர் வைத்து அதே அடர்பச்சை நிற பிளவுஸில் பாந்தமாக தயாராகி
நின்றாள்.

இது சுபநிகழ்ச்சி என்பதால் அவளது இடையைத் தொட்ட கூந்தலை
பின்னலிட்டு மல்லிகைச்சரத்தை சூடிக் கொண்டாள். காதுகளை வழக்கம்
போல ஜிமிக்கிகள் அலங்கரிக்க கழுத்தில் ஒரு சிறிய டெம்பிள் டிசைன்
அட்டிகையை காதின் ஜிமிக்கிகளுக்குப் பொருத்தமாக அணிந்திருந்-
தவள் கைகளில் பொன்னிற வளையல்களை அடுக்கிவிட்டு தன்னை
கண்ணாடியில் பார்த்து திருப்திப்பட்டுக் கொண்டாள்.

மொபைல் போனை எடுத்தவள் நேரமாகி விட்டதை அறிந்து "இன்-
னும் நந்து ரெடியாகல போல. பொண்ணு நானே நிமிசத்துல ரெடியா-
யிட்டேன். இவனுக்கு என்னவாம்?" என்று முணுமுணுத்தபடி வீட்டை
நோக்கிச் சென்றவளின் கையை யாரோ பற்றி நிறுத்த யாரென்று பார்க்-
கத் திரும்பினாள் நீரஜாட்சி.

அந்தி மாலைக் கதிரவன் மறையும் நேரத்தில் தனது ஆரஞ்சு வண்-
ணத்தை அந்த தோட்டமெங்கும் வாரியிறைத்திருக்க நேவி ப்ளூ ஷேர்ட்-
டும், க்ரீம் கலர் பேண்ட்டும் அவனது தோற்றத்துக்கு பொருத்தமாக
இருக்க தனது ஆளுமையான சிரிப்புடன் அவள் எதிரே நின்றிருந்தான்
ரகுநந்தன்.

பார்ப்பவரின் இதயத்தைத் துளையிடும் அவனது விழிகள் நீரஜாட்-
சியின் குட்டி இதயத்தையும் கண்டு பரிதாபப்படாமல் பாரபட்சமின்றி
அவளின் இதயத்தின் அடி ஆழம் வரை சென்று எந்தச் செய்தியையோ
அங்கே பதிய வைக்க முயல தன் எதிரே நின்ற அந்த ஆறடி
அழகனின் குறும்புச்சிரிப்பில் முதல் முறையாக தன்னை மறந்து நின்றாள்
நீரஜாட்சி.

எப்போதும் பார்த்து சலித்த அதே முகம் இன்று ஏனோ ஒரு வித்தி-
யாசமான உணர்வை தன்னுள் ஏற்படுத்துவதை அவளால் தடுக்க முடிய-
வில்லை. தன்னை அறியாமல் அவனது முகம் நோக்கி அவள் கைகள்
உயரத் தொடங்க அவளது மொபைல் ரிங்டோன் அவளது அறிவை
விழிக்க வைத்தது.

சட்டென்று கைகளை தாழ்த்திக் கொண்டவள் அதை எடுத்து பேசி-விட்டு வைக்க ரகுநந்தன் அவளது படபடப்பை உணர்ந்தவனாய் "நீரு-குட்டி போலாமா?" என்க அதிசயத்திலும் அதிசயமாய் அவள் ஏதும் பேசாமல் காரில் சென்று அமர்ந்தாள்.

அவனும் காரில் அமர்ந்து இவ்வளவு நேரம் அவளது ரசனைப்-பார்வை உணர்த்திய செய்தியை புரிந்து கொண்டவனாய் விசிலடித்தபடி காரை கிளப்பினான்.

நீரஜாட்சியோ மனதிற்குள் "நீரு என்ன காரியம் செய்ய போனடி? அவன் சிரிச்சு வச்சா நீயும் அப்பிடியே மயங்கிடுவியோ? ஏன் இத்தனை நாள் அவன் சிரிச்சு நீ பார்த்ததே இல்லையா?" என்று தன்னைத் தானே கடிந்து கொண்டபடி ரகுநந்தனின் முகத்தைப் பார்க்க வெட்கியவளாய் சாலையில் விழிபதித்தாள்.

மண்டபம் வரும்வரையிலும் அவள் அவனைத் திரும்பி பார்க்கவில்-லையே. மண்டபம் வந்த பின்னும் அவனைத் தவிர்க்க நினைத்து ஓட முயன்றவளின் கைப்பற்றி நிறுத்தியவன் அவளுடன் சேர்ந்தே மண்டபத்-தினுள் நுழைந்தான்.

அவர்கள் வரவுமே பத்மாவதி அவசரமாக வந்தவர் "உங்களை தான் தேடிண்டிருந்தேன். நீங்க ரெண்டு பேரும் மாடிக்குப் போங்கோ. அங்கே லைட் சரியா எரியலைனு சொல்லிண்டிருக்கா" என்று இருவருக்கும் ஒரு வேலையைத் திணித்தார் அவர்.

நீரஜாட்சி மாடிப்படியில் நடக்கும் வரை மாலை நேரத்து மயக்கத்தில் இருந்தவள் மாடியைச் சென்றடைந்ததும் அங்கே உச்சஸ்தாயியில் கேட்ட ஹர்சவர்தனின் குரலில் பிரேக் போட்டது போல நின்றுவிட்டாள். ரகு-நந்தனும் நிலையும் அதுவே. ஏனெனில் அங்கே ஹர்சவர்தன் கத்திக் கொண்டிருந்தது கிருஷ்ணஜாட்சியிடம்.

"நோக்கு அறிவில்லையா? காபி கொண்டு வரச்ச கவனமா கொண்டு வர மாட்டியோ? இந்த வாட்சோட விலை என்னனு தெரியுமா? நோக்கு எப்பிடி தெரிஞ்சிருக்கப்போறது? ஆப்டர் ஆல் ஒரு செப் உனக்கு ரோலக்சைப் பத்தி தெரிஞ்சிருக்க வாய்ப்பில்ல" என்று அவன் கத்தித் தீர்க்க கிருஷ்ணஜாட்சி அங்கே கண்ணீர் வழியும் விழிகளுடன் நின்-றிருந்த காட்சி ரகுநந்தன், நீரஜாட்சி இருவருக்குமே ஹர்சவர்தன் மீது கோபத்தை வரவழைத்தது.

20

பூங்காற்று 20

நிச்சயதார்த்த நாளின் ஆரம்பமே ஹர்சவர்தனுக்குச் சோதனையாக தான் ஆரம்பித்திருந்தது. முடிந்தவரை கிருஷ்ணஜாட்சியை விட்டு விலகியிருக்க வேண்டும் என்ற உறுதியில் அவன் கிட்டத்தட்ட ஜெயித்துவிட்டான் தான். ஆனால் நிச்சயதார்த்த ஏற்பாடுகளைச் செய்வதற்கு ரகுநந்தனும் நீரஜாட்சியும் சென்றுவிட்டதால் அவனது அன்னை மூச்சுக்கு முன்னூறு முறை கிருஷ்ணஜாட்சியை அழைத்து வைக்க அந்த வீட்டில் அவளது பிரசன்னமே அவனது உறுதியை சிறிது சிறிதாக நிலை குலைத்துக் கொண்டிருந்தது.

ஒருவழியாக மாலை வரை பல்லைக் கடித்துக் கொண்டு பொறுத்துக் கொண்டவன் மண்டபத்துக்கு வந்ததும் தான் நிம்மதி பெருமூச்சு விட்டான். அதன் பின் அப்பா, சித்தப்பா, மைத்திரேயி என்று அவனது கவனத்தை ஒவ்வொருவரும் கவர்ந்து கொண்டனர். அதனால் கிருஷ்ணஜாட்சியின் நினைவு சிறிது அகல அவனும் நிச்சயதார்த்தத்தின் உற்சாகத்தில் கரைய ஆரம்பித்தான்.

அனைத்தும் கிருஷ்ணஜாட்சி மணமகன் அறைக்கு காபி டிரேயுடன் வரும் வரை தான். அவன் தயாரானதும் பத்மாவதி கிருஷ்ணஜாட்சியிடம் காபி டிரேயைக் கொடுத்து மணமகன் அறையில் உள்ள வீட்டின் ஆண்களுக்கு காபி கொடுத்துவிட்டு வருமாறு பணிக்க அவளும் டிரேயுடன் படியேறினாள்.

கதவைத் தட்டவும் அது தானாக திறந்து கொள்ளவே "மாமா காபி கொண்டு வந்திருக்கேன்" என்றபடி உள்ளே வந்தவள் அங்கே ஹர்ச-

• 169 •

பூங்காற்றிலே உன் சுவாசம் - முதல் பாகம்

வர்தனை தவிர வேறு யாரையும் காணாமல் தேடியவாறே அவனுக்கு காபியை கொடுக்க அவன் அருகில் சென்றாள்.

நீல வண்ண பட்டில் மிதமான ஒப்பனை இயற்கையிலே அழகியான அவளைப் பேரழகியாக மிளிர வைக்க கள்ளமற்ற புன்னகையுடன் தன் அருகில் வந்தவளிடம் வழக்கம் போல சிந்தை மயங்கி நின்றான் ஹர்சவர்தன். அவளது முகத்தில் பார்வையை நிலைத்த வண்ணம் காபி கோப்பையை எடுக்க முயன்றவன் கை தவறி அதைத் தட்டிவிட காபி மிகக் கவனமாக அவனது ரோலக்சை குளிப்பாட்டிவிட்டது.

சூடான காபியின் தொடுகை அவனுக்கு அவனது சபதத்தை நினைவூட்ட எதிரே சாந்தமான முகத்துடன் நின்றவள் எப்போதுமே தனக்கு சொந்தமில்லை என்ற எண்ணம் இதயத்தில் கத்தியை இறக்கியது.

அது கொடுத்த வலியில் "உனக்கு அறிவில்லையா? காபி கொண்டு வரச்ச கவனமா கொண்டு வர மாட்டியோ? இந்த வாட்சோட விலை என்னனு தெரியுமா? உனக்கு எப்பிடி தெரிய போகுது? ஆஃப்டர் ஆல் ஒரு செப் உனக்கு ரோலக்சைப் பத்தி தெரிஞ்சிருக்க வாய்ப்பில்ல" என்று அவன் கத்தி தீர்க்க அவனது வார்த்தையிலிருந்த கடினம் கிருஷ்ணஜாட்சியின் கண்ணில் கண்ணீரை வரவழைக்க அது இன்னும் அவனுக்கு வலியையே கொடுத்தது.

மீண்டும் ஏதோ சொல்ல வாயெடுத்தவன் அறை வாயிலில் நிழலாடவும் யாரென்று திரும்பி பார்க்க அங்கே கடினமான முகத்துடனும் கண்ணில் தீயுடனும் நின்று கொண்டிருந்தனர் நீரஜாட்சியும் ரகுநந்தனும்.

நீரஜாட்சி அதே கோபத்துடன் அவன் அருகில் வந்தவள் "காபி தானே கொட்டுச்சு. ஆசிட் ஒன்னும் உங்க வாட்சில படலையே? கல்யாண மாப்பிள்ளை ஆச்சேனு பார்க்கிறேன். இல்லைனா...." என்று விரலை நீட்டி எச்சரித்தவள் அவனையும், ரகுநந்தனையும் நோக்கி வெறுப்பு உமிழும் பார்வையைச் சிந்திவிட்டு கிருஷ்ணஜாட்சியை அழைத்துக் கொண்டு வெளியேறினாள்.

ரகுநந்தனுக்கு ஹர்சவர்தனின் கோபம் ஆச்சரியத்தோடு சேர்ந்து ஆத்திரத்தையும் வரவழைக்க அண்ணனின் அருகில் சென்றவன்

"ஒருத்தவங்க மேல வச்ச கண்மூடித்தனமான பாசம் உன் கண்ணை மறைச்சிண்டிருக்குடா அண்ணா. இது நல்லதுக்கு இல்ல. வாழ்க்கையில நிறைய விஷயங்களை இழந்து நிக்கிறாங்கடா. அவங்க சுயமரியாதையாச்சும் அவங்களோட இருக்கட்டும். அதையும் உன் அம்மா பாசத்தால

நாசம் பண்ணிடாதே" என்று இறுகிய குரலில் வார்த்தைகளைக் கடித்துத் துப்பினான்.

ஹர்சவர்தனுக்கு தற்போது இருந்த சூழல் மூச்சு முட்ட சிரமத்துடன் "நோக்கு என்னோட நிலமை புரியலைடா நந்து. நோக்கு மட்டும் இல்ல, இங்கே இருக்க யாருக்கும் என் நிலமை புரியாது. ஓகே! என் கஷ்டம் என்னோட போகட்டும். இனி நான் என் வாயால உன் அத்தை மகள்களை எதுவும் சொல்ல மாட்டேன்" என்று சொல்லிவிட்டு அங்கிருந்து சென்றவனின் விழியில் தெரிந்த வேதனையில் துணுக்குற்றான் ரகுநந்தன்.

அவனுக்கு தெரிந்தவரை ஹர்சவர்தன் வேதனைப்பட்டு அவன் பார்த்தது இல்லை. எதையும் புன்னகைக்குப் பின்னே மறைத்து பழக்கப்பட்டவனின் மனதில் என்ன வருத்தம் இருத்தக் கூடும் என்ற யோசனையுடன் நடந்தவனின் காதில் அங்கே விருந்தினருக்கு ஒதுக்கிய அறையில் நீரஜாட்சியின் குரல் எதிரொலிக்க அவளை சமாதானம் செய்ய முயலும் கிருஷ்ணஜாட்சியின் குரலும் கேட்டது.

ரகுநந்தன் கடுப்புடன் "இருக்கிற பிரச்சனை காணாதுனு இவ வேற எப்போ முருங்கைமரம் கிடைக்கும், ஏறித் தொங்கலாம்னு காத்திண்டிருக்கா" என்றபடி அறையின் கதவை தட்டி விட்டு உள்ளே நுழைந்தான்.

அவனைக் கண்டதும் கிருஷ்ணஜாட்சி அவனிடம் வந்தவள் "அம்மாஞ்சி நீங்களாச்சும் சொல்லுங்க, இவ வீட்டுக்குப் போறேனு பிடிவாதம் பண்ணுறா" என்று கண்ணில் தவிப்புடன் கெஞ்ச நீரஜாட்சியோ இவன் சொன்னால் மட்டும் நான் கேட்டுவிடுவேனா என்ற பாணியில் அலட்சியமாக இருவரையும் பார்த்தபடி நின்று கொண்டிருந்தாள்.

அவனிடம் கெஞ்சும் அக்காவை எரிச்சலாகப் பார்த்தபடி "ஏன்? இங்கே இருந்து இன்னும் அசிங்கப்படணும்னு உனக்கு ஆசையா இருக்கா? இவங்க யாரும் நம்மளை மருந்துக்கு கூட மதிக்க மாட்டாங்கன்னு தெரிஞ்சும் இவங்களுக்கு ஏன் நீ சேவை செஞ்சிட்டு இருக்க கிருஷ்ணா? ஏதோ இவங்க அப்பா சம்பாதிச்ச காசுல நாம வாழ்ந்துட்டு இருக்கிற நினைப்பு இவங்களுக்குல்லாம்" என்றுச் சொன்னவள் ரகுநந்தனை பார்வையால் எரிக்கத் தவறவில்லை.

கிருஷ்ணஜாட்சி அவளது கடைசி வார்த்தையில் தலை குனிய ரகுநந்தனுக்கு நீரஜாட்சியை சமாளிக்கும் வித்தை தான் கண்ணுக்கு புலப்படவில்லை.

நீரஜாட்சி "உனக்கு வேணும்னா இவங்க மேல பாசம் இருக்கலாம். அந்த பாசத்துக்காக நீ இங்கேயே இருந்து உன் அம்மாஞ்சியோட நிச்ச-யதார்த்தத்தைச் சிறப்பிச்சிட்டு வா. ஆனா என் அக்காவை அசிங்கப்-படுத்துன மனுசனோட நிச்சயத்துல நான் கலந்துக்க மாட்டேன்" என்றாள் பிடிவாதமாக.

ரகுநந்தன் "லிசன் நீ கோவத்துல புரியாம பேசாத. அங்கே தாத்தா பாட்டி எல்லாருமே உன்னை தேடுவா. சின்ன குழந்தை மாதிரி அடம் பிடிக்காத" என்றான் குழந்தைக்கு சொல்வது போல.

அவளோ அவனது சமாதானத்தை எல்லாம் காதில் போட்டுக் கொள்ளாவதளாய் மொபைலை எடுத்துக் கொண்டவள் "மிஸ்டர் ரகு-நந்தன் உங்காத்து நிச்சயதார்த்தத்துக்கு வேலை செய்ய ஒரு சர்வெண்ட் போதும். என்னையும் சர்வெண்ட் ஆக்க டிரை பண்ணாதிங்க. என்ன பார்க்கிற? நீங்கல்லாம் எங்களை ரிலேட்டிவ்ஸ்னு நினைச்சு இங்கே அழைச்சிருக்கிங்கனு இவ நினைச்சிட்டிருக்கா. ஆனா உங்க குடும்-பத்துல என்னைக்குமே நீங்க எங்களை சேர்த்துக்க மாட்டிங்கன்னு அவளுக்குப் புரியல. இங்கே காபி கொண்டு போக, சாப்பாடு பரிமாற உங்களுக்கு ஒரு ஆள் தேவை. அதான் உங்க அம்மா இவளை இங்கே இருக்க வச்சிருக்காங்க. இல்லனா ஓடிப் போன மதுரவாணி-யோட பொண்ணுங்க இப்போ மட்டும் உங்க அம்மாவுக்கு இனிப்-போமா?" என்று அவள் அனல் கக்கும் விழிகளால் ரகுநந்தனையும் கிருஷ்ணஜாட்சியையும் பார்த்துவிட்டு கிளம்ப எத்தனித்தவளை மீண்டும் கிருஷ்ணஜாட்சி கரம் பற்றி தடுத்தாள்.

"நீரு வர்ஷா உன்னை ரொம்ப எதிர்பார்ப்பாடி. பட்டுவும், சித்துவும் நீ இல்லனா மனசொடஞ்சு போயிடுவாங்க" என்றுச் சொல்ல அவளது கையை விலக்கிவிட்டு புன்னகைத்தாள் நீரஜாட்சி.

"நீ சொன்ன எல்லாரும் உனக்கு அப்புறம் தான் எனக்கு கிருஷ்ணா. நான் சொன்னா சொன்னது தான். நான் இந்த நிச்சயதார்த்தத்துலயும் சரி, இனி நடக்கப் போற கல்யாணத்துலயும் சரி நான் கலந்துக்கப் போறது இல்ல. நான் கிளம்புறேன்" என்றபடி விறுவிறுவென்று அறைக்-கதவைத் திறந்துவிட்டுச் சென்றவளின் பின்னே ஓடினர் கிருஷ்ணஜாட்-சியும், ரகுநந்தனும்.

அவள் இது எதையும் கண்டுகொண்டாமல் படிகளில் விறுவிறு-வென்று இறங்கியவள் ஹாலின் மையத்தில் நின்று பத்மாவதி அவளை

• 172 •

அழைப்பதைக் கூட பொருட்படுத்தாமல் மண்டபத்தை விட்டு வெளியே-றிவிட்டாள்.

கிருஷ்ணஜாட்சி கையைப் பிசைந்தபடி நிற்க ரகுநந்தன் அவளிடம் "என்ன கிருஷ்ணா இவ இவ்ளோ பிடிவாதமா இருக்கா?" என்று ஆயா-சத்துடன் கேட்டுவிட்டு சிகையைக் கோதிக் கொண்டான்.

அதன் பின் நிச்சயதார்த்த நிகழ்வுகள் அனைத்தும் சிறப்பாக நடை-பெற மோதிரம் மாற்றிக் கொள்ளும் போது வர்ஷா "நீரு எங்கே?"என்-றபடி அவளைத் தேட கிருஷ்ணஜாட்சி அவள் காதில் ஏதோ சொல்ல அவள் சரியென்று தலையாட்டினாள்.

ஆனால் பேத்தி கோபத்துடன் கையை வீசியபடி மண்டபத்தை விட்டு வெளியேறுவதைப் பார்த்துவிட்ட சீதாலெட்சுமிக்கு ஏதோ பிரச்சனை என்று மட்டும் தெளிவாகப் புரிந்துவிட்டது. சிறிது நேரத்தில் மைத்-திரேயியும் ரகுநந்தனிடம் "டேய் நீருவைப் பார்த்தியோன்னோ? அவ இருந்த சுவடே இல்லையே! நாங்க எல்லாரும் க்ரூப் போட்டோ எடுக்-கலாம்னு நினைச்சிண்டிருந்தோம். இவ ஏன் திடீர்னு மாயமாயிட்டா?" என்று கேட்டு வைக்க அவன் வாய்க்கு வந்த காரணத்தைச் சொல்லி அவளை அமைதியாக்கினான்.

நிச்சயதார்த்தம் முடிந்து அனைவரும் வீடு திரும்புகையில் மணி பதி-னொன்றை தொட்டிருந்தது. நீரஜாட்சி தோட்டத்தின் ஊஞ்சலில் நன்றா-கப் படுத்துக் கொண்டு காதில் ஹெட்போனை மாட்டியிருந்தவள் இவர்-கள் யாரையும் கவனிக்கவில்லை. கண்டு கொள்ளவும் இல்லை.

அனைவருக்கும் அன்றைய நாளின் களைப்பு வேறு. அதனால் பத்-மாவதி எதுவாயினும் காலையில் பேசிக் கொள்ளலாம் என்று அனைவ-ரையும் உறங்க செல்லுமாறு பணிக்க கிருஷ்ணஜாட்சி தாத்தா பாட்டியை அவர்களின் அறையில் விட்டு வெளியே வந்தாள்.

ரகுநந்தன் நைட் பேன்ட், டிசர்ட்டுக்கு மாறி அவளுக்காக காத்திருப்-பதைப் பார்த்ததும் அவனிடம் என்னவென்று கேட்க அவனோ அவளை அவுட் ஹவுசிற்கு போகச் சொல்லிவிட்டு தான் நீரஜாட்சியை அழைத்து வருவதாகக் கூற அவள் தயங்கினாள்.

அவன் சிரிப்புடன் "உன் தங்கையை நான் ஒன்னும் கடிச்சு முழுங்-கிட மாட்டேன். இன் ஃபேக்ட் நான் தான் அவளண்ட பேச பயப்-படணும்" என்று சொல்ல அவளும் சரியென்று தலையாட்டி விட்டு அவுட் ஹவுஸை நோக்கி நடையைப் போட்டவள் தோட்டத்து வலது

பக்க ஊஞ்சலில் அவள் படுத்துக் கொண்டிருப்பதை ஒரு பெருமூச்சோடு பார்த்துவிட்டு சென்றாள்.

ரகுநந்தன் ஹாலின் விளக்கை அணைத்துவிட்டு தோட்டத்தில் எரி-யும் குழல்விளக்குகளில் ஒளியில் பாதையில் கண் பதித்து நடந்தபடி ஊஞ்சலை அடைந்தான். அங்கே சொகுசாகப் படுத்தபடி விழிமூடி பாடல் கேட்டுக் கொண்டிருந்தவளைக் கண்டதும் ஏனோ அவனுக்கு சிரிப்பு தான் வந்தது.

படுத்திருப்பவளின் தலையில் செல்லமாகத் தட்டிவிட்டு "கொஞ்சம் எழுந்திருடி. நானும் உக்காரணும்" என்றுச் சொல்ல அவளோ திடீ-ரென்று யாரோ தலையில் தட்டியதில் பதறியடித்து எழுந்தாள்.

தன் எதிரே நிற்பவனைக் கண்டதும் பார்வையாலே எரித்தவள் அவன் நகர்ந்து அமருமாறு சைகை காட்டவும் முடியாதென்று பிடிவா-தமாக அதே இடத்தில் அமர்ந்திருந்தாள்.

அவள் காதில் மாட்டியிருக்கும் ஹெட்போனை பிடுங்கியவன் கையோடு அவள் மொபைலையும் பிடுங்கிக் கொள்ள நீரஜாட்சி "மரி-யாதையா என் போனை குடுத்துடு" என்றாள் அவளது மூன்றாவது கண்ணை திறக்காத குறையாக.

அவன் இலகுவான குரலில் "அப்போ நீயும் கொஞ்சம் நகர்ந்து உக்-காரு. இல்லனா நான் உன் மடியில தான் உக்கார வேண்டியதா இருக்-கும்" என்றபடி அவளை நெருங்க அவள் சட்டென்று நகர்ந்து அவன் உட்கார இடமளித்தாள். தன் அருகே அமர்ந்தவனிடம் "என் போனை குடு" என்று கேட்டாள் அவன் முகத்தைப் பார்க்காமலே.

"மேடம் செம கோவத்துல இருக்கா போல" என்று வாய்க்குள் முணு-முணுத்த ரகுநந்தன் "நீ என்னை நேருக்கு நேரா பார்த்துக் கேட்டா உன் போன் உன் கைக்கு வர வாய்ப்பு இருக்கு" என்க அவளும் அவன் புறம் திரும்பி கையை நீட்டியபடி போனை கேட்க அவன் பாக்கெட்டிலிருந்த போனை எடுத்து அவள் கையில் வைத்தான்.

அது கைக்கு வந்ததும் எழுந்து ஓட தயாரானவளை அவன் வளைத்துப் பிடித்து தன் கரவளையத்துக்குள் அமர வைத்தது நீரஜாட்-சிக்கு ஏதோ கனவு போலவே தோன்றியது. ஆனால் இன்னும் அவனது ஒரு கரம் அவளது இடையை வளைத்திருக்க குறுகுறுப்பாக உணர்ந்-தவள் அவனை முறைத்தவாறே "முதல்ல கையை எடு" என்க அவன் மாட்டேன் என்று இடவலமாக ஆட்டினான்.

• 174 •

"உனக்கு எங்கே இருந்து இவ்ளோ தைரியம் வந்துச்சு நெட்டை-கொக்கு? " என்றபடி அவன் கழுத்தைச் சுற்றியிருந்த மற்றொரு கரத்தை விலக்க முயன்றவளைச் சமாளித்தபடியே அவளிடம் பேச முயன்றான் ரகுநந்தன்.

"எல்லாம் லண்டன்ல இருந்து தான் வந்துச்சுடி. அங்கே ஓவரா அழிச்சாட்டியம் பண்ணுறவாளை இப்பிடி தான் கண்ட்ரோல் பண்ணுவா" என்றுச் சொல்ல

நீரஜாட்சி கடுப்புடன் "இப்போ நீ மட்டும் கையை எடுத்துட்டு என்னை விடலனு வையேன் நான் சத்தம் போட்டு பத்து மாமியை எழுப்பிடுவேன்" என்று அவனை மிரட்ட அவன் அதற்கு உரக்கச் சிரித்-துவிட்டான்.

"அஹான்! கூப்பிடு. லண்டன்ல ஓவரா சத்தம் போடுறவாளோட வாயை அடைக்கறதுக்கு ஒரு மெத்தட் யூஸ் பண்ணுவா. நான் அதுல எக்ஸ்பர்ட். நீ இப்போ கத்துனேனு வையேன், நான் அந்த டெக்னிக்கை இங்கே யூஸ் பண்ண வேண்டியிருக்கும். எப்பிடி வசதி?" என்று புருவம் உயர்த்தி வினவியவனை புரியாமல் பார்த்து வைத்தாள்.

பின்னர் யோசித்தவள் அது என்ன டெக்னிக் என்று புரிந்ததில் அவனை நம்ப முடியாமல் பார்க்க ரகுநந்தன் குறும்புடன் அருகில் வரவுமே தனது வாயை கரங்களால் பொத்திக் கொண்டாள்.

"சோ நான் சொன்ன டெக்னிக் உனக்கு என்னன்னு தெரிஞ்சு போயிடுத்துல்ல. இனி நான் பேசி முடிக்கற வரைக்கும் மூச்" என்று எச்சரித்தவன் அவளை தன் கை வளைவுக்குள் இருந்து மட்டும் விட-வில்லை.

பொறுமையாக அவளைப் பார்த்தவன் "லிசன்! இங்கே ஏகப்பட்ட விஷயங்கள் நடந்திருக்கலாம். அது எல்லாமே உன் மனசுல நம்ம குடும்பத்தைப் பத்தி நோக்கு தவறான அபிப்பிராயங்கள் வர காரணமா-யிடுத்துனு எனக்கு புரியறது. ஆனா இந்த ஆத்துல அம்மா, ஹர்சா-வைத் தவிர மத்த எல்லாருக்கும் உன் மேலேயும், கிருஷ்ணா மேலே-யும் உயிர் தெரியுமா? நீ என்கேஜ்மெண்டுல இருந்து பாதியில போனதும் பாட்டி, தாத்தா, சித்தினு எல்லாரும் பரிதவிச்சு போயிட்டா. மைத்-திக்கா புலம்பித் தள்ளிட்டா. ஏதோ சிலருக்காக நீ ஏன் உன் மேல அன்பா இருக்கிறவாள கஷ்டப்படுத்துற? கிருஷ்ணா அவ வயசுக்கு மேல பொறுப்பா நடந்திருக்கறா. உன் அக்காவை மதிக்கலங்கிற உன்-

னோட ஆதங்கம் நியாயமானது. ஆனா உன்னோட கோவம் உன் அக்-
காவையும் பாதிக்குங்கிறதை நீ எப்போ உணர்ந்துக்கப் போற?" என்று
வினவ நீரஜாட்சிக்கு அவன் சொன்னபடி தனது கோபம் தன் உயிரான-
வர்களையும் பாதித்திருக்கிறது என்று அப்போது புரிந்தது.

அவன் சொன்னதை அவள் அமைதியாகக் கேட்டுக் கொண்டதிலி-
ருந்தே அவள் அவனது அறிவுரையை ஏற்றுக் கொண்டாள் என்பதை
புரிந்து கொண்டான் ரகுநந்தன்.

வாஞ்சையுடன் அவளைப் பார்த்தபடியே "எல்லாரும் உன் அக்-
காவை கஷ்டப்படுத்துறாங்கன்னு நீ கோவப்படற. ஆனா உன் கோவம்
மத்தவங்க குடுக்கிற கஷ்டத்தை விட உன் அக்காவை ரொம்ப பாதிக்-
கும். அதைப் புரிஞ்சுக்கோ நீரு. கல்யாணத்துக்கு வருவ தானே?" என்று
அவள் விழிகளை எதிர்ப்பார்ப்போடு ஏறிட அவள் ஆமென்று தலைய-
சைக்கவும் ரகுநந்தனின் இதழில் புன்னகை மலர்ந்தது.

நீரஜாட்சி அவன் அசந்த நேரம் அவனது கைகளை விலக்கிவிட்டு
எழுந்து நின்று கொண்டவள் "எல்லாம் சரி தான். ஆனா நீ சொன்-
னதுல ஒரு சின்ன கரெக்சன் இருக்கு. பத்து மாமி, அவங்க மூத்த
பிள்ளை மட்டுமில்ல உனக்கும் தான் எங்க ரெண்டு பேரையும் ஆகாது.
அவசரத்துல நீ உன் பேரைச் சேர்க்க மறந்துட்டியா?" என்று ஏற்-
கெனவே அவனுக்கும் கிருஷ்ணஜாட்சிக்குமான உறவில் பத்மாவதிக்கு
இருக்கும் சந்தேகத்தையும் தெளிவுபடுத்திக் கொள்வதற்காக வினவ ரகு-
நந்தன் பொய்யாக வாயைப் பொத்தியபடி ஆச்சரியப்பட்டான்.

"ஆமால்ல! இதை நான் எப்பிடி மறந்தேன்?" என்று அவன் கேட்க
அவள் ஏளனமாக உதட்டை வளைத்தாள்.

ரகுநந்தன் குறும்புடன் அவளைப் பார்த்தபடியே "ஆக்சுவலா எனக்கு
இன்னையில இருந்து தான் உங்களை பிடிக்க ஆரம்பிச்சது. ஈவ்னிங்
இந்த கார்டன்ல நடந்துச்சே ஒரு சீன். அடடா! அதை வார்த்தையால
சொன்னா ஃபீலே இருக்காது. அந்த ஆரஞ்ச் கலர் பேக்கிரவுண்ட்ல நீ
என்னை பார்க்க நான் உன்னைப் பார்க்க நீ மெய் மறந்து என்னை
ரசிக்க அது ஹெவன்லி ஃபீல் தெரியுமா?" என்று கேலி செய்ய

நீரஜாட்சி பதறிப் போனவளாய் "நோ நோ! நீ நினைக்கிற மாதிரி
இல்ல. நீ இன்னைக்குப் பார்க்க கொஞ்சம் நல்லா இருந்தனு தான்
பார்த்தேன். மத்தபடி ஒன்னும் இல்ல" என்று வேகமாக விளக்கம்
அளித்தாள்.

• 176 •

அவனோ "ம்ஹூம்! நீ பொய் சொல்லுற நீருகுட்டி! இவ்ளோ நாள் எனக்கே கொஞ்சம் தயக்கமா தான் இருந்துச்சு. ஆனா இன்னைக்கு ஈவ்னிங் இன்சிடெண்டுக்கு அப்புறம் எல்லா தயக்கமும் ஓடிப் போச்சு" என்றபடி கண்ணை மூடி அந்த நொடிகளை மீண்டும் நினைவுக்குக் கொண்டு வந்தான்.

அவனது முகபாவத்தைக் கண்டவள் "ஆஹா! இது சரியில்ல நீரு. இவன் என்ன தான் நினைச்சிட்டிருக்கானு புரியலையே. எதுவா இருந்-தாலும் பத்து மாமியை மனசுல வச்சிக்கோ" என்று தனக்குள் சொல்லிக் கொண்டாள்.

பின்னர் சத்தமாக "நீ இப்பிடியே பைத்தியமாட்டம் உளறிட்டே இரு. நான் போய் தூங்கப் போறேன்" என்றுச் சொல்லிவிட்டு அவுட் ஹவுஸை நோக்கி ஓட்டம் பிடித்தாள்.

ரகுநந்தன் அவள் வேகமாகச் செல்வதைக் கண்டுவிட்டு "நீ போய் நிம்மதியா தூங்கப் போற. எனக்கு இன்னைக்கு நடந்த இன்சிடெண்டால தூக்கம் போச்சேடி" என்று ரசனையுடன் சொல்லிவிட்டு வீட்டை நோக்கி நடைப்போட்டான்.

நீரஜாட்சி அவுட் ஹவுஸினுள் நுழைந்து கதவினை தாளிட்டவள் கிருஷ்ணஜாட்சியின் அறைக்குள் சென்று பார்க்க அவள் அன்றைய வேலைக்களைப்பில் அசந்து உறங்கிக் கொண்டிருந்தாள்.

அவள் அருகே சென்றவள் "இனிமே என் கோவத்தால உனக்கு எந்த தர்மசங்கடமும் வராது கிருஷ்ணா. அந்த நந்து சொன்ன மாதிரி இனிமே உன்னை கஷ்டப்படுத்த மாட்டேன்" என்று சொல்லிவிட்டு அக்-காவுக்கு போர்வையைப் போர்த்திவிட்டு தனது அறையை நோக்கிச் சென்றாள்.

விளக்கை அணைத்துவிட்டுப் படுத்தவளுக்கும் அன்றையை மாலை நிகழ்வு மனதை நிரண்ட "நீரு! இந்த நந்துக்கு என்ன தான் ஆச்சு? அவனை விடு. எனக்கு என்ன ஆச்சு? எனக்கு தான் அவனைக் கண்டாலே பிடிக்காதே! ஆனா நான் எப்பிடி சாயந்திரம் அவனைப் பார்த்து மெஸ்மரைஸ் ஆகி நின்னேன்? தேவை இல்லாம் நான் அப்பிடி நடந்துகிட்டதால எதும் பிரச்சனை வருமோ? அவன் வேற இனிமே தயக்கம் இல்லனு சொல்லிட்டுப் போறான்! என்ன தயக்கம்? ஐயோ பெருமாளே, எனக்கு ஏதோ ஆயிடுச்சு. என்னை எப்பிடியாச்சும் காப்-பாத்துங்க" என்று சத்தமாகவே வேண்டிக் கொண்டாள்.

தனது ரட்சகனிடமிருந்தே தன்னைக் காக்க கடவுளை வேண்டிக் கொண்டவள் பின்னர் தூக்கத்தை வரவழைக்க முயற்சி செய்து சிறிது நேரத்தில் அதில் வெற்றியும் பெற்றாள்.

21

பூங்காற்று 21

மறுநாள் காலையில் வழக்கம் போல நீரஜாட்சிக்கு முன்னரே விழித்-
துவிட்ட கிருஷ்ணஜாட்சி அவள் என்ன மாதிரி மனநிலையில் இருப்-
பாளோ என்ற குழப்பத்துடனே காபி மற்றும் காலை உணவை தயார்
செய்ய நீரஜாட்சி நிதானமாக எட்டு மணிக்கு எழுந்து சாவகாசமாக
குளித்துவிட்டு வந்தவள் கிருஷ்ணஜாட்சியின் சமையலை வாசம் பிடித்-
தபடி சமையலறைக்குள் வந்துவிட்டாள்.

"வாவ் கிருஷ்ணா உன்னோட இட்லி அண்ட் சாம்பார் வாசம்
ஆளை அப்பிடியே தூக்குதே. காபி அப்புறமா குடிச்சிக்கிறேன். முதல்ல
பிரேக் பாஸ்ட்" என்று சாதாரணமாகவே பேச காலையில் எழுந்ததும்
வழக்கம் போல தனக்கு கிளாஸ் எடுப்பாள் என்று எண்ணிக் கொண்-
டிருந்த கிருஷ்ணஜாட்சிக்கு அவளின் இந்த அமைதியான தோற்றம்
திகைப்பைக் கொடுத்தது.

ஒரு தட்டில் இட்லியை வைத்து சாம்பாரை ஊற்றியபடியே "நீரு
உனக்கு என் மேல கோவம் ஒன்னும் இல்லையே?" என்று தயங்கி
தயங்கி கேட்க தட்டை வாங்க நீட்டிய நீரஜாட்சியின் அதை வாங்கிக்
கொள்ளாமல் அந்தரத்திலேயே நின்றது.

கிருஷ்ணஜாட்சி அவள் இன்னும் கோபமாக இருக்கிறாள் போல
என்று எண்ண அவளோ அதற்கு மாறாய் சகோதரியை தோளோடு
அணைத்துக் கொண்டபடி "உன் மேல என்னால ரொம்ப நேரத்துக்கு
கோவமா இருக்க முடியுமா கிருஷ்ணா? நேத்தைக்கு நான் தான்
கொஞ்சம் அசடு மாதிரி அவசரபுத்தியோட நடந்துகிட்டேன். பட் அந்த

என்.கே நம்பர் ஒன் பேசுனதுக்கு நான் குடுத்த ரிப்ளைஸ் எதையும் நான் வாபஸ் வாங்கிக்கறதா இல்ல. நீ இனிமே அவர் கிட்ட பேசாத. சப்போஸ் மாமி உன்னை அவர் கிட்ட எதாவது கேக்க சொன்னா கூட என் கிட்ட சொல்லு. நான் பார்த்துக்கிறேன்" என்று பெரிய மனுஷி மாதிரி கூற கிருஷ்ணஜாட்சிக்கு அவள் கோபம் குறைந்ததே போதுமென்று தோன்றிவிட அவள் சொன்ன அனைத்துக்கும் தலையை ஆட்டி வைத்தாள்.

அதன் பின் சகோதரிகள் இருவரும் வழக்கம் போல ஒருவரை ஒருவர் கலாய்த்தபடி காலையுணவை முடித்து விட்டு வீட்டை நோக்கிச் சென்றனர். அன்று மைத்திரேயி வருவதாகச் சொல்லியிருந்தாள். அங்கே இருவரும் போய் நின்றவுடனே சீதாலெட்சுமி நீரஜாட்சியை கண் காட்டி என்ன பிரச்சனை என்று கிருஷ்ணஜாட்சியிடம் கேட்டு வைக்க அவளோ ஒன்றும் இல்லை கவலைப்பட வேண்டாம் என அவருக்கு சமாதானம் கூறினாள்.

நீரஜாட்சியும் நேற்றைய சம்பவத்தின் நிழல் எதுவும் இல்லாமல் அனைவரிடமும் சாதாரணமாக நடந்து கொள்ளவே சீதாலெட்சுமிக்கும் பிரச்சனை ஒன்றும் தான் எண்ணிய அளவுக்குப் பெரிதில்லை என்ற நிம்மதி.

சிறிது நேரத்தில் கணவனுடன் வந்து சேர்ந்த மைத்திரேயியுடன் வர்ஷாவும் இணைந்து வரவே நீரஜாட்சி இருவரையும் நோக்கி ஒரு அசட்டுச் சிரிப்பு சிரித்து அவர்களை சமாதானப்படுத்த முயற்சி செய்தாள். இருவரும் சிறிது நேரம் முறுக்கிக் கொண்டவர்கள் பின்னர் குழந்தை அர்ஜூனை வைத்து அவள் விளையாட்டு காண்பிக்கவும் சமாதானமாயினர்.

ஹர்சவர்தன் ஹோட்டலுக்குச் செல்லத் தயாராகி வந்தவன் நேற்றைய நிகழ்வுகளின் தாக்கத்தில் நீரஜாட்சியையும் கிருஷ்ணஜாட்சியையும் பார்க்க முடியாமல் தவித்தவன் வர்ஷாவிடம் ஒரு சினேகப்புன்னகையைச் சிந்தியவன் பத்மாவதியிடம் "மா! நான் ஹோட்டலுக்குக் கிளம்புறேன். பிரேக் பாஸ்ட் அங்கேயே பார்த்துக்கிறேன்" என்றுச் சொல்ல அதற்கு அவர் ஏதோ சொல்ல மறுத்தவன் அவரிடம் ஒரு புன்னகையுடன் விடை பெற்றான்.

அதன் பின் கிருஷ்ணஜாட்சியும் ஹோட்டலுக்குச் செல்ல தயாராக நீரஜாட்சி அவளிடம் "சொன்னதை மறந்துடாதே! அந்த என்.கே நம்பர் ஒன் கிட்ட இருந்து விலகியே இரு" என்று காதுக்குள் முணுமுணுக்க

கிருஷ்ணஜாட்சியும் தலையாட்டிவிட்டு சென்றாள்.

அவள் சென்று சிறிது நேரத்தில் ரகுநந்தனும் வந்துவிட மீதமிருந்த இளையவர்கள் அனைவரும் கலகலப்பாக உரையாட ஆரம்பிக்க ரகுநந்தனின் விழிகள் நீரஜாட்சியின் விழிகளுடன் சண்டையிட ஆரம்பித்தது. அவள் வாய்க்குள் ஏதோ முணுமுணுக்க அவன் அவளை கேலியாகப் பார்த்தபடி "நீருகுட்டி ஏதோ முணுமுணுக்கற மாதிரி தெரியுது! என்ன லண்டன் டெக்னிக்கை யூஸ் பண்ணனுமா?" என்று வினவ அவளுக்கு வந்த கோபத்துக்கு அவள் கண்களாலேயே அவனை எரித்தாள்.

கடுப்புடன் "விவஸ்தை கெட்டவன், எல்லாரும் இருக்கறப்போ லூசுத்தனமா உளறி வைக்கிறான்" என்று மீண்டும் வாய்க்குள்ளே முணுமுணுக்க வர்ஷா ஆர்வத்துடன் "அது என்னடா லண்டன் டெக்னிக்?" என்று புரியாமல் வினவவும் ரகுநந்தன் கிண்டலாக "என்ன நீருகுட்டி மன்னி கேக்கறா! சொல்லிடவா?" என்று குறும்புப்பார்வை பார்க்க அவனது இலகுவான பேச்சில் பத்மாவதியின் மனம் துணுக்குற்றது.

ஆனால் அதற்கு எதிர்வினையாக நீரஜாட்சியின் கோபத்தில் சிவந்த முகத்தைக் கண்டதும் தான் அது வழக்கமாக அவளை அவன் வம்பிழுப்பது போல தான் என்று எண்ணி நிம்மதி பெருமூச்சு விட்டார்.

ஆனால் ரகுநந்தனோ அன்று மட்டும் அல்ல அதைத் தொடர்ந்த நாட்களிலும் நீரஜாட்சியுடன் இழைந்து கொண்டே திரியவே அவருக்கு முதல் முறையாக இருவரையும் ஒரே இடத்தில் வேலை செய்ய சொல்லி கட்டளையிட்டுத் தான் தவறு செய்துவிட்டோமோ என்று தோன்ற ஆரம்பித்தது.

பத்மாவதி ஒரு வித பதபதைப்புடன் நாளைக் கடத்த அவரது மூத்தப்புதல்வனின் திருமண நாளும் வந்துவிட்டது. ஆனால் அதன் சந்தோசத்தை அவரது இளைய மைந்தன் முழுவதுமாக அனுபவிக்க விட்டால் தானே. அவரின் இந்த பதற்றத்துக்கு ரகுநந்தனின் காதல் பார்வை அனைத்து திருமணச்சடங்குகளிலும் நீரஜாட்சியை தழுவியதே காரணம்.

விஜயலெட்சுமியிடம் இது குறித்து கேட்டதற்கு அவரோ "பத்மா! நோக்கு தெரியாதாடி, நம்ம நந்தன் விளையாட்டுப்பையன். அவன் சும்மா அத்தை மகள்னு உரிமையா அவளண்ட வம்பிழுத்திண்டிருக்கானே ஒழிய அவன் போய் இந்த புடலங்காயைவா பார்க்கப் போறான்? நீ மனசை போட்டு குழப்பிக்காம குழந்தேளைப் பத்தி மட்டும் யோசிடி" என்றுச் சொல்லிவிட்டு சென்றார். அவரது மகள் விடிந்தால் ஸ்ரீனிவாச-

விலாசத்தின் மருமகள் ஆகப் போகிறாள் என்ற குஷியில் அவர் சென்றுவிட பத்மாவதிக்கு மட்டும் மனம் உறுத்தலாகவே இருந்தது.

அதற்கு ஏற்றாற்போல அவரது புத்திரனும் திருமணத்துக்கு முந்தைய நாள் மாலை ஜானவாசத்தில் ஆரம்பித்து அதன் பின் தொடர்ந்த நிச்சயதார்த்தம் முதற்கொண்டு அவன் அண்ணனுடன் இருக்கிறேன் என்று சொல்லிக் கொண்டு நீரஜாட்சியுடனே சுற்றிக் கொண்டிருந்தான். பத்மாவதிக்கு கிடைத்த ஒரே நம்பிக்கை என்னவென்றால் அவன் இவ்வளவு சுற்றியும் நீரஜாட்சி அவனை ஒரு பொருட்டாக எண்ணி ஒரு புன்னகையைக் கூட சிந்தவில்லை என்பது தான்.

மணமகள் அறையில் அரட்டை அடித்துக் கொண்டிருந்த நீரஜாட்சியிடம் மைதிலி "நீரு நான் கிருஷ்ணாவை வீட்டுக்கு அழைச்சிண்டு போறேன். தாத்தாவும், பாட்டியும் இங்கே தங்க முடியாதோன்னோ! அவாளும் என்னோடவே வர்றா. நீ மைத்தி, ஸ்ருதி கூட பத்திரமா இங்கேயே தங்கிக்கோடிம்மா" என்றுச் சொல்லிவிட்டு நாளை அதிகாலை அனைவரும் திரும்பிவிடுவோம் என கூறிவிட்டு கிளம்பினார்.

அதன் பின் மைத்திரேயியுடன் அரட்டையைத் தொடர்ந்தவள் விஜயலெட்சுமி வந்து "இன்னும் நீங்கல்லாம் தூங்கலியா? அதிகாலையில பொண்ணு மாப்பிள்ளை விரதம் இருந்து வர்றச்ச நீங்க தான்டி ஆரத்தி எடுக்கணும். போய் தூங்குங்கோ" என்றுச் சொல்லிவிட்டு செல்ல மூவரும் தூங்குவதற்கு ஆயத்தமாயினர்.

அதே நேரம் வீட்டிலும் மறுநாள் திருமணத்துக்கு முந்தைய சடங்குக்காக சீக்கிரம் எழ வேண்டும் என்பதால் அனைவரும் சீக்கிரமாக உறங்கச் சென்றுவிட ஹர்சவர்தனுக்கு மட்டும் அன்றைய இரவு உறங்கா இரவாகவே நீண்டது.

மறுநாள் அதிகாலையில் ரகுநந்தன் வந்து எழுப்பிவிட திருமணச்சடங்குகளை இயந்திரம் போல செய்ய ஆரம்பித்தான் அவன். விரதச்சடங்கு முடிந்து குளித்துவிட்டு வந்தவன் உடைமாற்றிவிட்டு குடும்பத்தாருடன் மண்டபத்துக்கு கிளம்ப கிருஷ்ணஜாட்சி கவனமாக அவன் செல்லும் காரில் ஏறாமல் தாத்தா, பாட்டி மற்றும் மைதிலியுடன் மற்றொரு காரில் ஏறிக் கொண்டாள்.

அதன் பின் மண்டபத்தை அடைந்த மணமகனை ஆரத்தி எடுத்து வரவேற்க சிறிது நேரத்தில் வர்ஷாவும் அவளது வீட்டிலிருந்து சர்வலங்கார பூஷிதையாக மண்டபத்தை அடைந்தாள். அவளை மணப்பெண்

அறைக்கு அழைத்துச் சென்றுவிட ரகுநந்தன் ஹர்சவர்தனை காசியாத்திரைக்கு தயாராகுவதற்காக அழைத்துச் சென்றான்.

அதாவது மாப்பிள்ளை குடைக்கம்பை பிடித்துக்கொண்டு காசிக்கு புறப்படுவதுபோல பாவ்லா செய்யவேண்டும். அப்போது மணப்பெண்ணின் தந்தை அவன் முன் வந்து இல்லறவாழ்வின் சிறப்பையும், அதன் அவசியத்தையும் விரிவாகச் சொல்லு அவன் இல்லற வாழ்க்கைக்குத் துணையாக தன் மகளைத் தருவதாக வாக்களித்து மணமகனை மீண்டும் அழைத்து வருவார்.

அந்த சடங்கு ஆரம்பித்து ஆரம்பித்து ஆதிவராஹன் தனது மகளை மணமுடித்து தருவதாக கூறி ஹர்சவர்தனின் காசியாத்திரையை முடித்து வைத்து அவனை அழைத்துவந்தார். நீரஜாட்சி இந்தச் சடங்குகள் அனைத்தையும் கரோலின் மற்றும் கவிதாவுடன் சேர்ந்து வீடியோவாக படம் பிடித்தபடியே தன்னை கேலி செய்யும் ரகுநந்தனை முறைத்துக் கொண்டிருந்தாள்.

அடுத்து மாலை மாற்றுவதற்கு மணப்பெண்ணுக்கு கூரைப்புடவையை அளித்து அவளை அனுப்பி வைத்த பத்மாவதி காசியாத்திரையில் பிஸியாக இருந்த விஜயலெட்சுமி, மைதிலியிடம் "வர்ஷாவை அவ ரூம்கு அனுப்பிட்டேன் மன்னி. குழந்தைக்கு மடிசார் கட்ட உதவி பண்ணுங்கோ. மைதிலி நீயும் போடி" என்று அனுப்பி வைத்தவர் கிருஷ்ணஜாட்சியை அவளை அலங்கரிக்க அனுப்பி வைத்தார். அதன்பின் மணமேடையில் நின்று கொண்டிருந்த கணவரை நோக்கி "ஏண்ணா" என்ற அழைப்போடு சென்றார்.

சீதாலெட்சுமி கணவரோடு அமர்ந்து பேரனின் திருமணவைபவத்தை மனநிறைவுடன் கண்டுகொண்டிருக்க நீரஜாட்சி அவர்களையும் விட்டுவைக்காமல் வீடியோ எடுக்க ஆரம்பித்தாள். "சித்து பட்டு கையைப் பிடிச்சிக்கோ" என்று அவரை கேலி செய்யவும் அவள் தவறவில்லை. அந்த வயதான பெண்மணியோ பேத்தியின் கலாட்டாக்களை ரசித்தாலும் "போடி இவ ஒருத்தி!" என்று முந்தானையால் தோளை மூடிக் கொண்டார் வெட்கப்பட்டபடி.

கரோலின் கையில் மொபைலைக் கொடுத்தவள் "என்ன சித்து உனக்கு மலரும் நினைவுகளா?" என்று கண்ணடிக்க சீதாலெட்சுமி செல்லமாக அவள் காதை திருகினார். பட்டாபிராமன் "சீதே விடுடி! என் பேத்தி உன்னை கேலி பண்ணாம வேற யாரு பண்ணப் போறா"

பூங்காற்றிலே உன் சுவாசம் - முதல் பாகம்

என்க நீரஜாட்சி அவருக்கு ஹைஃபை கொடுத்துவிட்டு சீதாலெட்சுமிக்கு அழகு காட்டினாள்.

"நோக்கு இதுலாம் புரியாதுடி. உன் வயசுல நானும் உன்னை மாதிரியே குதியாட்டம் போட்டுண்டு திரிஞ்சவளாக்கும். அப்போ என் அக்கா ஒரு பாசுரம் சொல்லுவா!

"வாரணம் ஆயிரம் சூழ வலம் செய்து
நாரண நம்பி நடக்கின்றான் என்றெதிர்
பூரண பொற்குடம் வைத்துப் புறமெங்கும்
தோரணம் நாட்டக் கனாக்கண்டேன் தோழீ நான்"

அதாவது ஆயிரம் யானை சூழ்ந்து வர எம்பெருமாள் ஊருக்குள்ள வர்றதை பார்த்த மக்கள் எல்லாம் அவரை தோரணத்தோட வரவேற்கறதை நான் கனவில கண்டுட்டேனு ஆண்டாள் நாச்சியார் பாடுனாராம்! அக்கா சொல்லுவா சீதா உன்னோட ஆம்படையானும் இதே போல ஒரு நாள் வந்து இறங்குவார்! அப்போ உன்னோட இந்த குதியாட்டம் எல்லாம் மாயமா மறைஞ்சுப் போயிடும்டினு. சொன்ன மாதிரி உன் தாத்தா வந்தார், என்னையும் கைப்பிடிச்சு கூடவே அழைச்சிண்டுப் போயிட்டார். நோக்கும் ஒருத்தன் வருவான்டி! அப்போ இதே போல உன் பேச்சு, கேலி எல்லாமே இருந்த இடம் தெரியாம மாயமா போயிடும்" என்று அவளை கேலி செய்ய பட்டாபிராமனும் அவரும் இப்போது மெய்யாகவே மலரும் நினைவுகளில் மூழ்க ஆரம்பித்தனர்.

நீரஜாட்சி கரோலினை பார்த்து கண் சிமிட்டியவள் பாட்டியிடம் "சித்தம்மா! அவன் வர்றப்போ வரட்டும். எனக்கு ஒரு டவுட். சென்னை டிராபிக்ல அவன் எப்பிடி ஆயிரம் யானை சூழ வருவான்? ஒரே கூட்டமா இருக்காது?" என்று கிண்டலடிக்க பட்டாபிராமனும், சீதாலெட்சுமியும் பேத்தி சொன்ன பாவனையில் வாய்விட்டே சிரிக்க ஆரம்பித்தனர்.

"என்ன தாத்தாவும் பாட்டியும் பேத்தியோட ரொம்ப குஷியா பேசிண்டிருக்கேள் போல" என்றவாறு வந்தவனின் குரலில் ஒரு முறைப்புடன் திரும்பிய நீரஜாட்சி ஒரு கணம் இமைக்க மறந்து பதுமையாய் நின்றாள்.

பட்டு வேஷ்டி சட்டையில் புன்னகை தவழும் முகத்துடன் கம்பீரமாய் வந்து நின்றான் ரகுநந்தன். தன்னவளின் ரசனைப் பார்வையை மனதிற்குள் ரசித்தவன் அவளை நோக்கி கண் சிமிட்ட நீரஜாட்சி திடுக்கிட்டு விழித்தாள்.

சீதாலெட்சுமி பேரனுக்கு நெட்டி முறித்து திருஷ்டி கழித்தவாறே "என் பேரன் தான் எவ்ளோ அழகு?" என்று அவன் நாடியைக் கிள்ளி முத்தமிட்டுக் கொள்ள பட்டாபிராமனும் "அவன் பட்டாபிராமனோட பேரன்டி சீதே!" பேரனின் கம்பீரமான தோற்றத்தை மெச்சுதலுடன் பார்த்-துக் கொண்டிருந்தார்.

கரோலின் "வாவ் நந்து யூ ஆர் லுக்கிங் ஆசம் இன் திஸ் காஸ்-டியூம்" என்று வாய் விட்டுப் பாராட்ட ரகுநந்தன் அவளை நோக்கி சினேகமாக புன்னகைத்தபடி "யூ ஆர் ரைட் லின் பேபி. பட் நான் எதிர்ப்பார்க்கிறவா வாயிலிருந்து ஒரு முத்து கூட இன்னும் உதிரலையே" என்று பொய்யாக பெருமூச்சுவிட நீரஜாட்சிக்கு அவன் தன்னை தான் சொல்கிறான் என்று நன்றாகவே புரிந்தது.

அவள் அமைதியாக "நல்லா இருக்கிங்க அம்மாஞ்சி" என்றுச் சொல்ல ரகுநந்தனுக்கு உலகை வென்ற மகிழ்ச்சி. சீதாலெட்சுமியும் பட்டாபிராமனும் இவ்வளவு நேரம் கலாட்டா செய்து கொண்டிருந்த பெண்ணா இவனிடம் சாந்தமாகப் பேசுவது என்ற ஆச்சரியம்.

இருவரையும் ஒருவரை ஒருவர் அர்த்தபுஷ்டியோடு பார்த்தபடி பேரன் பேத்தியை நோட்டமிட அவர்களோ இந்த உலகிலே இல்லை. ரகுநந்தன் இளஞ்சிவப்பு நிற புடவையில் அப்சரகாக நின்றவளை கண்-ணிலேயே படம்பிடித்துக் கொண்டிருந்தான். இந்த காட்சியை கரோ-லின் வீடியோவாக்கிக் கொண்டிருக்க அந்த அழகிய சூழலைக் கெடுக்-கும் விதமாக விஜயலெட்சுமியின் கூக்குரல் மணப்பெண் அறையிலிருந்து வெளிப்பட்டது.

"வர்ஷா இப்பிடி மோசம் பண்ணிட்டு போயிட்டியேடி" என்ற அவரது குரல் அந்த மண்டபத்தின் மணமேடையைத் தாண்டி ஹால் வரைக்கும் கேட்க நீரஜாட்சியும் ரகுநந்தனும் தாத்தா பாட்டியை அமைதிப்படுத்தி விட்டு மணப்பெண் அறையை நோக்கி ஓடினர்.

அதற்குள் அங்கே பத்மாவதி, வேங்கடநாதன், மைதிலி, கோதண்-டராமன், ஆதிவராஹன் என்று அனைவரும் கூடிவிட்டனர். ரகுநந்தன் நீரஜாட்சியுடன் அங்கே செல்லும் போது விஜயலெட்சுமியின் அழு-கைச்சத்தம் அவர்களின் மனதை பதற வைத்தது. அறையில் இருக்கும் அனைவருக்கும் முகம் பேயறைந்துப் போயிருக்க பத்மாவதியின் முகம் செத்துவிட்டது.

விஜயலெட்சுமியோ கையிலிருக்கும் கடிதத்தின் வார்த்தைகளை மீண்டும் ஒரு முறை வாசித்தார்.

"மா! நான் எனக்கு பிடிச்ச வாழ்க்கையை வாழ போறேன்! எனக்காக என்னோட அருண் வெயிட் பண்ணிண்டிருப்பான். என்னை மன்னிச்சிடுங்கோப்பா! மா நீயும் தான் என்னை மன்னிச்சிடு. இன்னைக்கு நான் மணமேடைக்கு போகாம இருந்தா மட்டும் தான் எனக்கு பிடிச்ச வாழ்க்கை எனக்கு கிடைக்கும். இப்படிக்கு வர்ஷா"

அந்த கடைசி வார்த்தை சரியாக இருபத்து ஐந்து வருடங்களுக்கு முன்பு தான் சொன்ன வார்த்தை என்பதை வலியுடன் நினைவு கூர்ந்தார் விஜயலெட்சுமி.

"மதுரா! நீ மணமேடைக்கு போகாம இருந்தா மட்டும் தான் எனக்கு பிடிச்ச வாழ்க்கை எனக்கு கிடைக்கும். உன் கால்ல வேணும்னாலும் விழறேன்" என்றுச் சொல்லி காலில் விழ அவரை எழுப்பிவிட்டவளின் முகம் இன்னும் அவருக்கு மறக்கவில்லை.

அவர் உடைந்து போய் விட ஆதிவராஹனோ மகளின் இந்த திடீர் முடிவு அளித்த அதிர்ச்சியில் பேச்சு மூச்சற்று நின்றார். அந்த நிலையிலும் அவர் மனம் ஹர்சவர்தனுக்காக வருந்தியது. இருபத்து ஐந்து வருடங்களுக்கு முன்பு அவருக்கு நிகழ்ந்த அதே விபத்து இன்று அவனுக்கும் நிகழ அவரால் மனம் வெதும்பி போக மட்டுமே முடிந்தது.

ரகுநந்தன் உட்பட அனைவருக்கும் வர்ஷா திருமணச்சடங்குகளில் உற்சாகமாக தானே பங்கேற்றாள், எங்கே இருந்து அவளது இந்த காதலன் முளைத்தான் என்ற குழப்பம். நீரஜாட்சிக்கு அவள் மண்டபத்தின் ஒவ்வொரு மூலையையும் போட்டோ எடுக்க சொன்னதற்கான காரணம் அப்போது தான் புரிந்தது. எந்த வழியில் சென்றால் தன்னை யாரும் கவனிக்க மாட்டார்கள் என்று தெளிவாக யோசித்துக் காரியத்தை முடித்துவிட்டு சென்றிருக்கிறாள் என்று கசப்புடன் நினைத்துக் கொண்டாள்.

அதே நேரத்தில் விஜயலெட்சுமியின் கூக்குரலே நிகழ்ந்த விபரீதத்தை அனைவருக்கும் சொல்லாமல் சொல்லிவிட வந்திருந்த உறவினர்கள் சளசளக்க ஆரம்பித்தனர்.

ஒருவர் "பட்டாபிராம அய்யங்காரோட ஆத்து கல்யாணத்துல மணப்பெண் ஓடிப் போறது என்ன புதுசா? இருபத்தஞ்சு வருசத்துக்கு முன்னாடி அவரோட பொண்ணு ஓடி போனா. இப்போ அவர் பேரனுக்கு பார்த்திருக்கிற பொண்ணு ஓடிப் போயிருக்கா" என்று வம்பு பேச

இன்னொருவரோ "யாருக்கு தெரியும்? பையனுக்கு எதாச்சும் குறை இருக்குமோ என்னவோ? இல்லனா அந்த பொண்ணு எதுக்கு ஓடிப் போக போறா?" என்று நாக்கில் நரம்பில்லாமல் பேச இதை கேட்டுக் கொண்டிருந்த பட்டாபிராமனுக்கு நெஞ்சில் சுருக் சுருக்கென்று வலிக்க அவர் நெஞ்சைப் பிடித்துக் கொண்டு சரியவும் சீதாலெட்சுமி "ஏண்ணா" என்ற அலறலுடன் அவரைப் பிடித்துக் கொண்டார்.

அவரது கூக்குரல் கேட்டு மணமகள் அறையிலிருக்கும் அனைவரும் அங்கே ஓடிவர ஹர்சவர்தன் என்ன நடந்தது என்று புரியாமல் கூட்-டத்தை விலகுமாறு சொல்லிவிட்டு தாத்தாவிடம் "என்ன செய்யறது தாத்தா?" என்று பதற்றத்துடன் வினவ கூட்டத்திலிருப்பவர்கள் "நோக்கு பார்த்த பொண்ணு மண்டபத்தை விட்டு ஓடிட்டா ஹர்சா" என்று விஷ-யத்தைப் போட்டு உடைத்தனர்.

அதற்குள் வேங்கடநாதனும் கோதண்டராமனும் தந்தையிடம் "அப்பா வாங்கோப்பா ஹாஸ்பிட்டலுக்கு போகலாம்" என்று பதற்றத்துடன் அவரை எழுப்ப முயல

அவரோ "நேக்கு ஒன்னுமில்லடா கண்ணா. என் பேரனைப் பத்தி என்னென்னவோ பேசறாடா இவால்லாம்! வேங்கடநாதா பட்டாபிராமன் ஆத்து கல்யாணத்துல ஓடிப்போறது சகஜம்னு நாக்கு மேல பல்லைப் போட்டு பேசறாளே! ஏன் அந்த பகவான் இத்தனை மனுஷாள் முன்-னாடி நல்ல நாளும் அதுவுமா என்னை சோதிக்கிறார்னு புரியலையேடா. மறுபடியும் நம்மாத்து கல்யாணத்துல இப்பிடி ஒரு காரியம் நடந்துடுத்தே" என்று கண்ணீர் விட ரகுநந்தனும் நீரஜாட்சியும் கூட்டத்தை விலக்க முயன்றனர்.

"அப்பா அதெல்லாம் அப்புறமா பேசிக்கலாம். இப்போ வாங்கோ ஹாஸ்பிட்டல் போகலாம்" என்று கெஞ்சினார் கோதண்டராமன்.. அந்த வயோதிகர் மகன்கள் மருமகள்கள் பேரன் பேத்திகள் யாருடைய பேச்-சையும் காதில் போட்டுக் கொள்ளவில்லை.

"நான் செத்தாலும் பரவால்லடா! இன்னைக்கு என் ஹர்சனோட விவாகத்தை பார்க்காம நான் இங்கே இருந்து நகர்றதா இல்ல" என்றவ-ரின் பிடிவாதம் சீதாலெட்சுமியை நோகடிக்க அவர் "ஏண்ணா பிடிவாதம் பிடிக்கிறேள்? சொன்னா கேளுங்கோ" என்று அவரிடம் கெஞ்ச அந்த முதியவரின் புண்பட்ட நெஞ்சம் எதையும் காதில் வாங்குவதாக இல்லை.

கிருஷ்ணஜாட்சி "பட்டு! ஏன் இப்பிடிலாம் பேசுறிங்க?" என்றபடி அவரிடம் வர கண்ணீர் நிரம்பிய விழிகளுடன் பார்த்தவருக்கு மதுரவாணியே தன்னை அழைப்பது போல ஒரு மாயை. அழுகையுடன் நின்றவளையும் ஹர்சவர்தனையும் மாறி மாறி பார்த்தவர் மனதிற்குள் "பட்டாபிராமன் ஆத்து கல்யாணம் இனி நிக்காது" என்று உறுதி பூண்டவராய் தனது வயோதிகத்தால் சுருங்கிய கைகளால் கிருஷ்ணஜாட்சியின் கரங்களைப் பிடித்துக் கொண்டவர் "கிருஷ்ணா! என் ராஜாத்தி இந்த கிழவனுக்காக மணமேடையில போய் உக்காருடிம்மா. இவாள்லாம் நம்மாத்து பையனை மோசமா பேசறா. உன் தாத்தாவுக்காக இதை செய்டிம்மா" என்று கண்ணீர் உகுக்க கிருஷ்ணஜாட்சி உட்பட அனைவரும் அவரது வேண்டுகோளால் அதிர்ந்தனர்.

ஆனால் அடுத்த அரைமணி நேரத்தில் மணமேடையில் ஆதிவராஹன் தந்தை ஸ்தானத்தில் அமர்ந்து கிருஷ்ணாஜாட்சியை தாரை வார்த்துக் கொடுக்க அவளது கழுத்தில் மூன்று முடிச்சிட்டு அவள் கரம் பற்றிக் கொண்டான் ஹர்சவர்தன்.

22

பூங்காற்று 22

பத்மாவதி நடந்த எதையும் நம்ப இயலாதவராய் இடிந்து போய் நின்றவர் மீண்டும் ஒரு முறை மணமேடையில் மகனுடன் நின்றிருந்த கிருஷ்ண- ஜாட்சியை நோக்க அவள் கழுத்திலிருந்த மாங்கல்யம் அவரைப் பார்த்- துச் சிரித்தபடி நடந்தது அனைத்தும் உண்மையே என்று புரியவைத்தது. அவரின் மனக்கண்ணில் அரை மணி நேரத்துக்கு முன்பு நடந்த நிகழ்- வுகள் நிழலாடத் தொடங்கின.

பட்டாபிராமன் பேத்தி மற்றும் பேரனின் கையைச் சேர்த்து வைத்து கண்ணீர் உகுக்க கூட்டத்தினர் சளசளத்துக் கொண்டிருந்தனர். வேங்க- டநாதனோ பேரன் திருமணம் நடந்தால் தான் மருத்துவமனைக்கு நகரு- வேன் என்று குழந்தை போல் தந்தை அடம்பிடித்ததால் வேறு வழியின்றி மருமகளை எழுப்பிவிட்டார்.

"கிருஷ்ணா! என்னடா மாமா இவ்ளோ சுயநலமா பேசறேனு நினைச்சுக்காதம்மா குழந்தே. ஒரு கல்யாணத்துல நிகழ்ந்த அனர்த்- தத்தால ரெண்டு குடும்பங்கள்ல ஏகப்பட்ட இழப்புகள் நடந்திடுத்து. அது மறுபடியும் நிகழாம இருக்கணும்னா உன் தாத்தா சொல்லுறதை கேளுடா! அவருக்கு எதாவது ஆயிடுமோனு நேக்கு பயமா இருக்கு- டிம்மா. தயவு பண்ணி..." என்று அவர் கைகூப்பவே கிருஷ்ணஜாட்சி பதறிப்போய் அவர் கையைப் பிடித்துக் கொண்டாள்.

"என்ன மாமா நீங்க பெரிய பெரிய வார்த்தைலாம் பேசுறிங்க? நான்.... நான் கல்யாணத்துக்கு..... சம்..... சம்மதிக்கிறேன். நீங்க கண்- ணைத் துடைச்சுக்கோங்க" என்றவளின் வார்த்தை நீரஜாட்சிக்கு தன்

மீது தீயள்ளிக் கொட்டியது போன்று இருந்தது.

வேகமாக அவளிடம் வந்து "கிருஷ்ணா அவசரப்படாத" என்று ஏதோ சொல்ல வர அவளைக் கையமர்த்திவிட்டு மைத்திரேயியுடன் மணமகள் அறை நோக்கி உடை மாற்ற சென்றாள் கிருஷ்ணஜாட்சி.

நீரஜாட்சி அனைவரையும் ஒரு முறை பார்வையால் எரித்துவிட்டு அவளைத் தொடர்ந்து அந்த அறைக்குச் சென்றவள் மைத்திரேயியின் கையிலிருந்த புடவையை பிடுங்கி எறிந்து விட்டு "அவ மணமேடைக்கு வர மாட்டா! வெளியே போங்க எல்லாரும்" என்று கத்த மைதிலி அவளைச் சமாதானப்படுத்த முயன்றார். அவரின் முயற்சி அனைத்தும் விழலுக்கு இறைத்த நீர் போல் வீணாகவே கிருஷ்ணஜாட்சியே தங்கையை சமாதானப்படுத்த முயன்றாள்.

"நீரு அடம்பிடிக்காத. கல்யாணம் நடக்கலைனா அது தாத்தா மாமா எல்லாருக்கும் தலைகுனிவுடி! புரிஞ்சுக்கோ"

"ஆனா இந்த கல்யாணம் நடந்துச்சுனா வாழ்க்கை முழுக்க நீ அந்த பத்து மாமி முன்னாடி தலை குனியணும் கிருஷ்ணா! அவங்களுக்கு நம்மளை எப்போவுமே பிடிக்காது. பிடிக்காதவங்களை விட்டு விலகி இருக்கிறது தான் நல்லது கிருஷ்ணா"

"நீரு அவங்களைப் பத்தி மட்டும் யோசிக்காத! நீ பெரிய மாமா, சின்ன மாமாவை நினைச்சு பாரு. இந்த ஆறு வருசத்துல நமக்கு எவ்ளோ செஞ்சிருப்பாங்க அவங்க. அந்த நன்றிக்காவது நான் இந்த கல்யாணத்தை ஏத்துகிட்டு தான் ஆகணும்" என்றவளின் வார்த்தையில் துணுக்குற்றாள் நீரஜாட்சி.

"அவங்க நமக்கு என்ன செஞ்சாங்க? எனக்கு புரியல கிருஷ்ணா! நாம இத்தனை நாள் இருக்கிறதுக்கு ஒரு அவுட் ஹவுஸை குடுத்தாங்க. மத்தபடி எல்லாமே நம்ம அப்பாவோட பணம் கிருஷ்ணா! இதுல நன்றிக்கடன் எங்கே இருந்து வந்துச்சு?" என்று அவள் நம்பாத குரலில் கேட்க கிருஷ்ணஜாட்சி இனி அவளிடம் மறைத்து பயனில்லை என்று உணர்ந்தவள் உண்மையை சொல்லிவிட்டாள்.

"அப்பாவோட பணம்னு எதுவும் நம்ம கிட்ட இல்ல. நான் உன் கிட்ட பொய் சொல்லிட்டேன்" என்று சொன்னபடி கண் கலங்க நின்ற தமக்கையை இன்னும் நம்ப முடியாமல் வெறித்தாள் நீரஜாட்சி.

மைதிலி எதுவும் விபரீதமாக ஆகக் கூடாது என்று கிருஷ்ணஜாட்சியை தடுக்க முயல அவளோ "இல்ல சின்ன மாமி! எத்தனை நாளுக்கு

இவ கிட்ட மறைக்க முடியும்?" என்று அவரை அமைதிப்படுத்திவிட்டு தங்கையை நோக்கினாள்.

"நல்லா கேட்டுக்கோ நீரு! அப்பாவோட பணம் எல்லாமே நம்ம வீட்டை பேங்க் லோன்ல இருந்து மீட்கவே சரியாப் போயிடுச்சு. இங்க வந்ததுல இருந்து நம்ம சாப்பிட்ட சாப்பாடுல இருந்து போட்டுக்கிட்டி-ருக்கிற டிரஸ் வரைக்கும் எல்லாமே மாமா குடும்பத்தோட செலவு தான். உன் அக்கா ஒன்னும் சூப்பர் விமன் இல்ல, மூனே வருசத்துல சம்-பாதிச்சு கோடிஸ்வரி ஆகறதுக்கு. என் சம்பளம் எல்லாமே உன்னோட படிப்புக்கும், எதிர்காலத்துக்கும் சேர்த்து வச்சதால அதை நான் வேற செலவுக்கு எடுத்ததே இல்ல. அப்பாவோட பணம்னு சொன்னேன்ல, அப்பாவோட பணம் இருந்திருந்தா நான் ஏன் ஹோட்டல், பேக்கரினு ராத்திரி பகல் பார்க்காம உழைக்கப் போறேன் சொல்லு" என்று விரக்-தியான குரலில் முடிக்க நீரஜாட்சிக்கு இனி சொல்வதற்கு எதுவுமில்லை என்று புரிந்துவிட்டது.

இவ்வளவு நாள் வாழ்ந்தது மாமா குடும்பத்தினரின் இரக்கத்தில் தான் என்ற உண்மை மனதைத் தாக்க அது ஏற்படுத்திய வலி தாளாமல் தொப்பென்று அங்கிருந்த இருக்கையில் அமர்ந்தவள் தான்.

அதன் பின் கிருஷ்ணஜாட்சிக்கு உடை மாற்றி அவளை மணமே-டைக்கு அழைத்துச் செல்லும் வரை அவள் இடிந்து போய் தான் அமர்ந்திருந்தாள். மணமேடைக்கு சென்றதும் ஆதிவராஹன் தன் பெண் செய்த பிழைக்கு பரிகாரமாய் தானே கிருஷ்ணஜாட்சியை தாரை வார்த்-துக் கொடுப்பதாகக் கூற அனைவருமே விஜயலெட்சுமி மறுப்பு சொல்லு-வார் என்று எண்ணினர். அவரும் கிட்டத்தட்ட நீரஜாட்சியின் நிலையில் தான் இருந்தார். அவருக்கு ஏற்பட்ட இழப்பிலிருந்து அவர் இன்னும் மீளவில்லை.

நிறைய களேபரங்கள் நடந்துவிட்டதாலும், பட்டாபிராமனை மருத்து-வமனைக்கு அழைத்துச் செல்ல வேண்டும் என்பதாலும் மாங்கல்ய தார-ணம் மட்டும் செய்துவிட்டு மணமக்களை வீட்டுக்கு அழைத்துச் சென்று விடலாம் என்று கோதண்டராமன் கூறிவிட்டார்.

அதன் பின் அனைத்தும் அமைதியாகவே கழிய மாங்கல்யதாரணத்-துக்குப் பின் மணமக்கள் பெரியவர்களிடம் ஆசிர்வாதம் வாங்கச் சென்-றனர்.

பட்டாபிராமன் நடுங்கும் விரல்களால் பேத்தியின் தலையில் கைவைத்து ஆசிர்வதித்தவர் "வாழ்க்கையில நோக்கு எந்த குறையும் வரக் கூடாது ராஜாத்தி" என்று வாழ்த்திவிட்டு இன்னும் குத்தல் எடுக்-கும் நெஞ்சை நீவி விடவே இவ்வளவு நேரம் தாத்தாவின் அருகில் நின்று அவரைப் பார்த்துக் கொண்ட ரகுநந்தன் தந்தையிடம் சொல்லி-விட்டு அவரை மருத்துவமனைக்கு அழைத்துச் சென்றுவிட்டான்.

மணமக்கள் அடுத்து வேங்கடநாதன் பத்மாவதியை நோக்கி வர பத்-மாவதி கிருஷ்ணஜாட்சியையும் அவள் கழுத்தில் மைந்தன் கட்டியிருந்த மாங்கல்யத்தையும் வெறித்தவர் ஆங்காரத்துடன் அங்கிருந்து நகர்ந்தவர் வேகமாக மண்டபத்தை விட்டு வெளியேறத் தொடங்கினார்.

இவ்வளவு நேரம் இயந்திரம் போல் இருந்த ஹர்சவர்தனுக்கு அன்னை கோபத்துடன் வெளியேறுவது உரைக்க "அம்மா!" என்றவாறு அவரைப் பின் தொடர வேகமாக நடக்க முயன்றான்.

கிருஷ்ணஜாட்சியின் புடவையின் நுனி அவனது வஸ்திரத்துடன் முடிச்சிடப்பட்டு இருக்கவே அவன் நடந்த வேகத்தில் அது அவிழ்ந்து விட்டது.

அந்தக் காட்சி அனைவரின் கண்ணுக்கும் அபசகுனமாகவே பட்டது. கிருஷ்ணஜாட்சிக்கோ இனி தன் வாழ்வு செல்ல போகும் திசை அந்த ஒரு சம்பவத்திலேயே புரிந்துவிட அவளது முகம் இறுகிவிட்டது. ஹர்ச-வர்தன் மனைவியின் முகத்தின் இறுக்கத்தை உணர்ந்து மீண்டும் முடிச்-சிட முயல அவனால் முடியவில்லை.

அவனது நிலையை உணர்ந்த மைதிலி "டேய் கண்ணா! அக்கா ஆத்துக்கு தான் போயிருப்பா. நீ இப்பிடி அவசரக்குடுக்கைத்தனமாவா நடந்துப்ப?" என்று அவனை கடிந்தபடி மீண்டும் இரண்டையும் இணைத்து முடிச்சிட்டார்.

வேங்கடநாதனுக்கோ மனைவியின் ஆங்கார ரூபம் என்னென்ன செய்ய காத்திருக்கிறதோ என்ற தயக்கம். எனவே மணமக்களை காரில் போய் அமரச் சொன்னவர் மண்டபத்தின் உரிமையாளருக்கு தகவல் தெரிவித்துவிட்டு கோதண்டராமனிடம் விருந்தினரை கவனிக்குமாறு சொல்லிவிட்டு அனைவரையும் அழைத்துக் கொண்டு ஸ்ரீனிவாசவிலா-சத்துக்கு செல்லக் காரில் சென்று அமர்ந்தார்.

காரில் செல்லும் போதே நீரஜாட்சி கிருஷ்ணாஜாட்சியையும் ஹர்-சவர்தனையும் திரும்பி பார்த்தவள் மனவேதனையுடன் தன் அருகில்

அமர்ந்திருக்கும் சீதாலெட்சுமியின் தோளில் சாய்ந்து கொண்டாள்.

ஒரு வழியாக வீடு வந்து சேர்ந்தவர்களுக்கு காலையில் கலகலப்பாக இருந்த வீடா இது என்ற வருத்தத்துடன் வீட்டை நோக்கி நடைபோட்டனர். அவர்களுடன் மைத்திரேயி மற்றும் ஸ்ருதிகீர்த்தியின் குடும்பத்தினரும் வந்தனர்.

ஆதிவராஹன் தங்கை கிருஷ்ணஜாட்சியை எதுவும் மனம் கோணும்படி பேசிவிடக் கூடாது என்பதற்காகவே விஜயலெட்சுமியுடன் வந்து சேர்ந்தார்.

மைத்திரேயியும் மைதிலியும் அவர்களை கூடத்தில் நிறுத்திவிட்டு ஆரத்தி கரைத்து எடுத்து வரவே நீரஜாட்சிக்கு பத்மாவதி எங்கே என்ற கேள்வி தான்.

மைதிலி புன்னகையுடன் ஆரத்தி எடுக்கத் தொடங்க எங்கிருந்து தான் வந்தாரோ தெரியவில்லை, பத்மாவதி ஆரத்தி தட்டை தூக்கி வீசினார். கிருஷ்ணஜாட்சி சர்வமும் ஒடுங்கியவளாக விழியுயர்த்தி அவரைப் பார்த்தாள்.

தானும் தங்கையும் இதே கூடத்தில் வந்து முதன் முதலாக நின்றபோது அவர் எடுத்த அதே ஆங்கார ரூபம். அது இன்னும் என்னென்ன செய்யப் போகிறதோ என்ற கலக்கம் அவளுள் எழ சீதாலெட்சுமி மருமகளை அமைதிப்படுத்துமாறு மகனுக்கு கண் காட்டினார்.

வந்திருந்தவர்களோ பத்மாவதியின் செய்கையில் அதிருப்தியாகி முணுமுணுக்க ஆரம்பித்தனர். ஹர்சவர்தன் எதுவும் பேசாமல் இடித்தபுளி போல் இருக்கவே வேங்கடநாதன் அவனை முறைத்துவிட்டு மனைவியிடம் வந்தார்.

"பத்மா! கோவப்படறதுக்கான நேரம் இது இல்லடி! குழந்தேளுக்கு ஆரத்தி எடுத்து உள்ளே அழைச்சிண்டு வந்துட்டு எதுவானாலும் பேசிக்கலாம். சம்பந்தி ஆத்துகாராலாம் வந்திருக்கா. எதும் நினைச்சிக்க போறாடி" என்க அந்தப் பெண்மணியோ அதை எல்லாம் காதில் போட்டுக் கொள்ளவே இல்லை.

ஆங்காரத்துடன் கணவரை வெறித்தவர் "நன்னா திட்டம் போட்டு மாமனும் மருமகளுமா சேர்ந்து என் ஹர்சாவோட வாழ்க்கையை நாசம் பண்ணிட்டேளே. உங்க ஓடுகாலி தங்கை பெத்த பொண்ணை இந்தாத்து மருமாளக்கணும்னு எத்தனை நாளா கனவு கண்டேள்?" என்க கிருஷ்ணஜாட்சிக்கு தன் அன்னையை அவ்வளவு மோசமாக திட்டும் பத்மா-

வதியை பார்க்கவே பிடிக்கவில்லை.

தானாக அவளின் கண்கள் கலங்க ஆரம்பிக்க அவள் மனமோ "இல்ல கிருஷ்ணா நீ அழுதது எல்லாமே போதும். இனி நீ அழக் கூடாது" என்று அறிவுறுத்த கண்ணீரை விழுங்கியபடி நின்றாள். நீர-ஜாட்சியோ இது தான் நடக்கும் என்று ஏற்கெனவே எதிர்பார்த்திருந்த-தால் அவளுக்கு இதில் அதிர்ச்சி எதுவும் இல்லை.

ஆதிவராஹன் "பத்மா என்ன நடந்ததுனு தெரிஞ்சும் கிருஷ்ணா மேல கோவத்தை காட்டுனா என்ன அர்த்தம்?" என்று அதட்ட அவர் தமையனின் கூற்றை காதில் போட்டுக் கொண்டால் தானே.

கிருஷ்ணஜாட்சி அரைமணிநேரத்துக்கு முன் தன்னை அக்னிசாட்-சியாக மணந்து கொண்டவனாவது அன்னையை அமைதிப்படுத்துவான் என்று தோண அவனைப் பார்க்க அவனோ இன்னும் இறுகிப் போன முகத்துடன் நின்றான்.

அவள் விரக்தியுடன் "அது சரி! வர்ஷாவை மனைவியா நினைச்சு நிறைய கனவுகளோட இருந்திருப்பார்! இப்பிடி பிடிக்காத ஒருத்தியை தலையில கட்டிட்டாங்களேனு வெறுப்பில இருக்கார். இவர் எங்க பேசப் போறார்?" என்று எண்ணும்போதே தன் நிலை இப்படி ஆகி விட்டதே என்ற கழிவிரக்கம் அவளைச் சாகடித்தது.

"ஏதோ போனா போறதேனு அவுட் ஹவுஸில தங்க வச்சா இப்போ அவளுக்கு இந்த ஸ்ரீனிவாசவிலாசம் கேக்கறதோ? என்னால இவளை என்னைக்கும் மருமகளா ஏத்துக்க முடியாதுண்ணா! செருப்பு அழகா இருந்தாலும் யாரும் அதை பூஜையறையில வச்சுக்க மாட்டா. அதே மாதிரி தான் உங்க ஓடுகாலி தங்கை பெத்த இவளை என்னைக்குமே இந்த ஆத்துக்குள்ள நான் அனுமதிக்க மாட்டேன். என் ஹர்சா கட்டுன மாங்கல்யம் அவ கழுத்துல இருக்கறதே நேக்கு அருவறுப்பா இருக்க-றது. அதை கழட்டச் சொல்லுங்கோ" என்று வெறுப்பை உமிழ்ந்தார்.

வார்த்தைக்கு வார்த்தை அன்னையை 'ஓடுகாலி' என்று விளிக்க கிருஷ்ணஜாட்சிக்கு இவர்கள் எல்லாம் என்ன மாதிரி மனிதர்கள் என்று முதல் முறையாக மனதில் வெறுப்பு தோன்றியது.

யாரையும் ஒரு வார்த்தை தவறாகப் பேசாத அன்னையின் முகம் மனதில் தோன்ற அவர் சொன்ன வார்த்தைகள், கற்றுக் கொடுத்த நன்-னெறிகள் அனைத்தையும் ஒரு ஓரமாக ஒதுக்கி வைத்தாள் கிருஷ்ண-ஜாட்சி.

பத்மாவதியின் 'ஓடுகாலி' என்ற கூற்றே அவளது மனதில் மூண்ட வெறுப்புத்தீயை கொளுந்து விட்டு எரியச் செய்ய போதுமானதாக இருந்தது. "போதும் மாமி! இதுக்கு மேல எங்க அம்மாவை பத்தி தப்பா பேசுனிங்கன்னா உங்களுக்கு மரியாதை கிடையாது" என்று வெறுப்புடன் அவள் வாயிலிருந்து வார்த்தைகள் தீக்கங்காய் வந்து விழ பத்மாவதி ஒரு நிமிடம் திடுக்கிட்டு அமைதியானார்.

அவரின் திடுக்கிடலை கண்டபடியே "இவ்வளவு நாள் நான் அமைதியா இருந்தேன்னா அதுக்கு ஒரே காரணம் உங்காத்துக்கு நான் பட்ட நன்றிக்கடன். ஆனா எப்போ என்னை கொஞ்சம் கூட பிடிக்காத ஒருத்தரை விவாகம் பண்ண என் மாமாவோட பேச்சைக் கேட்டு மணமேடையில உக்காந்து அதே மனுசன் கையால மாங்கல்யத்தை வாங்கிட்டேனோ அப்போவே அந்த நன்றிக்கடன் தீர்ந்துடுச்சு.

நீங்க இது வரைக்கும் நிறைய பண்ணிருக்கிங்க மாமி! அது எதுக்குமே நான் உங்க மேல கோவப்பட்டது இல்ல. ஏன்னா எங்க அம்மா உங்களை பத்தி சொன்ன வார்த்தைகள் அப்பிடி. பத்மா மன்னி கோவக்காரி தான், ஆனா மனசுல எதையும் வச்சுக்க மாட்டானு எங்க அம்மா உங்களை பெருமையா தான் சொல்லிருக்காங்க. ஆனா நீங்க அப்பிடி இல்ல. உங்க மனசுல எவ்வளவு அழுக்கு இருந்தா இறந்து போனவங்களை இவ்ளோ மோசமா பேசுவிங்க?

இன்னைக்கு நீங்களும், விஜி பெரியம்மாவும் இவ்ளோ சொகுசா வாழுறிங்கன்னா அது எங்க அம்மா உங்களுக்குப் போட்ட பிச்சை! இங்க நிக்கிற யாருக்கும் என் அம்மா மதுரவாணியைப் பத்தி பேச அருகதை கிடையாது" என்று அவள் வார்த்தைகள் ஒவ்வொன்றும் வாளாய் மாறி அவளது தாயைப் பழித்த மனிதர்களின் நெஞ்சை அறுக்கத் தவறவில்லை.

நீரஜாட்சிக்கு கிருஷ்ணஜாட்சியின் இந்தக் கோபம் புதிது. தயக்கத்துடன் அவளை அமைதிப்படுத்த வந்தவளை கூரியவிழியால் நோக்கி தடுத்து நிறுத்தினாள் கிருஷ்ணஜாட்சி.

தன் அருகில் நின்று தான் பேசுவதை அதிர்ந்து போய் பார்க்கும் ஹர்சவர்தனின் வஸ்திரத்துடன் முடிச்சிடப்பட்டிருந்த தன் புடவை நுனியை நிதானமாக அவிழ்த்தாள்.

அனைவரும் அதிரும்போதே பத்மாவதியின் அருகில் சென்று "இது தான் என் அம்மாவை பத்தி நீங்க பேசுற கடைசி தடவையா இருக்க-

ணும். அப்புறம் இன்னொரு விஷயம் எப்பிடி என் அம்மா இரக்கப்பட்டு உங்களுக்கும், விஜி பெரியம்மாவுக்கும் வாழ்க்கை பிச்சை போட்டாங்களோ அதே மாதிரி தான் இன்னைக்கு நான் இரக்கப்பட்டு மணமேடை ஏறினேன். அந்த இரக்கம், நன்றிக்கடன், மரியாதை எல்லாமே இந்த நிமிசத்தோட அழிஞ்சுப் போச்சு. நீங்க என்ன சொல்லுறது? என் அம்மாவை மோசமா பேசற உங்களோட மகன் கட்டுன தாலியை நான் கழுத்துல சுமந்தா அது என்னைப் பெத்தவளுக்கு நான் பண்ணுற பாவம்" என்று மனதில் இருக்கும் முழுவெறுப்பையும் அவள் கொட்டித் தீர்க்க அங்கே குண்டூசி விழுந்தால் கூட சத்தம் கேட்குமளவுக்கு அமைதி.

கிருஷ்ணஜாட்சி தன் கழுத்தில் தொங்கிக் கொண்டிருந்த மாங்கல்யத்தை வெறித்தவள் விரக்தியான புன்னகையோடு அதை கழுத்திலிருந்து கழற்றவே நீரஜாட்சி, சீதாலெட்சுமி, மைதிலி, மைத்திரேயி மற்றும் ஸ்ருதிகீர்த்தி என்று அனைவரும் அதிர்ந்தனர்.

சீதாலெட்சுமி பதறியவராய் "கிருஷ்ணா வேண்டாம்டி! கழுத்துல ஏறுன மாங்கல்யத்தை கழட்டக் கூடாதுடிம்மா" என்று கண்ணீரை பெருக்க நீரஜாட்சியும் "கிருஷ்ணா" என்று கேவ ஆரம்பித்தாள்.

அவளைப் பிடிக்காத ஸ்ருதிகீர்த்திக்கு கூட அந்த கணம் அழுகை கண்ணை முட்ட "மன்னி! எதுவானாலும் பொறுமையா பேசிக்கலாம்" என்று வேண்டிக் கொள்ள அவளை நோக்கி புன்னகைத்தாள் கிருஷ்ணஜாட்சி.

பத்மாவதியை வெறுப்புடன் பார்த்தவள் அவர் கையில் மாங்கல்யத்தை வைத்துவிட்டு "இது எனக்குத் தேவை இல்லை பத்மாவதிம்மா! உங்க மகனுக்கும் எனக்கும் இனி எந்த சம்பந்தமும் இல்ல. எனக்கு அவரும் தேவை இல்ல, அவர் கட்டுன தாலியும் தேவை இல்ல. இனிமே நானும் நீருவும் இந்த வீட்டுல இருக்கப் போறதும் இல்ல" என்று உறுதியான குரலில் சொல்லிவிட்டு நீரஜாட்சியின் கையைப் பிடித்து அவுட் ஹவுஸிற்கு இழுத்துச் சென்றாள்.

அதற்குள் வந்திருந்த அனைவருமே அவர்களுக்குள் பேசிக் கொள்ள சீதாலெட்சுமியைத் தேற்ற தொடங்கினார் மைதிலி.

ஹர்சவர்தனுக்கு நடந்த எதையும் நம்ப முடியவில்லை. அதிர்ந்து ஒரு வார்த்தை பேசாதவள் இன்று என்னென்ன பேசிவிட்டாள் என்ற திகைப்பில் இருந்தவன் அன்னையின் புறம் திரும்ப அவரோ கிருஷ்ண-

• 196 •

ஜாட்சி கழற்றிக் கொடுத்துவிட்டுச் சென்ற மாங்கல்யத்தை கையில் ஏந்-
தியவராய் சிலை போல் நின்று கொண்டிருந்தார்.

சிறிது நேரத்தில் அவுட் ஹவுஸில் இருந்து வெளியே வந்த இரு
சகோதரிகளும் தங்களது உடைமைகளுடன் வீட்டை நோக்கி வந்தனர்.
கிருஷ்ணஜாட்சி சாதாரண உடைக்கு மாறியிருந்தவள் நீரஜாட்சியின்
கையிலிருந்த நகைப்பெட்டிகளை வாங்கி சீதாலெட்சுமியின் கைகளில்
திணித்தாள்.

அவர் கண்ணீருடன் எழும்ப "நாங்க கிளம்புறோம் சித்தம்மா" என்று
மட்டும் சொல்லிவிட்டு அழுகையைச் சிரமத்துடன் அடக்கி விட்டு
வெளியேறத் தொடங்கினாள்.

"கிருஷ்ணா" என்ற ஹர்சவர்தனின் குரலில் திரும்பி அவனைப்
பார்த்தவள் அவன் அருகே வரவும் "கவலைப்படாதிங்க மிஸ்டர் ஹர்ச-
வர்தன்! எங்களை மாதிரி ரெப்யூஜீஸ்கும் எங்கேயாச்சும் இடம் கிடைக்-
கும்" என்று வெறுப்புடன் கூறி விட்டு தங்கையின் கையைப் பிடித்தபடி
அந்த வீட்டை விட்டு வெளியேறத் தோட்டத்தில் கால் பதித்தாள்.

மைத்திரேயியின் கணவன் "மைத்தி! அவா எங்கடி போவா? தடுத்து
நிறுத்து" என்று சொல்ல மைத்திரேயியால் அழ மட்டுமே முடிந்தது.
மொத்தத்தில் அங்கிருந்த அனைவரும் அவர்களைத் தடுக்க இயலாத-
வராய் சாது மிரண்டால் காடு கொள்ளாது என்ற பழமொழிக்கு அர்த்-
தத்தை நிஜவாழ்க்கையில் கண்டு அதிர்ந்து நின்றனர்.

23

பூங்காற்று 23

நீரஜாட்சி கிருஷ்ணஜாட்சியுடன் தோட்டத்தில் கால் பதித்த நேரம் வீட்-
டிற்குள் நுழைந்தது ரகுநந்தனின் கார். காரிலிருந்து பட்டாபிராமனின்
தோளைப் பிடித்து அவரை இறக்கி விட்டவன் அவர்களுடன் வந்த
கரோலினிடம் அவரை அழைத்துச் செல்லுமாறு கூறினான்.

வீட்டை நோக்கி திரும்பியவன் அங்கே கையில் சூட்கேசுடன் நின்று
கொண்டிருந்த சகோதரிகளையும் கண்டு அதிர்ந்தான். இந்தத் திருமணம்
அதிருப்தியை ஏற்படுத்தும் என்பது அவன் அறிந்தது தான். ஆனால்
இவர்கள் வீட்டை விட்டு வெளியேறும் அளவுக்கு என்னவாயிற்று என்ற
திகைப்புடன் தாத்தாவும் பேரனும் அவர்களிடம் வந்தனர்.

கரோலினும் அதிர்ந்தவளாய் "வாட் ஹேப்பண்ட் கிரிஷ்?" என்றபடி
இரு சகோதரிகளிடம் ஓடினாள்.

பட்டாபிராமனின் "கிருஷ்ணா என்னடாம்மா?" என்ற குரலும் ரகு-
நந்தனின் "மன்னி இவளை அழைச்சிண்டு சூட்கேசும் கையுமா எங்கே
போறேள்?" என்ற கேள்வியும் ஒரே நேரத்தில் ஒலித்தது.

கிருஷ்ணஜாட்சி அதிராமல் நிதானமான குரலில் "நாங்க இந்த
வீட்டை விட்டுப் போறோம்" என்று சொல்லவும் பட்டாபிராமனுக்கு
இதயமே வெடித்துவிடும் போல இருந்தது.

அவளை மாலையும் கழுத்துமாகப் பார்த்து முழுதாக ஒரு மணி
நேரம் கூட ஆகாத நிலையில் அவள் இப்படி வெறும் கழுத்தும்,
கையில் சூட்கேசுமாக நிற்பதைப் பார்த்தவருக்கு வேறு எப்படி இருக்க
முடியும்? ரகுநந்தனோ அதிர்ந்தவனாய் குடும்பத்தினரைப் பார்க்க

• 198 •

அங்கே அவனது தாயார் சிலை போல் நின்று கொண்டிருக்க தந்தையும் மற்றவர்களும் கலங்கிப்போய் நின்றனர்.

அவனது பார்வை அடுத்து அலசியது அவனது உடன் பிறந்தவனை தான். கட்டிய மனைவி இங்கே சூட்கேசும், கையுமாக நிற்க இவன் அங்கே நெடுமரம் போல் ஏன் நின்று கொண்டிருக்கிறான் என்ற ஆத்திரம் ரகுநந்தனுக்கு.

கோபத்தில் அவனை நோக்கி முன்னேறியவன் அங்கே குழுமியிருந்த சம்பந்தி வீட்டாரை நோக்கி கைகூப்பி "நீங்கல்லாம் தப்பா எடுத்துக்காதேள்! இப்போ எங்காத்துல சூழ்நிலை சரியில்ல. நீங்கல்லாம் சிரமம் பார்க்காம கிளம்புங்கோ" என்று சொல்ல உறவினர்கள் கலைய ஆரம்பித்தனர்.

மைத்திரேயியின் கணவனும், ஸ்ருதிகீர்த்தியின் கணவனும் அவரவர் பெற்றோருடன் செல்வதாக மனைவிமார்களிடம் கூறிவிட்டு நடந்தவர்கள் கையில் சூட்கேசுடன் நின்றவளிடம் "அவசரப்படாதடா கிருஷ்ணா. நாங்க போயிட்டு இப்போ வந்துடுவோம். நாம எதுவா இருந்தாலும் பொறுமையா பேசித் தீர்த்துக்கலாம்" என்று வேண்டிவிட்டுச் சென்றனர்.

அவர்கள் கிளம்பியதும் ரகுநந்தன் அண்ணனிடம் வந்தவன் "அண்ணா! இங்கே என்ன நடந்திண்டிருக்குடா? எதுக்கு இவா ரெண்டு பேரும் ஆத்தை விட்டுப் போறோம்னு சொல்லிண்டிருக்கா? வாயைத் திறந்து இப்போவாச்சும் பேசுடா. அங்க நிக்கிறது உன்னோட ஆத்துக்காரிடா, எவளோ ஒருத்தி இல்ல" என்று ஆத்திரக்குரலில் வினவ ஹர்சவர்தன் என்னும் சிலைக்கு உயிர் வந்தது.

நடந்த விஷயங்ளை வலியுடன் அவன் கூற ரகுநந்தன் "சோ அவா கிளம்புறதை தடுக்காம நீ வேடிக்கை பாத்திண்டிருக்க?" என்று கடுகடுத்த குரலில் கேட்க அவனது தமையனுக்கும் இப்போது கோபம் வந்துவிட்டது.

"என்னை என்னடா பண்ண சொல்லுற? என்னைக் கொஞ்சம் கூட பிடிக்காத ஒருத்தியை தடுத்து நிறுத்தி அவளை ஆத்துக்குள்ள அழைச்சிண்டு போகச் சொல்லுறியா? இப்பிடி அவளைக் கார்னர் பண்ணி மணமேடையில அமர வச்சதுக்கு நான் காலம்பூரா அவப்பெயரோடயே இருந்திருப்பேனே. அம்மாவுக்கு அவாளைப் பிடிக்காதுனு தெரிஞ்சும் ஏன் தாத்தா இப்பிடி ஒரு காரியத்தைப் பண்ண வச்சார்?" என்று அவன் வெடிக்க பத்மாவதி தான் பெற்ற இருவரும் தன் கண் முன்னே சண்-

டையிடுவதை வேதனையுடன் பார்த்துக் கொண்டு நின்றார்.

ரகுநந்தன் அவனை உஷ்ணப்பார்வை பார்த்தபடி "இப்போ இவாளை அம்மாவுக்குப் பிடிக்காதது தான் உன்னோட பிரச்சனையா? யூ இடியட், அவா ஆத்தை விட்டுப் போனா எங்கே போவா? என்ன பண்ணுவா? இதெல்லாம் யோசிக்க மாட்டியா நீ? அதை விடு. இரண்டாயிரம் பேர் முன்னாடி அக்னிசாட்சியா அவளை நீ மனைவியா ஏத்துண்ட தானே! அப்போ ஒரு நல்ல ஆம்படையானா நீ என்ன பண்ணிருக்கனும்? அம்மா அவாளை அபவாதமா பேசறச்ச அம்மா இப்பிடி பேசாதேள்னு சொல்லிருக்கணும், அதை செஞ்சியா நீ? சில நேரத்துல கெட்டதை வேடிக்கை பார்க்கிறது கூட அதை செய்யறதுக்குச் சமானம் தான்டா அண்ணா" என்று சொல்லிமுடித்து விட்டு வெளியே நின்று கொண்டிருந்த பெண்களை நோக்கிச் சென்றான்.

பட்டாபிராமனும் கரோலினும் இரு சகோதரிகளின் நிலையைக் கண்டு கண்ணீர் உகுத்துக் கொண்டிருந்தனர். ரகுநந்தன் கிருஷ்ணஜாட்சியிடம் வந்தவன் "இதோ பாருங்கோ மன்னி! எப்போவும் இவ தான் அவசரப்பட்டு நிதானமில்லாம நடந்துப்பா. நீங்க அப்பிடியில்லயே. கொஞ்சம் யோசிங்கோ! என்ன வேணும்னாலும் நடந்திருக்கலாம். ஆனா ஆத்தை விட்டுப் போறேனு மட்டும் சொல்லாதேள்" என்க

கிருஷ்ணஜாட்சி கம்மிய குரலில் "அவ்ளோ நிதானமான நானே இப்பிடி ஒரு முடிவு எடுத்திருக்கேன்னா, இங்க என்னென்ன விஷயங்கள் நடந்திருக்கும்னு நீங்களே யோசிச்சு பாருங்க. இனி பேசறதுக்கு எதுவும் இல்ல. நீரு வாடி" என்றபடி நீரஜாட்சியின் கையைப் பற்றி அழைத்துச் செல்ல முயன்றாள்.

அதேநேரம் ரகுநந்தன் நீரஜாட்சியின் மற்றொரு கையை இறுக்கமாகப் பற்றிக் கொண்டு அவளை வெளியேற அனுமதிக்கவில்லை.

நீரஜாட்சி அவனது இறுக்கமானப்பிடியில் உண்டான கைவலியில் முகம் சுளிக்கவும் கிருஷ்ணஜாட்சி திரும்பி அவளது கையைப் பற்றியிருந்த ரகுநந்தனை திகைப்புடன் பார்த்தாள்.

"உங்க வாழ்க்கை சம்பந்தப்பட்ட முடிவை எடுக்க உங்களுக்கு பரிபூரண உரிமை இருக்கு மன்னி! ஆனா நீரு இந்த ஆத்துல தான் இருப்பா. உங்களால முடிஞ்சா இவளை இங்கே இருந்து அழைச்சிண்டுப் போங்கோ" என்றபடி நீரஜாட்சியின் கையைச் சுண்டி இழுக்க அவள் இப்போது ரகுநந்தனின் பக்கம் வந்து நின்றாள்.

கையை விடுவிக்க முயன்றவாறே "வாட் இஸ் திஸ்? உனக்குப் பைத்தியமா பிடிச்சிருக்கு? என் கையை விடு" என்றவளை அவன் கையமர்த்தியவாறே கிருஷ்ணஜாட்சியைப் பார்த்தான். அவளோ அவர்களிடையே உள்ள உறவை பற்றி அவன் ஏற்கெனவே கூறியிருந்ததால் அதை நினைத்து அதிர்ந்து போய் நின்றாள்.

பின்னர் சன்னமான குரலில் "இங்க பாருங்க! அவ கையை விடுங்க. நாங்க போகணும்" என்று மட்டும் கூற

ரகுநந்தன் கிண்டலாக "மன்னி என்னையும் உங்க ஆத்துக்காரர் மாதிரினு நினைச்சுட்டேளா? அவன் வேணும்னா அவனோட ஆத்துக்காரி எங்கே போனாலும் கவலை இல்லாம இருக்கலாம். நான் அப்பிடி இல்ல. நான் எங்கே இருக்கிறேனோ அங்கே தான் நீரு இருப்பா. உங்களுக்கு இஷ்டம்னா நீங்களும் அவளோட இந்த அவுட் ஹவுஸில இருங்கோ. இல்லனா நீங்க மட்டும் கிளம்பிப் போங்கோ" என்றான் அந்த 'நீங்க மட்டும்' என்ற வார்த்தையில் அழுத்தமாக.

இறுதியில் கிருஷ்ணஜாட்சி அவனது பிடிவாதத்துக்கு வேறு வழியின்றி அடிபணிய ரகுநந்தன் இருவரையும் வீட்டை விட்டுப் போகவிடாமல் தடுத்துவிட்டதில் நிம்மதியடைந்தான்.

ஆனால் அவன் கூறிய வார்த்தைகளின் அர்த்தங்கள் சிலருக்கு மகிழ்ச்சியையும், சிலருக்கு குழப்பத்தையும் கொடுக்க பத்மாவதி மட்டும் "நான் எங்கே இருக்கிறேனோ அங்கே தான் நீரு இருப்பா" என்ற வார்த்தையில் கதி கலங்கி நின்றார்.

எந்த இருவரை அவர் இந்த வீட்டிற்குள் கூட நுழையவிடாமல் கண்கொத்தி பாம்பாக காத்தாரோ அந்த இருபெண்களும் எவ்வித சிரமுமின்றி அவர் பெற்ற மகன்களின் வாழ்க்கையில் நுழைந்துவிட்ட அதிர்ச்சியில் தொப்பென்று அங்கிருந்த இருக்கையில் அமர வேங்கடநாதன் கூட அவரைக் கண்டுகொள்ளவில்லை.

சற்று நேரத்துக்கு முன் அவர் பேசிய வார்த்தைகளால் அவர் மீதான மதிப்பு அவரது குடும்பத்தினரிடம் இறங்கிவிட்டது. அவ்வளவு ஏன் அம்மா பிள்ளையான ஹர்சவர்தன் கூட தாயின் கையிலிருக்கும் திருமாங்கல்யத்தை வெறித்தானே தவிர அவரை ஆறுதல்படுத்த வரவில்லை. மனதுக்குப் பிடித்தவளை மணந்தும் அவன் மனம் மகிழவில்லை.

கிருஷ்ணஜாட்சி பொறுமையாக ரகுநந்தனை பார்த்தவள் "சரி! நீங்க சொல்லுற மாதிரி நான் வீட்டை விட்டு போகல! நாங்க எப்போவும் போல அந்த அவுட் ஹவுஸில தான் இருப்போம். அதுக்கான வாடகையை நான் மாசாமாசம் சித்தம்மா கையில குடுத்துடுவேன். அப்புறம் அந்த வீட்டுல இருக்கிறவங்களுக்கும், எங்களுக்கும் இனி எந்த சம்பந்தமும் இல்ல. உங்களைப் பொறுத்தவரைக்கும் நாங்க உங்க அவுட் ஹவுஸில இருக்கிற டெனன்ட்! அவ்ளோ தான்" என்றுச் சொல்லிவிட்டு கையிலிருக்கும் பர்சை திறந்தவள் அதிலிருந்து பணத்தை எடுத்தாள்.

அதை ரகுநந்தன் கையில் திணித்துவிட்டு "நியாபகம் வச்சுக்கோங்க, சித்தம்மா பட்டு தவிர வேற யாரும் அந்த அவுட் ஹவுஸ் பக்கம் வரக் கூடாது" என்றபடி நீரஜாட்சியின் கையை அவனிடம் இருந்து விலக்க முயல அவனது பிடி இன்னும் இறுகியதேயன்றி தளரவில்லை.

ரகுநந்தன் கேலியாக கிருஷ்ணஜாட்சியைப் பார்த்தவாறே "மன்னி உங்க ரூல்ஸ் எதுவும் என்னை கன்ட்ரோல் பண்ணாது. உங்க தங்கையை அழைச்சிண்டு போங்கோ. நீங்களும் ஒரு விஷயத்தை மறந்துடாதேள்! எப்போவும் நான் இருக்கிற இடத்துல தான் அவ இருப்பா" என்றுச் சொன்னபடி நீரஜாட்சியின் கையை விடுவித்தான்.

அவன் விட்டபின்னர் கிருஷ்ணஜாட்சி நீரஜாட்சியை அழைத்துக்கொண்டு அவுட் ஹவுஸினுள் செல்ல அவன் கரோலினை சிறிது நாட்களுக்கு அவர்களுடன் இருக்குமாறு வேண்டிக்கொண்டு அனுப்பி வைத்தான்.

பட்டாபிராமன் இளைய பேரனின் கையைப் பிடித்துக் கொண்டவர் "என் ராஜா! இன்னைக்கு நீ மட்டும் இல்லையோ என் பேத்திகள் என்னை விட்டு கண் காணாத இடத்துக்குப் போயிருப்பாடா! அந்த பகவான் நோக்கு வாழ்க்கையில எந்தக் குறையும் வைக்க மாட்டார்" என்று அவனை அணைத்துக் கொண்டு கூடத்தினுள் நுழைந்தார்.

அங்கே மரம் போல நின்ற ஹர்சவர்தனை ஆயாசமாக பார்த்துவிட்டு "உன்னை விட சின்னவன். பிரச்சனையை எப்படி சமாளிச்சான்னு பார்த்தியோன்னோ! இனியாச்சும் சுயபுத்தியோட இருடா. உன் வாழ்க்கை உன் கையில தான். அவ்ளோ தான் இந்த கிழவனால சொல்ல முடியும். நாங்க சொன்னாலுமே உன் காதுல அது ஏறும்னு நேக்கு தோணலைடா. அம்மா பேச்சை தவிர வேறு எதுவும் உன் சிந்தையில பதியாதே" என்றவர் சீதாலெட்சுமியை அழைத்துக் கொண்டு தங்களது அறைக்குச் சென்-

றுவிட்டார்.

அந்த வயோதிகப்பெண்மணிக்கும் பேத்திகள் அவுட் ஹவுஸிற்கு சென்ற பிறகு தான் மனதுக்கு கொஞ்சம் நிம்மதியானது.

மைதிலி கோதண்டராமனையும், வேங்கடநாதனையும் ஏதோ பேச-வேண்டுமென்று உள்ளே அழைத்துச் சென்றுவிட்டார்.

மைத்திரேயியும், ஸ்ருதிகீர்த்தியும் தமையனின் நிலையைக் கண்டு கலங்கிப் போனவர்களாய் அவனை வற்புறுத்தி எழுப்பி அவனது அறைக்கு அழைத்துச் சென்றனர்.

அனைவரும் சென்றுவிட கூடத்தில் பத்மாவதி, ரகுநந்தன், ஆதிவ-ராஹன், விஜயலெட்சுமி மட்டும் இருந்தனர்.

ஆதிவராஹன் ரகுநந்தனிடம் "நந்து நான் போய் அந்த குழந்தேள் கிட்ட பேசிட்டு வர்றேன்டா" என்று கூறிவிட்டு அவுட் ஹவுஸை நோக்-கிச் செல்ல அவனும் தனது அறைக்குச் செல்வதற்காக மாடியை நோக்-கித் திரும்பினான்.

"நீ ரொம்ப பெரியவனாயிட்டடா நந்து. வருங்கால ஆத்துக்காரியை இங்கே இருந்துப் போகவிடாம ரொம்ப சாமர்த்தியமா தடுத்திட்டி-யோன்னோ" என்ற பத்மாவதியின் குரல் தடுத்து அவனை நிறுத்தியது.

தாயிடம் ஒரு புன்னகையுடன் வந்தவன் "உங்க பையன் ஆச்-சேம்மா! உங்க சாமர்த்தியத்துல பாதி கூடவா நேக்கு இருக்காது? ஏதோ என்னால முடிஞ்சது இந்த ஆத்துல நடந்த கூத்து வெளியே வரைக்-கும் போகாம அவாளை வீட்டோட இருக்க வச்சிருக்கேன். உங்களுக்-கும் ஸ்ரீநிவாசவிலாசத்தோட கவுரம் மேல அக்கறை இருந்தா தயவு பண்ணி அவா வழிக்கு இனி போகாதேள்" என்று சொல்லிவிட்டு விறு-விறுவென்று படிகளில் ஏறி அவனது அறைக்குச் சென்றுவிட்டான்.

அதே நேரம் அவுட் ஹவுஸில் கிருஷ்ணஜாட்சியின் கையைப் பிடித்-துக் கதறிக் கொண்டிருந்தார் ஆதிவராஹன்.

"என் மகளால உன் எதிர்பார்ப்புகள் பொய் ஆயிடுத்துன்னா என் தங்கையால உன் வாழ்க்கையே கேள்விக்குறி ஆயிடுத்தேம்மா! இந்த பாவத்தை கங்கையில முழுகினா கூட போக்க முடியாதே" என்றவரை தேற்ற வழியின்றி தவித்தனர் அவர்கள்.

கிருஷ்ணஜாட்சி அவரை அமைதியாக்கியவள் "பெரியப்பா இதுல உங்க தப்பு என்ன இருக்கு? யாரையும் தப்பு சொல்ல வழி இல்ல" என்று விரக்தியுடன் மொழிந்தாள்.

• 203 •

அவர் திடீரென்று நினைவு வந்தவராக "நீ மதுராவைப் பத்தி ஏதோ பூடகமா சொன்னியே! என்ன விஷயம் அது? அதுல விஜியோட தப்பு எதுவும் இருக்கா? தயவு பண்ணி மறைக்காம சொல்லிடும்மா! இல்லனா இந்த விஷயத்தால புது குழப்பம் எதுவும் வந்துடப் போறது" என்று சொல்ல கிருஷ்ணஜாட்சி தயங்கினாள்.

கரோலினை அர்த்தபுஷ்டியுடன் பார்க்க அவள் புரிந்து கொண்டது போல "நீரு பேப்! சால் வீ கோ டூ வராண்டா? ஐ லைக் டு என்ஜாய் தி கார்டன் சீனரிஸ்" என்க அவளும் தலையாட்டியபடி கரோலினுடன் வெளியேறினாள்.

அவள் சென்றதை உறுதிப்படுத்திக்கொண்டு கிருஷ்ணஜாட்சி இருபத்து ஐந்து வருடங்களுக்கு முன்னர் நடந்த நிகழ்வுகளை கூற ஆரம்பித்தாள்.

மதுரவாணி இந்த ஸ்ரீநிவாசவிலாசத்தின் இளவரசியாக வலம் வந்த காலம் அது. பட்டாபிராமனுக்கு அவரது மகளை நிறைய படிக்க வைக்க வேண்டும் என்ற ஆசை! அவர்கள் இருந்த பகுதியில் மதுரவாணியின் வயதுப்பெண்கள் மணமேடையில் அமர மதுரவாணியோ மேற்படிப்பு படிக்க ஆரம்பித்திருந்தாள்.

அப்படி இருந்தாலும் அவளது உலகமே அவளின் இரு சகோதரன்களும், பெற்றோரும் மட்டும் தான். அவளது சாதுவான குணமும், தெய்வீக அழகுடன் கூடிய முகமும் எவரையும் கவரும் திறன் படைத்தது. அது அவள் படித்த கல்லூரியில் அவளுடன் பயின்ற மதிவாணனின் கருத்தையும் கவர்ந்ததில் ஆச்சரியமில்லை.

அதை அவளிடம் வெளிப்படுத்திய போது பெண்களுக்கே உரித்தான பயமும், வெட்கமும் அவளை ஆட்கொண்டதில் பதில் எதுவும் கூறாதவள் நாளடைவில் மதிவாணனின் மரியாதையான நடத்தை, யார் வம்புக்கும் போகாத குணத்தால் கவரப்பட்டு அவன் வசம் வீழ்ந்தாள்.

அவர்களின் காதல் நாளொரு மேனியும் பொழுதொரு வண்ணமுமாக செழித்து வளர மதுரவாணியால் ஒரு விஷயத்தை மட்டும் ஏற்றுக் கொள்ளவே முடியவில்லை. மதிவாணனின் கோபம் தான் அது.

அவனது கோபமும், பிடிவாதமும், தன் சுயமரியாதையைச் சீண்டியவர்களுக்கு அவன் பதிலடி கொடுத்த விதமும் அவளுக்கு அயர்ச்சியைக் கொடுத்தது.

ஆனால் அவன் இளம்பிராயத்திலிருந்தே ஆதரவற்றோர் இல்லத்தில் வளர்ந்ததால் தனது சுயமரியாதைக்கு குந்தகம் வருவதைப் பொறுத்துக் கொள்ள முடியாமல் இருப்பது அவனது இயல்பு என்று சமாதானப்படுத்திக் கொண்டாள்.

அதே நேரம் மதிவாணன் ஒரு விஷயத்தில் தெளிவாக இருந்தான். அது என்னவென்றால் ஒரு வேளை மதுரவாணியின் பெற்றோர் அவர்களுக்கு திருமணம் செய்துவைக்க முன்வராவிட்டால் அவர்களின் சம்மதமின்றி அவளை எக்காலத்திலும் மணக்க மாட்டேன் என்பது தான் அது.

ஏனெனில் குடும்பம் என்ற அமைப்பு தனக்கு தான் கிடைக்கவில்லை, அதை கிடைக்கப்பெற்ற மதுரவாணியிடம் இருந்து காதல் என்ற பெயரில் தான் அதைப் பறித்துவிடக் கூடாது என்பது அவனது எண்ணம்.

ஒரு வழியாக கல்லூரி படிப்பை முடித்தவன் பொறுப்பாக ஒரு அரசு நிறுவனத்துக்கு மேலாளர் பதவிக்கு விண்ணப்பித்துவிட்டு அவர்களின் பதிலுக்காக காத்திருந்தான். இடைப்பட்ட காலத்தில் அவனும் மதுரவாணியும் கோயிலில் சந்தித்துப் பேசிக் கொள்வார்கள்.

அப்படி ஒரு நாள் மதிவாணனைச் சந்திக்க சென்ற போது தான் மதுரவாணி கோயிலில் தனது பள்ளிப்பருவ தோழியான மைதிலியைச் சந்தித்தாள். அவள் கூடவே இருந்த ஒரு அழகிய பெண்ணை யாரென்று கேட்க மைதிலி அது தனது சகோதரி பத்மாவதி என்று சொல்லி இருவருக்கும் பரஸ்பரம் அறிமுகம் செய்துவைத்துவிட்டு தனது வீட்டுக்குக் கையோடு அழைத்துச் சென்றாள்.

அந்த வீட்டுக்கு மதுரவாணி முதல் முறை போன போது தான் அவளுக்கு அறிமுகமாயினர் விஜயலெட்சுமியும், ஆதிவராஹனும். ஆதிவராஹன் மைதிலியின் சகோதரன் என்றதும் அவனைக் கண்டுப் புன்னகைத்தாள் மதுரவாணி. அவனும் மேற்படிப்பு படித்துக் கொண்டிருப்பதால் அவனிடம் அவள் சகஜமாகப் பேசவே இதைக் கண்ட மைதிலியின் அத்தை மகளான விஜயலெட்சுமிக்கு அவளை முதல் பார்வையிலேயே பிடிக்காமல் போய்விட்டது.

ஆதிவராஹனை தனது வருங்கால கணவனாக எண்ணி அந்நாளுக்காக காத்திருந்தவளுக்கு தன்னுடைய கனவு மதுரவாணியால் நாசமாகி விடுமோ என்ற அச்சம் வேறு விஜயலெட்சுமிக்கு. எனவே மதுரவாணி

செல்லும் வரை அவளை அசூயையுடன் பார்த்துக் கொண்டிருந்தாள் விஜயலெட்சுமி.

ஆனால் மதுரவாணிக்கோ முதல் பார்வையிலேயே பத்மாவதியை மிகவும் பிடித்துப் போய்விட வீட்டுக்குச் சென்றதும் தன் பெற்றோரிடம் அவளை மூத்த அண்ணனுக்கு மணமுடிக்கலாமா என்று கேட்டு ஒரே வாரத்தில் பத்மாவதியை தனது அண்ணனுக்கு பேசியும் முடிக்க வைத்தாள். சுற்றுவட்டாரத்தில் பத்மாவதிக்கு ஸ்ரீநிவாசவிலாசத்தில் விவாகம் செய்யப் போகிற செய்தி பரவ அனைவருமே அவளது அதிர்ஷ்டத்தை எண்ணி பொறுமி போயினர்.

பத்மாவதியின் குடும்பம் சிரம திசையில் இருந்த நேரம் அது. அதனால் திருமணத்தைக் கூட பட்டாபிராமனே எடுத்துச் செய்தார். பத்மாவதியும் புகுந்த வீட்டாரிடம் கொள்ளைப்பிரியத்துடனே இருந்தாள் எனலாம்.

அதிலும் மதுரவாணி என்றால் அவளுக்கு மிகவும் பிரியம். அந்தச் சமயத்தில் தான் ஆதிவராஹனின் பிசினஸ் முயற்சி வெற்றி பெற்று அவனது தொழில் சூடுபிடிக்கத் தொடங்கியிருந்தது. அந்நேரம் சீதாலெட்சுமிக்கு மகளை ஆதிவராஹனுக்கு மணமுடிக்கும் எண்ணம் வரவே பத்மாவதி மகிழ்ந்தாள்.

ஆனால் மைதிலிக்கு மணமுடிக்காமல் ஆதிவராஹனின் திருமணத்தைப் பற்றி யோசிக்க அவளது தந்தை தயங்கவே சீதாலெட்சுமி தயங்காமல் தன்னுடைய இளைய மகனுக்கு மைதிலியை சூட்டோடுச் சூடாக விவாகம் செய்து வைத்துவிட்டார்.

அதே சமயம் மதிவாணனுக்கும் மத்திய அரசு நிறுவனத்தில் மேலாளர் பணியில் சேருமாறு அழைப்பு வர அவன் விஜயவாடாவில் பணிக்குச் சேர்ந்துவிட்டு மதுரவாணிக்கு கடிதம் மூலம் அச்செய்தியைத் தெரிவித்தான்.

இரண்டு வருடங்கள் மட்டும் பொறுத்திருந்தால் தான் ஒரு நல்ல நிலைக்கு வந்துவிடுவேன், அதற்குப் பின் திருமணம் செய்து கொள்ளலாம், அதுவும் பெற்றோர் சம்மதத்துடனே என்று அவன் கூறிவிடவே மதுரவாணியும் தான் மேற்படிப்பை தொடருவதாகக் கூறி விட்டாள். இது விஜயலெட்சுமிக்கு தன் அத்தை மகன் தனது கையை விட்டுப் போக மாட்டான் என்ற நம்பிக்கையை விதைக்க அவளும் அமைதியானாள்.

சரியாக ஒரு வருடம் முடியவே ஹர்சவர்தனும், மைத்திரேயியும் பிறந்துவிட அந்த வீட்டில் மழலைகளின் இன்மொழி கேட்க ஆரம்பித்தது. மதுரவாணிக்கு இருவரும் உயிர். அவர்களின் முதல் பிறந்தநாள் முடிந்த கையோடு மதுரவாணி ஆதிவராஹன் விவாகச்செய்தியை பட்டாபிராமன் உறுதி செய்ய அது மதுரவாணி, விஜயலெட்சுமி இருவருக்குமே அதிர்ச்சியைக் கொடுத்தது.

மதுரவாணி பதறிப் போனவளாய் மதிவாணனுக்கு கடிதம் போட்டு எப்போதும் சந்திக்கும் கோயிலுக்கு வரச் சொல்லி விசயத்தைக் கூறிவிட்டாள். இருவரின் பேச்சையும் எதேச்சையாக அந்த கோயிலுக்கு வந்த விஜயலெட்சுமி கேட்டுவிட்டாள். மதுரவாணி வேறு ஒருவனை காதலிக்கும் செய்தி நல்லது தான் என்றாலும் அவள் காதலிப்பவன் பெற்றோர் சம்மதம் அது இது என்று பிதற்றுவது அவளுக்கு எரிச்சலைக் கொடுத்தது.

எனவே மனதில் திட்டம் தீட்டியவளாய் ஒரு நாள் அத்தை வீட்டினர் அனைவரும் வெளியே சென்றிருக்கும் சமயம் மதுரவாணியை வீட்டுக்கு அழைத்தவள் அவளது கார் வீட்டின் நுழைவாயிலுக்குள் வரும் சத்தம் கேட்டதும் வேகமாக ஒரு அறைக்குள் சென்று தன்னை அடைத்துக் கொண்டவள் தனது நாடகத்தை அரங்கேற்ற தொடங்கினாள்.

மதுரவாணி ஒவ்வொரு அறையாக விஜயலெட்சுமியைத் தேடியவள் இறுதியாக உள்ள அறை உட்பக்கம் தாழ்பாள் போட்டிருக்க கதவைத் தட்டினாள். ஆனால் சத்தமின்றி இருக்கவே ஜன்னல் வழியே பார்க்க அங்கே விஜயலெட்சுமி புடவையை உத்தரத்தில் போட்டு முடிச்சிட்டுத் தூக்கு மாட்ட முயன்று கொண்டிருந்தாள்.

மதுரவாணி எவ்வளவோ கதறியும் இறங்க மறுத்தவள் தனது அத்தை மகன் இல்லாத வாழ்க்கை தனக்கு தேவையில்லை என்று மட்டும் மீண்டும் மீண்டும் கூற மதுரவாணி "விஜி அக்கா! நான் மன்னி கிட்ட பேசி உங்க விவாகத்தை நடத்தி வைக்கறேன். தயவு பண்ணி இறங்கி வாங்கோ" என்று கண்ணீர் விட்டாள்.

அவள் வாயிலிருந்து அந்த வார்த்தையை வரவழைக்க போட்ட நாடகம் ஜெயித்துவிட்டதால் மகிழ்ச்சியுடன் கதவை த் திறந்தாள் விஜயலெட்சுமி.

ஆனால் அது இன்னும் முழுதாக முடியவில்லையே. ஓடிச் சென்று மதுரவாணியை அணைத்தவள் "நீ சொன்னாலும் பத்மா கேக்க மாட்டா

• 207 •

மதுரா. அவளுக்கு நீன்னா ரொம்ப இஷ்டம்" என்று கூறியவள் அன்று கோயிலில் அவளும், மதிவாணனும் பேசியதைத் தான் கேட்டுவிட்டதாகக் கூற மதுரவாணி அதிர்ந்தாள். தொடர்ந்து விஜயலெட்சுமி கூறிய திட்டத்தைக் கேட்டவள் இன்னும் அதிர்ந்தாள்.

அது என்னவென்றால் மதுரவாணி திருமணத்துக்குச் சம்மதிப்பது போல நடித்து திருமண நாளன்று மண்டபத்தை விட்டு சென்றுவிட்டால் விஜயலெட்சுமியைத் தான் அவளது மாமி மணப்பெண் ஆக்குவாள் என்றும், அதன் பின் பட்டாபிராமன் சீதாலெட்சுமியிடம் தானே பேசி மதுரவாணியையும், மதிவாணனையும் வீட்டில் ஏற்றுக்கொள்ள வைப்பதாகவும் சொல்ல மதுரவாணியோ இதற்கு தான் சம்மதித்தாலும் மதிவாணன் சம்மதிக்க மாட்டான் என்று உறுதியாகக் கூறினாள்.

அப்படி என்றால் சாவதை தவிர தனக்கு வேறு வழியில்லை என்று மீண்டும் விஜயலெட்சுமி நடிக்க தொடங்க இளகிய மனம் கொண்ட மதுரவாணி என்ன செய்ய என்று புரியாமல் விழித்தாள்.

அவளது கையைப் பிடித்த விஜயலெட்சுமி "நீ மணமேடைக்கு வராம இருந்தா மட்டும் தான் நான் விரும்புற வாழ்க்கை நேக்கு கிடைக்கும் மதுரா. உன் கால்ல வேணும்னாலும் விழறேன்" என்று விழப் போக மதுரவாணி விஜயலெட்சுமி மீது நம்பிக்கை வைத்து அவளது திட்டத்துக்கு ஒத்துழைத்தாள்.

மதிவாணன் அதற்கு அரைமனதுடன் சம்மதிக்க சரியாக முகூர்த்த நேரத்தில் யாருமறியா\வண்ணம் வெளியேறிவள் ஒரு கோயிலில் மதிவாணன் கையால் மாங்கல்யம் வாங்கிக் கொள்ள அதே நேரம் மணப்பெண் ஓடிவிட்டதால் சொந்த அத்தை மகளையே ஆதிவராஹன் மணமுடித்தான். கடைசியில் விஜயலெட்சுமி தான் போட்ட திட்டம் பலித்ததில் மகிழ்ந்தாள்.

ஆனால் அவள் கொடுத்த வாக்கை காப்பாற்றவில்லை. திருமணமான மறுநாள் மதிவாணனோடு வந்து நின்ற மதுரவாணியை அவளது குடும்பமே வெறுத்துத் தூற்ற அதைக் கண்ட பின்னும் நடந்ததைக் கூறாமல் வேடிக்கை மட்டும் பார்த்தாள் அவள்.

மதுரவாணியின் கண்ணீரைக் கண்டு வெகுண்ட மதிவாணன் "என் மதுராவ நான் மகாராணியா பார்த்துப்பேன். யார் யாருக்கோ உதவுறேனு போய் தான் அவ இன்னைக்கு கெட்டபேர் ஏத்துருக்காங்கிறதை நீங்க மறந்துடாதிங்க மிஸ்டர் பட்டாபிராமன். நீங்க என்ன சொல்லுறது? நான்

சொல்லுறேன், இனி அவ மதுரவாணி பட்டாபிராமன் இல்ல. அவ மதிவாணனோட மனைவி. அவளைப் பத்தி பேசறதுக்கு உங்க வீட்டுல யாருக்கும் அருகதையோ தகுதியோ கிடையாது. இனி செத்தாலும் நானோ மதுராவோ இந்த வீட்டு வாசலை மிதிக்க மாட்டோம்" என்று வைராக்கியத்துடன் உரைத்துவிட்டு மதுரவாணியின் கரம் பற்றி அழைத்துச் சென்றான்.

அந்தக் காட்சி இன்றும் ஆதிவராஹனின் மனதில் பசுமையாக நினைவிருக்கவே நடந்த உண்மையை அறிந்து வெதும்பி போனார். கிருஷ்ணஜாட்சி அவரிடம் கடைசியாக "எங்க அம்மாவ இவங்க எல்லாரும் ஒதுக்கி வச்ச மாதிரி நீங்களும் வர்ஷாவை ஒதுக்கி வச்சிடாதிங்க பெரியப்பா" என்று மட்டும் உரைக்க ஆதிவராஹன் தலையசைத்துவிட்டு கனத்த இதயத்துடன் அந்த அவுட் ஹவுஸை விட்டு வெளியேறினார்.

• 209 •

24

பூங்காற்று 24

ஆழ்ந்த அமைதியில் இருந்தது ஸ்ரீனிவாசவிலாசம். அதில் உள்ள மனிதர்களின் மனங்கள் தான் வெவ்வேறு விதமான உணர்ச்சிக்கொந்தளிப்புடன் இருந்தது. ஆதிவராஹன் வீட்டுக்கு வந்து சித்தப்பிரம்மை பிடித்தது போல் அமர்ந்திருந்த மனைவியை ஒருவித வெறுப்புடன் பார்த்தவர் மேற்கொண்டு பேசி ஏதும் ஆகப் போவதில்லை என்பதை உணர்ந்தவராய் பட்டாபிராமன், சீதாலெட்சுமியிடம் மட்டும் சொல்லிக் கொண்டு அவரை அழைத்துச் சென்றுவிட்டார்.

அதே நேரம் பத்மாவதி தனது அண்ணன் கூட தன்னிடம் ஒரு வார்த்தை அனுசரனையாக பேசவில்லையே என்ற வருத்தத்தோடு தன் கையிலிருந்த மாங்கல்யத்தைப் பார்த்தார்.

மெதுவாக எழுந்து பூஜையறைக்குச் சென்றார். அங்கே இருந்த வெங்கடேச பெருமாளின் முன் அதை வைத்தவர் இரு கரம் கூப்பினார்.

"பகவானே! என் பையன் கையால கட்டுனது இவ்வளவு சீக்கிரமா கழுத்தைவிட்டு இறங்கிடுத்தேனு நேக்கும் ஆதங்கம் தான். நான் எதுவும் தப்பு பண்ணியிருந்தா அதுக்கான தண்டனையை நேக்கு மட்டும் குடுங்கோ! என் குழந்தேளை தண்டிச்சிடாதேள்! மாங்கல்யத்தை கழட்டிக் குடுக்கச் சொன்னது அபசகுனம்னு நேக்கும் தெரியும். ஆத்திரம் அந்த நேரத்துல என் அறிவை மறைச்சிடுத்து. இதனால எதும் அபசகுனம் ஆகாம பார்த்துக்கோங்கோ" என்று கண்ணீர் மல்க வேண்டிவிட்டு தளர்ந்த நடையுடன் அவரது அறையை நோக்கிச் சென்றார்.

அறையிலோ வேங்கடநாதன் உள்ளே ஒரு ஜீவன் வந்ததை கூட கண்டுகொள்ளாதவராய் அமர்ந்திருக்க அவர் அருகில் சென்ற பத்மாவதி "ஏண்ணா" என்று எதுவோ சொல்ல வர அவர் கை உயர்த்தி நிறுத்து-மாறு சைகை செய்தார்.

"இது தான் நீயும் நானும் பேசிக்கற கடைசி பேச்சு பத்மா. இனி நேக்கும் நோக்கும் எந்தப் பேச்சுவார்த்தையும் கிடையாது. உன் உணர்-வுகளுக்கு மரியாதை குடுத்து தான் என் தோப்பனார் என் தங்கையை ஒதுக்கி வைச்சார். ஆனா அவா பெத்த குழந்தேள் உன்னை என்ன செஞ்சுட்டாள்னு நீ என் மருமாளுக்கு இப்பிடி ஒரு அநியாயத்தை பண்-ணுன? உன் மனசுல எந்தளவுக்கு வஞ்சம் இருந்தா செத்தும் என் தங்-கையை அபவாதமா பேசுவ? போதும்டிம்மா! இந்த ஶ்ரீனிவாசவிலாசம் உன்னோட ராஜ்ஜியம் தான். நீ உன் இஷ்டத்துக்கு ஆட்டம் போடு. நாங்க யாரும் இனி அதை கண்டுக்கறதா இல்ல. எங்களை விட்டுடு" என்று கை கூப்பி கூறி விட்டு அறையைக் காலி செய்தார்.

கணவர் சென்றதும் தரையிலேயே தொப்பென்று அமர்ந்த பத்மாவ-தியின் காதில் "நீங்க வாழற வாழ்க்கை என் அம்மா போட்ட பிச்சை" என்ற கிருஷ்ணஜாட்சியின் அழுத்தம் திருத்தமான குரல் கன்னத்தில் அறைவது போல ஒலிக்க காதைப் பொத்திக் கொண்டு கண்ணீர் உகுக்க ஆரம்பித்தார்.

அதே நேரம் ஹர்சவர்தன் அமைதியின்றி அவனது அறையில் உலாத்திக் கொண்டிருந்தான். இன்று மட்டும் தனது வாழ்க்கையில் ஏகப்-பட்ட அதிர்ச்சிகள் நடந்திருக்க தலையைப் பிடித்துக் கொண்டவன் அறையிலிருந்து வெளியேறி வராண்டாவில் நிலை கொள்ளாமல் நடந்-தான். அடுத்து என்ன செய்வது என்பது புரியாமல் எதிர்காலம் சூனிய-மானது போல தோன்றியது அவனுக்கு.

கிருஷ்ணஜாட்சியும் தானும் வாழ்க்கையில் சேரவே முடியாது என்-பதை புரிந்து கொண்டு அவளிடமிருந்து விலகி வர்ஷாவை மிகுந்த சிரமத்துடன் மனைவியாக ஏற்றுக் கொள்ள தயாரானவனுக்கு அந்த வருத்தத்திலும் அதிர்ஷ்டம் அடித்தது போல கிருஷ்ணஜாட்சி மனை-வியானதும் அவனை அறியாமல் உள்ளுக்குள் அவன் மகிழ்ந்து தான் போனான்.

ஆனால் வீட்டுக்கு வந்ததும் தாயின் ருத்திரதாண்டவத்துக்கு ஆளான கிருஷ்ணஜாட்சியை ஒரு கணவனாக தான் ஆதரிக்க தவறி-

விட்டதை மிகவும் தாமதமாகப் புரிந்து கொண்டான் அவன்.

எப்போதும் போல அன்னை இரண்டு வார்த்தைகள் பேசுவார், பின்-னர் எல்லாம் சாதாரணமாகிவிடும் என்று நினைத்தவனின் எண்ணத்-தில் மண்ணை அள்ளிப் போட்டது போல பத்மாவதி தாலியைக் கழற்றித் தரக் கூறியதும் கிருஷ்ணஜாட்சியும் அதைக் கழற்றிக் கொடுத்துவிட்-டாள். இனி அடுத்து என்ன என்று புரியாமல் வராண்டாவின் இருக்-கையில் சாய்ந்து கொண்டான் அவன்.

அதற்கு மாறாக கிருஷ்ணஜாட்சி ஹர்சவர்தன் என்பவனின் பெய-ரைச் சுத்தமாக வெறுத்தாள். நடந்த அநியாயங்களுக்கு அவன் பொங்கி எழ வேண்டாம், அவனால் முடிந்ததாக அவன் தாயை அமைதிப்படுத்தி இருக்கலாம். ஆனால் ஒரு கணவனாக திருமணமான ஒரு மணிநேரத்-திலேயே அவனது மனைவியின் தாலி இறங்குவதைப் பார்த்த பிறகும் அவன் அசையாமல் சிலையாக தானே இருந்தான். அவளது வாழ்நா-ளில் என்றுமே அவனை மன்னிப்பதாக இல்லை என்று உறுதியெடுத்துக் கொண்டாள்.

அவளது தங்கைக்கோ அக்காவின் வாழ்க்கை கேள்விக்குறியான அதிர்ச்சியே அவளுக்குப் போகாத நிலையில் ரகுநந்தனின் வார்த்தைகள் உச்சகட்ட அதிர்ச்சியைக் கொடுத்தது என்றால் அது மிகையில்லை. ஆனால் ஒரு விஷயத்தில் மட்டும் அவள் தெளிவாக இருந்தாள். யாரெல்லாம் கிருஷ்ணஜாட்சிக்கு வேண்டாதவர்களோ அவர்கள் தனக்-கும் வேண்டாதவர்கள் தான் என்று அவளுக்கு அவளே அறிவுறுத்திக் கொண்டாள்.

அவளது மனதின் அலைக்கழிப்புக்குக் காரணமான ரகுநந்தனோ வீட்டின் குழப்பங்கள் ஒரு புறம் இருந்தாலும் எந்தக் காரணத்துக்காகவும் நீரஜாட்சியை விட்டுக் கொடுக்கத் தயாராக இல்லை. அதே நேரம் சகோதரனின் வாழ்க்கையைச் சீரமைக்க என்ன செய்யலாம் என்ற யோசனையில் ஆழ்ந்திருந்தான். அவன் மேல் கடுப்பு ஒரு புறம் இருந்-தாலும் கிருஷ்ணஜாட்சியின் வாழ்க்கை அவனோடு பின்னப்பட்டிருப்-பதால் ரகுநந்தன் அவளைப் பற்றி கவலைப்பட்டான். என்ன செய்து அவர்களைச் சேர்த்து வைப்பது என்ற யோசனையிலேயே அவன் நாட்-களைக் கடத்தினான்.

அதற்கு பின்னர் ஒரு வாரத்துக்கு இந்த அமைதி நீடிக்கவே கிருஷ்-ணஜாட்சி வழக்கம் போல அவளது வேலைக்குச் செல்ல தயாரானாள்.

ஆனால் செத்தாலும் இனி ஹர்சவர்தனின் மேற்பார்வையில் வேலை செய்ய அவள் தயாராக இல்லை. அவளது ராஜினாமாவை மின்னஞ்சலில் அனுப்பிவைத்துவிட்டு காலையிலேயே கரோலினோடு அவளது பேக்கரிக்குச் சென்று விட்டாள்.

ஆனால் ஹர்சவர்தனோ அவள் ஹோட்டலுக்கு செல்வதாகத் தப்புக்கணக்கு போட்டவன் அவசரமாக அன்று ஹோட்டலை அடைந்தான். ஆனால் தலைமை செப் மட்டுமே சமையலறையில் இருக்க கிருஷ்ணஜாட்சியின் ஏப்ரனும், கேப்பும் சுவரில் தொங்கிக் கொண்டிருந்தது.

அவருக்கு ஒரு வணக்கத்தை போட்டுவிட்டு அலுவலக அறைக்குச் சென்றவன் மடிக்கணினியில் மின்னஞ்சலைப் பார்க்க அதில் கிருஷ்ணஜாட்சியின் ராஜினாமா கடிதம் வந்திருந்தது. அவன் அதைப் பார்த்து அதிர்ந்தான். ஆனால் அவளை எதிர்கொள்ள முடியாது என்ற உண்மை முகத்தில் அறைய அவனால் வருத்தம் மட்டுமே பட முடிந்தது.

அதே நேரம் ரகுநந்தனோ ஹர்சவர்தனின் திருமணம் முடிந்த அடுத்த நாளே கட்டுமான நிறுவனத்துக்குச் சென்றுவிட்டான். நீரஜாட்சிக்கு அவளது சகோதரி வாழ்க்கையை நினைத்து வருத்தம் இருக்கும் என்பதால் ஒரு வாரத்துக்கு அவளை விட்டுப்பிடித்தவன் அதற்கு மேல் பொறுத்திருக்க முடியாமல் போன் செய்தான்.

போனை எடுத்தவள் "ஹலோ யாரு?" என்று கேட்டு வைக்க அப்போது தான் அவனுக்கு உறைத்தது தன்னுடைய போன் நம்பர் கூட நீரஜாட்சியிடம் இல்லை என்பது.

"நான் நந்து பேசறேன்! நோக்கு ஆபிஸ் வரணும்னு எண்ணம் இருக்கறதா இல்லையா? ஏதோ சோகத்துல இருப்பேனு உன்னை டிஸ்டர்ப் பண்ணல. இதுக்கு மேலயும் நீ லேட் பண்ணுனா நான் அவுட் ஹவுஸ் வந்து உன்னை அழைச்சிண்டு வர வேண்டியிருக்கும். அவ்ளோ கஷ்டத்தை நேக்கு குடுக்காம நீயே ஆபிஸ் வந்துடு" என்று கட்டளையிட்டுவிட்டு போனை வைத்து விட்டான்.

அதன் பின் அவன் நிறுவனத்தின் பொறியாளர்களுடன் மீட்டிங்கை ஆரம்பித்து தற்போது என்னென்ன பணிகள் நடைபெற்றுக் கொண்டிருக்கிறது, அவற்றின் நிலை மற்றும் சைட் பற்றிய விவரங்களைக் கேட்டறிந்து கொண்டான்.

நீரஜாட்சி அவனது பேச்சு ஏற்படுத்தி விட்ட எரிச்சலில் அலுவலகத்துக்குத் தயாரானவள் அங்கே வந்ததும் நேரே அவனது அறைக்குச்

செல்ல அங்கே அவன் இல்லை.

வெளியே வந்தவள் பியூனிடம் "அண்ணா! எம்.டி எங்கே?" என்று கேட்க அவர் மீட்டிங் விஷயத்தைச் சொன்னதும் கீழ்த்தளத்திற்கு சென்று அமர்ந்து கொண்டாள். நிறுவனத்தின் அனைத்து துறைகளும் கீழ்த்த-ளத்தில் தான் இயங்கி வந்தன. மீட்டிங் ஹாலும் அங்கேயே இருக்க அவன் மீட்டிங் முடித்துவிட்டு வரும் வரை காத்திருக்க தீர்மானித்தாள் நீரஜாட்சி.

அவளது பொறுமையைச் சோதித்துவிட்டு பன்னிரெண்டு மணியள-வில் மீட்டிங் ஹாலில் இருந்து வெளியே வந்தவன் அவனுடன் நின்ற மோகனிடம் "அங்கிள் என்னோட பி.ஏ வந்துட்டாங்க. நீங்க இனிமே ஹோட்டலுக்குப் போகலாம்" என்று சொல்லி அனுப்பிவைத்தான்.

தன்னைக் கண்டு எழும்பாமல் இன்னும் இருக்கையில் அமர்ந்தி-ருப்பவளை அடிக்கண்ணால் நோட்டமிட்டபடி "கம் டு மை கேபின்" என்று கட்டளையிட்டவன் நீரஜாட்சியின் இரத்த அழுத்தத்தை அதிக-ரிக்கச் செய்ததோடு அவளது பதிலுக்குக் கூட காத்திருக்காமல் மின்-தூக்கியை விடுத்து படியேறி நடக்கலானான்.

நீரஜாட்சி மனம் பொருமியவளாய் "போடா! நான் வந்ததே ரிசைன் பண்ணிட்டு போக தான்" என்று எண்ணியபடி அவன் ஏறிய படிக்கட்டு-களில் விறுவிறுவென்று ஏறினாள்.

அவனது அறையின் கதவில் ஆட்காட்டிவிரலால் தட்டி விட்டு உள்ளே சென்றவள் அவனது முகத்தைக் கூடப் பார்க்க விரும்பாமல் "என்னோட ரெசிக்னேசன் லெட்டரை மெயில் பண்ணிட்டேன். செக் பண்ணிக்கோ. நான் கிளம்புறேன்" என்று அமர்த்தலாக மொழிந்து விட்டு வெளியேறப் போனவள் அடுத்த கணமே கைவளைவுக்குள் இருந்தாள்.

கண் இமைக்கும் நேரத்தில் தனது இருக்கையிலிருந்து எழுந்தவன் அவளது கரம் பற்றி இழுத்தி தனது கரங்களால் அரண் போட்டுவிட நீர-ஜாட்சியின் கண்ணில் இருந்து வந்த அக்னியில் அவன் வெந்து போகா-மல் இருந்தது பத்மாவதி செய்த பிரார்த்தனையின் பலன் தான்.

"ஹவ் டேர் யூ டு டச் மீ? லீவ் மீ இடியட். இல்லனா..." என்று வார்த்தைகளைக் கடித்து துப்பியவளை விடுவிக்கும் எண்ணம் அவனுக்கு இல்லை.

"இல்லனா என்ன பண்ணுவ? உன்னோட உடைஞ்சு போன பேட்-டால என் மண்டையை உடைக்க டிரை பண்ணுவியா? முடிஞ்சா பண்-

ணிப் பாரு. ஆனா அதுக்கு நான் உன்னை இங்கே இருந்து ரிலீஸ் பண்ணனுமே" என்று நக்கலாக மொழிய

நீரஜாட்சியோ யாராவது இவனைப் பார்க்க வந்தால் தங்களின் நிலையைக் கண்டு என்ன எண்ணுவார்களோ என்ற பதற்றத்தில் அவனது கரத்தை விலக்க முயற்சித்தபடியே "ஆபிஸ்ல இப்பிடி அறிவு கெட்ட மாதிரி பிஹேவ் பண்ணாத நந்து! யாராச்சும் வந்தா என்ன நினைப்பாங்க?" என்று சொல்லிவிட்டு விலக முயன்றாள்.

அவனுக்குமே அவளிடம் இப்படி நடந்து கொள்ள ஒன்றும் ஆசை-யில்லை. ஆனால் இதை விட்டால் அவளைத் தடுக்கும் வழியும் அவனுக்குப் புரியவில்லை.

எனவே தனது கையணைப்பிலிருந்து அவளை விடுவிக்காமலே "ஐ டோண்ட் கேர் நீரு. நீ நல்ல பொண்ணா நடந்திண்டா நான் ஏன் இப்-பிடி பிஹேவ் பண்ணப் போறேன் சொல்லு" என்றவாறு தனது கைவ-ளையத்தில் முழுவதுமாக விலக்காமல் பதிலளித்தான்.

அவள் பதில் பேசாமல் இருக்கவே "லிசன்! இன்னைக்கு ஃபர்ஸ்ட் டே. சோ நீ லேட்டா வந்தது நோ பிராப்ளம். பட் டுமாரோ ஆன்-வார்ட்ஸ் யூ ஹேவ் டு கம் விதின் த ரிப்போர்ட்டட் டைம். நோக்குனு ஆபிஸ் ரூல்சைலாம் சேன்ஜ் பண்ண முடியாது. அன்ட் ஒன் மோர் திங் நீ என்னை வாடா போடானு கூப்பிட இது ஒன்னும் ஸ்ரீனிவா-சவிலாம் இல்ல. சோ சார்னு சொல்லி தான் கூப்பிடணும். ஓகேவா? சொல்ல வேண்டியதுலாம் சொல்லியாச்சு. இந்த ஃப்ளோர்ல எதிர் ரூம் தான் உன்னது" என்று சொல்லிவிட்டு அவளை முழுவதுமாக விடுவித்-தவன் அவனது இருக்கையில் அமர்ந்து கொண்டான்.

நீரஜாட்சிக்கோ தான் வேலை வேண்டாம் என்று சொல்ல வந்தால் இவன் தன்னை பணியாற்ற சொல்கிறானே என்ற எரிச்சல் சுருசுரு-வென்று ஏற "எக்ஸ்யூஸ் மீ நான் இங்கே உன் கிட்ட ஒர்க் பண்ண வரலை. ரிசைன் பண்ணிட்டுப் போக வந்தேன்" என்று சொல்ல

அவனோ "இஸிண்ட்? நீ எத்தனை வருசம் இந்த கம்பெனியில ஒர்க் பண்ணுனேனு நான் தெரிஞ்சுக்கலாமா?" என்றபடி அவள் கையெழுத்-திட்ட பேப்பர்களை அவள் முன்னர் தூக்கிப் போட்டான்.

"பிளீஸ் ரீட் தெம்! அந்த ரூல்ஸ் படி இந்த கம்பெனியில யாராச்சும் ரிசைன் பண்ணனும்னா நோட்டிஸ் குடுக்கணும். அதோட பீரியட் ஆறு மாசம். பட் அந்த நோட்டிஸ் குடுக்கணும்னா கூட நீ இங்கே மினிமம்

ஒன் இயர் வொர்க் பண்ணிருக்கணும். இதுல எதுவும் உனக்கு சாதகமா இல்ல நீரு. சோ கோ பேக் டு யூவர் சீட்" என்று ஆணையிட்டுவிட்டு அவனது கணினியின் திரையை நோக்க ஆரம்பித்தான்.

நீரஜாட்சி கடுப்புடன் "இது எதையும் நான் படிக்க மாட்டேன். என்னால உன் கம்பெனியில ஒர்க் பண்ண முடியாது. தட்ஸ் ஆல்" என்று சொல்லிவிட்டு செல்ல முயல

அவளுக்குச் சிறிதும் சளைக்காத குரலில் "சரி போ! பட் இன்னும் ஒன் வீக்ல கம்பெனியில இருந்து லீகல் நோட்டிஸ் வரும். அதுக்காக நல்ல லாயரையும் பார்த்துட்டு போ" என்று அவனும் அசராமல் கூற நீரஜாட்சிக்கு எல்லா பக்கமும் வழி அடைத்துப் போன உணர்வு.

வேறு வழியின்றி அவனது மேஜையை நோக்கிச் வந்தவளிடம் அதே ஆணையிடும் குரலில் "இங்க பாருங்க மிஸ் நீரஜாட்சி மதிவாணன், இது ஒன்னும் உங்க அப்பாவோட கம்பெனி இல்ல. நீங்க இஷ்டத்துக்கு வர்றதுக்கும், பிடிக்கலனு சொல்லிட்டு போறதுக்கும். திஸ் இஸ் மை கம்பெனி. அன்ட் யூ ஆர் மை எம்ப்ளாயி. யூ ஹேவ் டு ஒபே டு மை ஆர்டர்ஸ். அண்டர்ஸ்டாண்ட்?" என்று கேட்க அவள் வேண்டாவெறுப்பாய் தலையாட்டி வைத்தாள்.

அவளது முகத்தை ஆராய்ந்தபடியே டேபிளினின் மீது டேபை தூக்கிவைத்தவன் "டேக் இட். எதுவா இருந்தாலும் இதுல நோட் பண்ணிக்கோங்க. அன்ட் இப்போ என்ன பண்ணுறிங்க, கம்பெனி மெயிலுக்கு மோகன் அங்கிள் ஒரு டாக்குமெண்ட் ஃபார்வேர்ட் பண்ணியிருக்கார். அதை சம்மரைஸ் பண்ணி நேக்கு மினி லிஸ்டா பிரிப்பேர் பண்ணிக் கொண்டு வர்றிங்க. அதுவும் ஒன் ஓ கிளாக் முன்னாடி" என்று முதலாளியாய் அவன் கட்டளையிட பல்லைக் கடித்துக் கொண்டு கேட்டவள் அவளுக்கென ஒதுக்கப்பட்ட அறைக்குச் சென்றுவிட்டாள்.

அவள் சென்றபிறகு பெருமூச்சு விட்டவன் "நந்து! நீ இப்பிடியே இருடா! இல்லனா அவ சோகத்துல மூழ்கி வேற எதுலயும் கான்சென்ட்ரேட் பண்ணாம போயிடுவா" என்று தனக்குத் தானே அறிவுறுத்தியபடி வேலையைப் பார்க்கத் தொடங்கினான்.

அவன் சொன்னது போல ஒரு மணிக்குள் எல்லாம் அந்த லிஸ்டை அவளால் தயாரிக்கமுடியாது என்று கணினி முன் அமர்ந்து அந்த டாக்குமெண்டை பார்த்துக் கொண்டிருந்த நீரஜாட்சிக்குப் புரிந்துவிட்டது. பின்னே என்னவாம்! நானூறு பக்க டாக்குமெண்டை சுருக்கி கொண்டு

வா, அதுவும் ஒரு மணி நேரத்துக்குள் என்று கட்டளையிட்டால் அவள் என்ன தான் செய்வாள்!

புலம்பியபடி வேலையைத் தொடர்ந்தவள் அவன் கூறிய நேரத்துக்கு அரைமணிநேரம் தாமதமாகத் தான் வேலையை முடித்தாள். ஒரு காப்பியை அவனுக்கு மின்னஞ்சல் செய்துவிட்டு பிரதி எடுத்த லிஸ்டுடன் அவனது அறைக்குச் சென்றாள்.

அந்த லிஸ்டை அவனிடம் கொடுத்தவள் "நான் லன்சுக்கு வீட்டுக்குப் போகணும்" என்றாள் மொட்டையாக.

ரகுநந்தன் புருவம் உயர்த்தியவன் "அப்பிடி ஒரு ரூல் இந்த ஆபிஸ்ல இல்ல. நீங்க பியூன் கிட்ட சொல்லுங்க. அவர் வாங்கிட்டு வருவார்" என்றுவிட்டு அவனது வேலையில் கண்ணானான்.

நீரஜாட்சியோ முகம் சுளித்தவளாய் "நான் நம்ம ஹோட்டல் தவிர வேற எந்த ஹோட்டல்லயும் சாப்பிட மாட்டேன்" என்று பதிலளிக்க

அவன் சாதாரணமாக "அப்போ மதியம் லன்சை மறந்துடுங்க. நோ பிராப்ளம். ஒரு வேளை சாப்பிடலனா ஒன்னும் ஆயிடாது" என்று சொல்லிவிட்டு அவளைச் செல்லுமாறு சைகை காட்டினான்.

அதற்கு மேல் அவனிடம் கெஞ்ச அவளது தன்மானம் இடம் கொடுக்கவில்லை. அவன் சொன்னது போல ஒரு நாள் பட்டினி கிடந்தால் ஒன்றும் ஆகாது என்று அவள் வயிற்றைச் சமாதானப்படுத்த தொடங்கினாள்.

சரியாக அரை மணிநேரத்தில் டேபில் கால் வர "சைட்டுக்குப் போகணும். கம் டு மை கேபின்" என்றவனின் குரலில் அவளுக்கு எரிச்சல் வந்தாலும் வேறு வழியின்றி அடுத்தச் சில நிமிடங்களில் அவனுடன் காரில் அமர்ந்தாள் நீரஜாட்சி.

அவர்களின் நிறுவனம் எடுத்திருக்கும் அப்பார்ட்மென்ட் கான்ட்ராக்டுக்கான சைட் அது. அங்கே சென்றதும் வேலை எவ்வாறு நடைபெறுகிறது என்று அவன் மட்டும் மேற்பார்வையிட நீரஜாட்சிக்கோ பசி வயிற்றில் கபடி விளையாடியது.

மனதிற்குள் "அடேய்! உனக்கு என் மேல எத்தனை நாள் கோவமோ தெரியல. இப்பிடி பட்டினி போட்டுக் கொல்லுறியே! சரியான கல்நெஞ்சக்காரன். ஆளையும் மூஞ்சையும் பாரு" என்று அவனுக்கு அர்ச்சனை செய்தவாறு ஒரு நாற்காலியில் அமர்ந்திருந்தாள்.

சிறிது நேரத்தில் அவளிடம் திரும்பி வந்தவன் "சால் வீ கோ?" என்று கேட்க நீரஜாட்சி மனதிற்குள் "ஆமா என் கிட்ட கேட்டுட்டு தான் துரை கிளம்புவார்! போடா டேய் என் சாபம் உன்னை சும்மா விடாது" என்று கறுவியபடி அவனைத் தொடர்ந்தாள்.

காரில் ஏறி அமர்ந்தவள் அடுத்து அலுவலகம் தான் என்று நினைக்க ரகுநந்தன் அவர்களது ஹோட்டலுக்குச் சென்று நிறுத்தவே திகைப்புடன் அவனைத் தொடர்ந்தாள். உள்ளே சென்று ஏ.சியில் அமர்ந்தவள் தனக்கு எதிரே இருப்பவனை முறைத்தபடி "இப்போ எதுக்கு நம்ம இங்க வந்திருக்கோம்...சார்" என்று கேட்க

அவனோ "ஹோட்டலோட செப் இன்னைக்கு லீவாம். சோ இன்னைக்கு ஒன் டே உன்னைச் சமைக்க வைக்கலாம்னு கூட்டிட்டு வந்தேன்" என்று சாதாரணக்குரலில் கூற

அவள் "வாவ்! வாட் அ ஹியுமர் சென்ஸ். பட் நான் இன்னும் ஒரு மாசம் கழிச்சு சிரிச்சுக்கிறேன்" என்றுப் பொய்யாக பாராட்டும் போதே சர்வர் வந்துவிட இருவருக்கும் மீல்ஸ் ஆர்டர் செய்தான் ரகுநந்தன்.

நீரஜாட்சிக்கு சாப்பாட்டைக் கண்டதும் அவனும் மறந்து போனான், இந்த உலகமும் மறந்து போனது. அவளுக்கு இருந்த பசி அப்படி! திருப்தியாக சாப்பிட்டு விட்டு கை கழுவிவந்தவள் பில்லுக்கு ரகுநந்தன் பணம் கொடுக்கவே மனதிற்குள் "அவங்க ஹோட்டலுக்கே பணம் குடுக்கிறான், அவ்ளோ நல்லவனா இவன்?" என்று சொன்னபடி அவனிடம் சென்றாள்.

"எனக்கு ஒன்னும் நீங்க பே பண்ண வேண்டாம் சார். நானே குடுத்துப்பேன்" என்று அமர்த்தலாக மொழியவும் அவன் பில்லை அவள் புறம் நகர்த்திவிட்டு அமைதியாகக் கையைக் கட்டிக் கொண்டு அமர்ந்தான். நீரஜாட்சி பில்லைப் பார்த்தவள் அதிர்ந்துவிட்டாள்.

"வாட்? முன்னூற்று ஐம்பது ரூபாயா?" என்று அவள் அதிர சர்வர் தான் அவளை ஒரு மாதிரி பார்த்தார். என்ன செய்ய இது வரைக்கும் அவர்களின் ஹோட்டலில் பணம் கொடுத்துச் சாப்பிட்டது இல்லையென்பதால் விலை அவளுக்கு தெரிந்திருக்கவில்லை. நீரஜாட்சி முகத்தைச் சுருக்கிக் கொண்டு ஹேண்ட் பேக்கைப் பார்க்க அவளிடம் அவ்வளவு பெரிய தொகை(?) இல்லை.

அவள் முகத்திலிருந்தே அதை அறிந்து கொண்டவன் தனது கார்டை கொடுத்துவிட நீரஜாட்சி "எதுக்கு காஸ்ட்லினு தெரிஞ்சும் இந்த

ஹோட்டலுக்கு கூட்டிட்டு வந்தடா?" என்று கேட்க

ரகுநந்தன் பொறுமையாக "நீ தானே சொன்ன நம்ம ஹோட்டல் சாப்பாட்டை தவிர வேற எங்கேயும் சாப்பிட மாட்டேனு" என்று சொல்லிக் கொண்டிருக்கும் போதே சர்வர் கார்டுடன் திரும்பி வர அவருக்கு நன்றி சொல்லிவிட்டு இருவரும் வெளியேறினர்.

அதன் பின் அலுவலகம் வந்த நீரஜாட்சிக்கு முதுகை முறிக்கும் அளவுக்கு அவன் வேலை கொடுக்கவே அவளாலும் அதன் பின் அதிக நேரத்துக்கு சோகமாகவோ கோபமாகவோ இருக்க முடியவில்லை. ரகுநந்தன் அவள் அறியாமல் அவளது அறையை நோட்டமிட்டவன் அவள் தீவிரமாக வேலை செய்து கொண்டிருக்க அதைக் கண்டு புன்னகைத்துவிட்டு தன் திட்டம் வெற்றி பெற்ற மகிழ்ச்சியில் தனது அறைக்குத் திரும்பினான்.

25

பூங்காற்று 25

மாலை அலுவலகம் முடிந்து வீட்டுக்கு நீரஜாட்சி திரும்பிய போது நேரம் கிட்டடத்தட்ட ஏழு மணியை நெருங்கியிருந்தது. ஸ்கூட்டியைப் பூட்டி-விட்டு சாவியுடன் அவுட் ஹவுஸை நோக்கி நடைப்போட்ட போது ரகு-நந்தனின் கார் வீட்டின் நுழைவாயிலில் உள்ளே வருவதைக் கண்டவள் அதைக் கண்டு கொள்ளாமல் வீட்டிற்குள் செல்ல முற்பட்டாள். அதற்-குள் காரில் இருந்து இறங்கியவன் "நீரு" என்று அழைத்ததில் அங்-கேயே நின்றபடி திரும்பினாள் அவள்.

என்ன என்றவாறு அவனைப் பார்க்க ரகுநந்தன் சாவகாசமாக அவள் அருகில் வந்தவன் அவள் கையைப் பிடித்து அதில் டேபை வைக்கவும் நீரஜாட்சி திகைத்தவாறு "இதை ஏன் இப்போ என் கிட்ட குடுக்கிற நீ?" என்று வினவினாள்.

ரகுநந்தன் "சப்போஸ் எனக்கு ஏதாச்சும் ரிப்போர்ட் வேணும்னா உன் கிட்ட எப்போ வேணும்னாலும் நான் கேப்பேன். அதுக்கு இந்த டேப் உன் கிட்ட இருக்கிறது அவசியம். இதுல நான் உனக்கு கால் பண்-ணுனா நீ கண்டிப்பா அட்டெண்ட் பண்ணியே ஆகணும். அது வீடா இருந்தாலும் சரி, ஆபிஸா இருந்தாலும் சரி. புரிஞ்சுதா? இப்போ போய் கைவிரலுக்கு எண்ணெய் போட்டு நீவி விட்டுக்கோ. பிகாஸ் டுமாரோ உனக்கு இதை விட நிறைய டைப்பிங் ஒர்க்ஸ் இருக்கும். வரட்டா?" என்றவன் விசிலடித்தபடி வீட்டை நோக்கிச் சென்றான்.

தனக்கு முதுகு காட்டி நடந்துச் செல்பவனை என்ன செய்வது என்று புரியாமல் விழித்தவள் கையில் இருந்த டேபை வேண்டாவெறுப்பாக

பார்த்துவிட்டு வீட்டினுள் நுழைந்தாள். சிறிது நேரத்தில் கிருஷ்ணஜாட்-சியிடம் இருந்து போன் வந்தது.

"ஹலோ நீரு, இன்னைக்கு நைட் நானும், கரோலினும் வீட்டுக்கு வர கொஞ்சம் லேட் ஆகும்டி. லோன் விஷயமா சில பேப்பர்ஸ் வாங்க ஆடிட்டரை பார்க்க போயிருக்கோம். இங்க எல்லாம் முடிய குறைஞ்சது த்ரீ ஹவர்ஸ் ஆகும்னு ஆடிட்டர் மேம் சொல்லுறாங்க. நீ டைமுக்கு சாப்பிட்டிட்டு தூங்கு. நாங்க வந்துடுவோம்" என்றுச் சொல்லிவிட்டு அவள் போனை வைத்துவிட்டாள்.

நீரஜாட்சி அவர்கள் மூவருக்கும் உப்புமாவைக் கிண்டிவிட்டு தனக்கு ஒரு தட்டில் எடுத்துக் கொண்டவள் அவர்களுக்கு ஒரு ஹாட்பாக்சில் வைத்துவிட்டு தட்டுடன் ஹாலுக்கு வந்தாள். டிவியைப் போட்டுவிட்டு அமர்ந்தவள் பாடல்களில் மூழ்கத் தொடங்கிய தருணத்தில் டேபில் கால் வந்தது.

அதை எரிச்சலுடன் பார்த்தவள் டேபை அணைத்துவிட்டு மீண்டும் பாடல்ளை ரசித்தபடியே உப்புமாவை ஸ்பூனா எடுக்கப் போக ஏனோ விரல்கள் வலிக்கத் தொடங்கியது.

கடுப்புடன் ஸ்பூனை தட்டில் எறிந்துவிட்டு "எல்லாம் அந்த நந்து-வால தான். ஃபிங்கர்ஸ் எப்பிடி வலிக்குது? பேசாம கட் பண்ணி தூர எறிஞ்சிடலாம் போல. பெருமாளே! எனக்கு இவன் கிட்ட இருந்து தப்-பிக்க ஒரு உபாயத்தைக் காட்டு" என்று வேண்டிக்கொள்ளும் போதே வாயில் கதவை யாரோ திறந்து மூடும் சத்தம் கேட்டது.

யாரென்று பார்க்க அவள் எழும் முன்னரே அந்த அறைக்குள் பிர-வேசித்தவனைக் கண்டவளின் கண்கள் ஆச்சரியத்தில் விரிந்தன.

அதே ஆச்சரியத்துடன் "நீ இங்கே ஏன் வந்த? ஆபிஸ்ல என் உயிரை வாங்குனது பத்தாதா? இன்னும் எதாச்சும் வேலை குடுத்து டார்ச்சர் பண்ணலானு வந்தியோ?" என்று அவள் கேட்க வாயில் நிலையை அடைத்தபடி நின்ற ரகுநந்தன் புன்னகைத்தான்.

அதே புன்னகையுடன் உள்ளே வரவும் நீரஜாட்சி "கிருஷ்ணா உங்க வீட்டுல இருந்து யாரும் இங்கே வரக் கூடாதுனு சொன்னதை மறந்துட்-டியா? முதல்ல வெளியே போ" என்று வாசலைக் கை காட்ட அவனோ அதைக் காதில் போட்டுக் கொள்ளாமல் சோபாவில் அமர்ந்து ரிமோட்-டால் சேனலை மாற்றிப் பார்க்க ஆரம்பித்தான்.

அவனது செய்கையில் அயர்ந்து போனவள் "ஹலோ நான் கத்துறது உன் காதுல விழுதா இல்லையா?" என்று அவன் முகத்துக்கு நேராக கை நீட்டிப் பேச அவள் கரத்தைப் பற்றியவன் தன்னருகே அமர வைத்-துக் கொண்டான்.

நீரஜாட்சி கோபத்தில் ஏதோ சொல்ல போக அவள் உதட்டில் விரல் வைத்து தடுத்தவன் "பிளீஸ்! ரொம்ப பேசாதே நீரு. ஆல்ரெடி ஐ அம் சோ டயர்ட்! சோ உன் அக்கா சொன்ன உப்பு பெறாத ரூல்ஸை சொல்லி என்னை இன்னும் டயர்ட் ஆக்காதே! அதுக்கான பதிலை நான் அன்னைக்கே மன்னி கிட்ட சொல்லிட்டேன். எந்த ரூலும் என்னை தடுக்காது. புரிஞ்சுதா? இப்போ விரலை நீட்டு" என்றுச் சொல்ல அவளோ அவனது அடுக்கடுக்கான செய்கைகளுக்கு அர்த்தம் புரியாமல் விழித்தாள்.

இது சரி வராது என்று எண்ணியபடி அவளின் கரத்தை தன் கரங்க-ளின் மீது வைத்துக் கொண்டவன் தான் கையோடு கொண்டு வந்திருந்த ஏதோ மூலிகை தைலத்தை அவள் விரல்களில் போட்டு நீவி விட இப்-போது தான் நீரஜாட்சிக்கு விரல்களின் வலி தெரிந்தது.

வலியில் முகம் சுளித்தவள் கையை உருவிக்கொள்ள முயல ரகுநந்-தன் விடாப்பிடியாக கையை இறுக்கமாகப் பற்றிக் கொள்ளவே முடியா-மல் அமைதியானாள்.

"ஃபர்ஸ்ட் நாள்ல ஃபோர் ஹண்ட்ரெட் பேஜ் டைப் பண்ணுறது கொஞ்சம் கஷ்டம் தான். இன்னைக்கு கொஞ்சம் வலிக்கும். டுமாரோல இருந்து உனக்கு இது பழகிப் போயிடும்" என்று அவன் சாதாரணக் குர-லில் கூறவே நீரஜாட்சிக்கு எதை வைத்து இவனை அடிக்கலாம் என்-னுமளவுக்கு கோபம் வரவே வெடுக்கென்று கையைப் பிடுங்கிக் கொண்-டாள்.

"டோண்ட் ஆக்ட் டூ ஸ்மார்ட். ஆபிஸ்ல கொஞ்சம் கூட இரக்கமில்-லாம வேலை வாங்கிட்டு இங்கே வந்து டிராமா பண்ணிட்டு இருக்கே. இதுக்கு பேரு தான் பிள்ளையையும் கிள்ளி விட்டுட்டு தொட்டிலை-யும் ஆட்டி விடுறடதா? ஆபிஸ்ல ராட்சசன் மாதிரி வேலை வாங்கிட்டு இங்கே வந்து கைக்கு மருந்து போட்டு விடலைனு யாரு அழுதாங்க?"

"ஓகே! நானும் தைலம் போட்டு முடிச்சிட்டேன். இனி கையை காத்-தாலே எழுந்து வாஷ் பண்ணிக்கோ" என்றவனின் பார்வை டீபாயின் மீது வைக்கப்பட்டிருந்த தட்டின் மீது படவே "இன்னும் சாப்பிடலையா?

சிட் டவுன். நான் ஊட்டிவிடறேன்" என்று சொல்ல நீரஜாட்சிக்கு இவனுக்கு இவ்வளவு தைரியம் எங்கிருந்து வந்தது என்ற சிந்தனை தோன்றாமல் இல்லை.

"உனக்கு என் கிட்ட பயம் விட்டுப் போச்சுனு நினைக்கிறேன்" என்றவளை இழுத்துப் பிடித்து அமர வைத்தபடியே

"அப்போ நேக்கு உன் மேல இருந்தது பயம் இல்ல நீரு. தயக்கம் தான். பிகாஸ் என்னோட ஒன் சைட் எமோசனை உன் மேல திணிக்க நான் விரும்பல. இப்போ தான் எல்லாம் தெளிவா தெரிஞ்சுடுச்சே. இனிமே நான் ஏன் தயங்கி தயங்கி உன் கிட்ட பேசணும்?" என்று தெளிவான குரலில் பேசியபடி உப்புமா தட்டை கையில் எடுத்தவன் ஸ்பூனில் எடுத்து அவளுக்கு ஊட்ட முற்பட அவள் சாப்பிட மறுத்தாள்.

"என்னடா தெளிவா தெரிஞ்சு போச்சு உனக்கு?" என்றவளை பார்த்து புன்னகைத்தவன் தட்டை மீண்டும் டீபாய் மீது வைத்துவிட்டு

"எல்லாமே தெரிஞ்சு போச்சு. உன்னோட குட்டி ஹார்ட்ல என் மேல ஏதோ ஒரு ஃபீலிங் இருக்குனு தெரிஞ்சுடுச்சு. அதை நீ சொல்ல வேண்டிய அவசியம் இல்ல நீரு, உன்னோட கண்ணே உன் மனசை நேக்கு காமிச்சு குடுத்துடுத்து. சோ தேவை இல்லாம டயலாக் பேசாம இனிமே ஒழுங்கா ஆபிஸ் வர்ற. சமத்துப்பொண்ணா வேலை எல்லாத்தையும் அடம் பிடிக்காம ஃபினிஷ் பண்ணுற. இப்போ இந்த தட்டுல இருக்கிற உப்புமாவை ஃபினிஷ் பண்ணு பார்ப்போம்" என்றபடி ஸ்பூனை அவள் வாயில் வைக்க அவளுமே எவ்வளவு நேரம் தான் சாப்பாட்டை கண் முன் வைத்துக் கொண்டு அடம்பிடிப்பாள்?

அவன் ஊட்ட நல்லப்பிள்ளையாகச் சாப்பிட்டு முடித்தவள் அவனைக் கேலியாகப் பார்த்தபடி "இந்த கண்கொள்ளா காட்சியை பத்து மாமி மிஸ் பண்ணிட்டாங்களே" என்று உச்சுக் கொட்ட ரகுநந்தன் அந்த தட்டை அலம்பி வைத்துவிட்டு வந்தவன் அவளிடம்

"டோண்ட் வொர்ரி! இப்போ பார்க்கலைனா என்ன? ஃபியூச்சர்ல அவங்காத்துல தானே நீ இருக்கப் போற! அப்போ பார்த்துப்பாங்க" என்றபடி அங்கிருந்து கிளம்ப தயாரானான்.

தைலப்பாட்டிலை எடுத்துக் கொண்டவன் "கதவை உள்பக்கமா லாக் பண்ணிக்கோ. எப்பிடியும் இன்னொரு கீ மன்னி கிட்ட இருக்கும் தானே" என்று சொல்ல அவள் தலையாட்டியபடி அவன் பின்னே சென்றாள்.

அவளுக்கு குட் நைட் சொல்லிவிட்டு தோட்டத்தின் நடுவில் ஓடும் சிமெண்ட் நடைபாதை மீது நடந்துச் செல்பவனை நினைத்து அவளுக்கு ஏனோ கோபம் வரவில்லை. அதன் பின் கதவை தாழிட்டுவிட்டு உள்ளே வந்தவள் சிறிது நேரத்தில் உறங்கியும் போனாள்.

அதே நேரம் ஹோட்டலில் இருந்து திரும்பிய ஹர்சவர்தன் அவுட் ஹவுஸில் இருந்து வெளியே வந்த தம்பியைப் பார்த்து திகைத்தவன் அவனை யோசனையுடன் பார்வையிட அவனோ மூத்தவனைக் கண்டு-கொள்ளாமல் வீட்டுக்குள் சென்றான். அவனது புறக்கணிப்பு மனதுக்கு வருத்தத்தைக் கொடுத்தாலும் அவன் பின்னே சென்ற ஹர்சவர்தன் ரகுநந்தன் அறைக்குள் செல்லும் முன் வேகமாகச் சென்று தம்பியின் கையைப் பிடித்துக் கொண்டான்.

"நந்து! வீட்டில யாருமே என் கிட்ட பேசறதில்லடா. நீயும் என்னை ஒதுக்கி வச்சா என்ன அர்த்தம்?" என்று நைந்த குரலில் கேட்ட அண்-ணனை ஒரு கணம் அளவிட்டன ரகுநந்தனின் விழிகள்.

பின்னர் ஒரு பெருமூச்சுடன் "உன்னை ஒதுக்கி வைக்கிறதுக்கு நான் யார்? அப்பிடியே ஒதுக்கி வச்சாலும் நீ ஏன் கவலைப்படறே? நோக்கு அம்மாவை தவிர வேற யாரு எப்பிடி போனாலும் கவலை இல்லையே. அதே மாதிரி என்னையும் நினைச்சுக்கோ. இப்போ கையை விடுறியா? நேக்கு தூக்கம் வர்றது" என்றான் அவன்.

பொட்டில் அடித்தாற்போல பேசும் தம்பியின் வார்த்தைகள் ஹர்சவர்-தனின் வருத்தத்தை இன்னும் அதிகரிக்கத் தான் செய்தது.

ரகுநந்தன் அவனது கையை உதறிவிட்டு தனது அறைக்குள் செல்ல ஹர்சவர்தன் விடாப்பிடியாக தொடர்ந்து சென்றான்.

"நந்து அப்பிடி சொல்லாதேடா! நேக்கு நீங்க எல்லாருமே உயிர்டா! உங்களைப் பார்க்காமலோ, உங்களண்ட பேசாமலோ என்னால இருக்க முடியாதுனு தெரிஞ்சும் உன்னால எப்பிடி இந்த மாதிரி பேச முடியுது?"

"நாங்கலாம் நோக்கு உயிர்னே வச்சிப்போம். தென் வாட் அபவுட் கிருஷ்ணா? அவ நோக்கு என்ன பாவம் பண்ணுனானு அம்மா அன்-னைக்கு அவ்ளோ பேசறச்ச அவளுக்கு ஆதரவா ஒரு வார்த்தை கூட பேசாம நின்ன நீ? நியாயம்னா எல்லாருக்கும் நியாயம் தான் ஹர்சா. அது என்ன அம்மானு வந்துட்டா மட்டும் உன் நியாயம் ஜகா வாங்கிட்-டுப் போயிடறது?"

"நான் அன்னைக்கு அமைதியா இருந்ததுக்கு அது காரணம் இல்லடா நந்து. நான் என்ன நினைச்சேன்னா அம்மா வழக்கம் போல பேசுவா, அப்புறம் சமாதானம் ஆயிடுவானு நினைச்சேன். ஆனா அம்மா கோவத்துல சொன்ன வார்த்தைக்காக கிருஷ்ணா மாங்கல்யத்தைக் கழட்டி குடுப்பானு நான் யோசிக்கவே இல்லடா" என்று சொல்லிவிட்டு சிகையைக் கோதிக் கொண்டவனை என்ன செய்வது என்ற ஆத்திரம் தான் ரகுநந்தனுக்கு.

"அப்போ கோவம் வந்தா அம்மா என்ன வேணும்னாலும் பேசலாம், நோக்கு ஆம்படையாளா வந்த ஒரே காரணத்துக்காக கிருஷ்ணா அதை எல்லாம் ஜடம் மாதிரி கேட்டுட்டே உன் பின்னாடி வந்துடணும். அது தானே சொல்ல வர்றே. சே! டிபிக்கல் இந்தியன் மேள் மெண்டாலிட்டி. அப்ராட் போய் படிச்சா மட்டும் அது மாறவா போறது?"

"நான் அப்பிடி சொல்ல வரலை நந்து..." என்றவனை நிறுத்துமாறு கையுயர்த்தினான் ரகுநந்தன்.

"மனுசனா பிறந்தா அவனுக்கு கொஞ்சமாச்சும் மனசுல நீதி, நேர்மை, நியாயம்லாம் இருக்கணும். என் அம்மா தானேனு அதை விட்டு விலகுனா அவனை மாதிரி கடைஞ்செடுத்த சுயநலவாதி யாரும் இருக்கமாட்டா. அன்னைக்கு நடந்த பிரச்சனைக்கு முழுக்க முழுக்க காரணம் அம்மா தான், அம்மா மட்டும் தான். ஆனா கிருஷ்ணா இப்பிடி நம்ம குடும்பத்து ஆட்களே ஆகாதுனு ஒதுக்கி வச்சதுக்கு காரணம் நீ மட்டும் தான்டா அண்ணா. ஆம்படையானா லெட்சணமா நீ ஒரு வார்த்தை 'அம்மா கிருஷ்ணாவை இப்பிடிலாம் பேசாதேள்னு' சொல்லிருந்தா நானே உன்னை பாராட்டியிருப்பேனே.

நீ அப்போவும் அம்மாப்பிள்ளையா தானே இருந்த. நான் ஒன்னு சொல்லவா! நல்லா நெடுநெடுனு வளர்ந்துருக்கிறதாலயோ, மீசை வச்சிக்கிறதாலயோ மட்டும் ஆம்பளைனு சொல்லிக்க கூடாது. ஒரு நல்ல ஆம்பளைக்கு அழகு தன்னை நம்பி வந்த பொண்ணை யாரு முன்னாடியும் விட்டுக் குடுக்காம இருக்கிறது தான். உத்யோகம் மட்டும் புருஷலெட்சணம் இல்லண்ணா! தைரியமும் புருஷலெட்சணம் தான். அது என்னைக்கு நோக்கு வர்றதோ அன்னைக்குத் தான் உன் வாழ்க்கையில மாற்றம் வரும்" என்று நீண்ட உரையாற்றி முடித்தான்.

தம்பியின் வார்த்தை ஒவ்வொன்றும் செருப்பால் அடித்ததை போல இருக்க ஹர்சவர்தன் முதல் முறையாக தான் அமைதியாக இருந்து

கிருஷ்ணஜாட்சிக்கு அநியாயம் இழைத்துவிட்டோமோ என்ற குற்றவு-
ணர்வு தோன்ற அமைதியாக வெளியேறினான்.

சோர்வுடன் நடந்து செல்லும் ஹர்சவர்தனின் தளர்ந்த நடை ரகு-
நந்தனுக்கு வருத்தத்தைக் கொடுத்தாலும் தான் இன்று பேசியது சரியே
என்று மனதை தேற்றிக் கொண்டான். ஹர்சவர்தனின் வாழ்க்கையை
நேர்ப்படுத்தும் சக்தி அவன் கையில் மட்டுமே உள்ளது என்று ரகுநந்தன்
நம்பினான். அதற்கு முதல் அடி அவன் செய்த தவறு என்னவென்று
அவனுக்கு உணரவைப்பதே என்பதைப் புரிந்து கொண்டவன் அவனிடம்
அதைப் பேசியேவிட்டான்.

இனியாவது அண்ணன் கொஞ்சம் யோசிப்பான் என்பது அவனது
நம்பிக்கை. அடுத்த அடியாக அவனுக்கும் கிருஷ்ணஜாட்சிக்கும் உள்ள
உறவின் தீவிரத்தை அவர்கள் இருவருக்கும் உணர்த்துவதே! ஆனால்
அதற்கு அவனுக்கு நீரஜாட்சியின் உதவி கட்டாயமாக தேவை. முதலில்
அவளுக்கு இவர்களின் உறவைப் பற்றி புரியவைக்கவேண்டும். அதன்
பின் தான் கோடு போட்டால் அவள் அதில் ரோடே போட்டு விடுவாள்
என்ற நம்பிக்கையுடன் அவனும் படுக்கையில் விழுந்து நித்திராதேவியை
தழுவிக் கொண்டான்.

26

பூங்காற்று 26
(முதல் பாகத்தின் இறுதி அத்தியாயம்)

நீரஜாட்சி மறுநாள் காலையில் விழித்ததும் முதலில் தேடியது கிருஷ்ணஜாட்சியையும், கரோலினையும் தான். இருவரையும் தேடி ஹாலுக்கு வந்தவள் அவர்கள் சோபாவில் அமர்ந்து கையில் ஏதோ ஃபைலை வைத்துக் கொண்டு தீவிரமாகப் பேசிக் கொண்டிருப்பதைக் கண்டவள் "நேத்து நைட் நீங்க ரெண்டு பேரும் எப்போ வந்திங்க? நான் சீக்கிரமாவே தூங்கிட்டேன்" என்றபடி அவர்களுடன் சோபாவில் அமர்ந்து கொண்டாள்.

"நேத்து நாங்க வர்றதுக்கு லெவன் ஓ கிளாக் ஆயிடுச்சு நீரு. நீ நல்லா தூங்கிட்டு இருந்த. சோ உன்னை டிஸ்டர்ப் பண்ணாம நாங்க சாப்பிட்டிட்டு தூங்க போயிட்டோம்" என்றாள் கிருஷ்ணஜாட்சி தன் கையிலிருக்கும் அந்த ஃபைலை பார்த்தபடி.

நீரஜாட்சி அதற்கு தலையாட்டிவிட்டு எழுந்தவள் கரோலினிடம் "லின் ஆடிட்டர் கிட்ட பேப்பர்ஸ் வாங்கிட்டிங்கல்ல, அப்போ லோன் சீக்கிரமா சேங்சன் ஆயிடும். உங்க நியூ பிராஞ்சுக்கு எங்கே இடம் பார்க்கப் போறிங்க?" என்று கேட்க

கரோலின் "நியூ பிராஞ்ச் ஓப்பன் பண்ணுற ஐடியா எங்களுக்கு இப்போதைக்கு இல்ல நீரு. நாங்க இப்போ இருக்கிற பேக்கரியை கொஞ்சம் ரினோவேட் பண்ணப் போறோம். அவ்ளோ தான்" என்று அவளது கிளிப்பிள்ளை தமிழில் கூற

நீரஜாட்சி "அடிப்பாவிகளா நான் கூட நீங்க புது பிராஞ்ச் ஓப்பன் பண்ண தான் லோனுக்கு அலையுறிங்கனு நினைச்சேன். ஏன் கிருஷ்ணா சட்டு புட்டுனு நாலு பிராஞ்ச் ஓப்பன் பண்ணுனா தான் என்னவாம்? எனக்கு ஒரு தொழிலதிபியோட தங்கச்சினு சொல்லிக்கிற பெருமையை எப்போ தரப் போற நீ?" என்று கேட்டுவிட்டு டீபாய் மீது இருந்த டேபை சார்ஜ் போடச் சென்றாள்.

கிருஷ்ணஜாட்சி அவள் பேச்சில் திகைத்தவள் "சட்டு புட்டுனு ஓப்பன் பண்ணுறதுக்கு அது என்ன ஃபேஸ்புக் அக்கவுண்டா நீரு? இந்த லோனுக்கே நாங்க ஒன் வீக்கா அலையுறோம். ஒரு வழியாக இன்னைக்கு எல்லா பேப்பரும் பக்காவா கைக்கு வந்துடுச்சு. இதையும் பார்த்துட்டு மேனேஜர் திருப்தியானா மட்டும் தான் நமக்கு லோன் சேங்சன் ஆகும்" என்றாள் களைத்துப் போன குரலில்.

நீரஜாட்சி அதைக் கேட்டு பெருமூச்சை இழுத்துவிட அவளது தமக்கை "ஆனா இவ்ளோ கஷ்டப்படாம ரொம்ப சீக்கிரமா முன்னேறுன ஒரு ஆளை எனக்கு தெரியும்" என்று சொல்ல நீரஜாட்சி அவர் யாரென்ற ஆர்வத்துடன் சகோதரியை நோக்கினாள்.

கிருஷ்ணஜாட்சி தங்கையை கேலியாய் பார்த்தவள் "வேற யாரு சூரியவம்சம் சரத்குமார் தான். அவர் தான் ஒரே பாட்டுல நாலஞ்சு பஸ் வாங்கி பஸ் கம்பெனிக்கு ஓனர் ஆயிருப்பார்" என்று சொல்ல நீரஜாட்சி பக்கத்தில் கிடந்த குஷனை எடுத்து அவள் தலையில் அடிக்க கரோலின் புரியாமல் விழித்தாள்.

நீரஜாட்சி அவளிடம் "லின் சரத்குமார் இஸ் அன் ஆக்டர். அவரோட சூரியவம்சம் படத்துல நட்சத்திர ஜன்னலில்னு ஒரே பாட்டுல அவர் பெரியாளா ஆயிடுவார். அதை வச்சு இவ என்னை கலாய்க்கிறா" என்று கிருஷ்ணஜாட்சியை ஓரக்கண்ணால் முறைத்தபடி சொல்ல

"நீ சொன்ன மாதிரி சட்டு புட்டுனு பிராஞ்ச் ஓப்பன் பண்ணறதுக்கு உன் அக்கா வொண்டர் உமன் இல்ல, நானும் கரோலினும் சாதாரண மனுஷிங்க. எங்களோட லட்சியத்தை அடையறதுக்கு எங்களுக்கு இன்னும் கால அவகாசம் தேவை. நீ ஒரு காமர்ஸ் ஸ்டூடண்ட், உனக்கு

நான் சொல்லியா தெரியணும்?" என்று முடிவில் அவளுக்கு ஒரு குட்டு வைத்தாள் கிருஷ்ணஜாட்சி.

நீரஜாட்சி நாக்கைக் கடித்துக் கொண்டவள் "ஆமால்ல! என்ன பண்ணுறது கிருஷ்ணா காமர்ஸ் ஸ்டுடண்ங்கிறதையும் தாண்டி நான் உங்க ரெண்டு பேருக்கும் தங்கச்சியா வேற போயிட்டேன். அதான் என்னோட சிஸ்டர்ஸ் எப்போடா பிசினஸ் மேகசினோட கவர் பேஜ்ல வருவாங்கன்னு ஆவலா இருக்கேன். எனக்குப் பேத்தி பிறக்கிறதுக்குள்ளயாச்சும் நீங்க இன்னொரு பிராஞ்ச் ஓப்பன் பண்ணிடுவிங்களா?" என்று கேலி செய்தவாறே குளிக்கச் சென்றாள்.

கிருஷ்ணஜாட்சி அவளது கேலியைக் கேட்டு நகைத்தவாறு கரோலினிடம் பேப்பர்களை சரி பார்க்குமாறு கூறிவிட்டு காலையுணவை தயார் செய்ய சமையலறைக்குள் புகுந்தாள்.

சிறிது நேரத்தில் குளித்து உடை மாற்றிவிட்டு வந்த நீரஜாட்சி தோட்டத்தில் நின்றபடி தலையை உலர்த்த பட்டாபிராமனின் "நீரு" என்ற அழைப்பு காதில் விழ திரும்பினாள்.

நடைபாதையில் அவர் நடந்து வருவதைக் கண்டதும் வேகமாக அவர் அருகில் சென்று கையைப் பிடித்துக் கொண்டபடி அவுட் ஹவுஸின் வாசல்படியில் அமரவைத்துவிட்டு தானும் கீழ்படியில் அமர்ந்து கொண்டாள்.

"என்ன பட்டு? காத்தாலே உங்களுக்கு என்ன நீருவோட நியாபகம்?" என்று வினவியபடி பார்த்தவளின் தலையை கனிவுடன் வருடிக் கொடுத்த பட்டாபிராமன் "இன்னைக்கு சனிக்கிழமையோன்னோ! திருவல்லிக்கேணி வரைக்கும் என்னை அழைச்சிண்டு போறியா? நோக்கு வேற ஏதும் ஜோலி இருந்தா சாயங்காலமா போயிக்கலாம்" என்று சொல்ல

"அட வேற என்ன ஜோலி இருக்க போகுது பட்டு? எல்லாம் உன் பேரன்னு ஒரு அவதாரத்தை வீட்டுல வச்சிருக்கிங்களே அது குடுக்கிற வேலை மட்டும் தான் இருக்கு. பட் பத்து மணிக்கு தானே ஆபிஸ். அதுக்குள்ள டிரிப்ளிகேன் போயிட்டு வந்துடலாம். யூ டோண்ட் ஒரி" என்று அவள் கூற அவருக்கு இப்போது தான் நிம்மதி.

நீரஜாட்சி தாத்தாவுக்கு இன்னும் மனம் தெளியவில்லை என்பதை நன்றாக அறிவாள். அவருக்குத் தன்னால் தானே பேத்திக்கு இப்படி ஒரு நிலமை என்ற குற்றவுணர்ச்சி. அது அவரை மெதுவாக அரித்துக்

பூங்காற்றிலே உன் சுவாசம் - முதல் பாகம்

கொண்டிருக்கிறது என்பதைத் தெரிந்து கொண்டதால் தான் அவருக்கு மனநிம்மதியை தரும் செயல்களைச் செய்ய நீரஜாட்சி நேரகாலம் பார்ப்-பது இல்லை.

திருவல்லிக்கேணி பார்த்தசாரதி பெருமாள் பட்டாபிராமனுக்கு கிட்-டத்தட்ட நெருங்கிய தோழர் போல. குடும்பத்தாரிடம் பகிர்ந்து கொள்ள முடியாத சில கஷ்டமான சம்பவங்களைக் கூட அவர் காதில் போட்டு-விடுவார் பட்டாபிராமன். இப்போதும் குடும்பத்தில் நிலவும் அமைதியின்-மையைப் பற்றி அவரிடம் முறையிடவேண்டுமென்று தான் இளையபேத்-தியிடம் அங்கே அழைத்துச் செல்லுமாறு கேட்டார்.

தாத்தாவின் கையை ஆதரவாகப் பற்றிக் கொண்டவள் "பட்டு நீங்க தேவையில்லாததை யோசிச்சு மனசைப் போட்டுக் குழப்பிக்கறதை நிறுத்-துங்க" என்று ஆறுதலாகப் பேச

பட்டாபிராமன் பெருமூச்சுடன் "அந்த பாரத்தை இறக்கி வைக்க தான் நான் அந்த பரமாத்வாவைப் பார்க்க போறேன்" என்றதும்

நீரஜாட்சி "ஓ மை காட்! பிளீஸ் பட்டு, உங்களோட இந்த பரமாத்மா, ஜீவாத்மா கான்செப்டெல்லாம் எனக்கு புரியாது. அதை விடுங்க. பிரேக்-பாஸ்டுக்கு அப்புறமா போடுற மாத்திரையை போட்டிங்களா?" என்று அக்கறையுடன் வினவினாள்.

பட்டாபிராமன் "மறந்துட்டேன்டி குழந்தே" என்று சொல்லிவிட்டு தவறு செய்த சிறுபிள்ளையாய் விழிக்க

நீரஜாட்சி கண்டிப்புடன் "நான் குழந்தை இல்ல பட்டு. வர வர நீங்-களும், சித்தம்மாவும் தான் குழந்தை ஆயிட்டிங்க. டெய்லி சந்தியாவந்-தனம் பண்ண மறக்கிறிங்களா? இல்லை தானே. அதே மாதிரி டேப்லட் சாப்பிடவும் மறக்க கூடாது. சரியா?" என்று மிரட்ட அவரும் சரியென்று தலையாட்டிவிட்டு அவள் கை கொடுக்கவும் எழுந்தார்.

அவரை மெதுவாக கையைப் பற்றி நடைபாதையில் அழைத்துச் சென்றவள் "பட்டு சித்தம்மாவும் உங்க கூட வருவாங்களா?" என்று கேட்டபடி வர அவர்களைத் தோட்டத்தின் ஊஞ்சலில் அமர்ந்தபடி பார்த்துக் கொண்டிருந்த ரகுநந்தன் தாத்தாவின் அருகில் வந்து அவரது இன்னொரு கையைப் பிடித்துக் கொண்டான்.

நீரஜாட்சிக்கு எப்போதும் போல அவனது செய்கை எரிச்சலைக் கொடுக்க "நான் கூட்டிட்டுப் போறேன் தானே! நீ எதுக்கு இடையில வர்ற? என் தாத்தாவை நான் கூட்டிட்டுப் போயிப்பேன். உன் உதவி

• 230 •

எங்களுக்கு தேவை இல்லை. அப்பிடி தானே பட்டு?" என்றபடி தாத்-தாவையும் சாட்சிக்கு அழைக்க

ரகுநந்தன் கேலியாக "அவர் உனக்கு முன்னாடி எனக்கு தாத்தா ஆயிட்டார்டி. அதுல்லாம் சரி நீ எங்கேயோ போறதா பேசிண்டிருந்த, போறதுலாம் சரி! பட் டைமுக்கு ஆபிஸ்ல இருக்கணும்" என்று கூற நீரஜாட்சி உதட்டைச் சுழித்து அழகு காட்டிவிட்டு முகத்தைத் திருப்பிக் கொண்டாள்.

அதன் பின் வீடு வந்துவிடவே ரகுநந்தனே தாத்தாவை அழைத்துச் செல்லட்டும் என்று விட்டவள் நேரே அவுட் ஹவுஸிற்கு சென்று தயா-ரானாள். கிருஷ்ணஜாட்சி செய்து வைத்திருந்ததைச் சாப்பிட்டு விட்டு மதியத்துக்கும் ஒரு டிபன் பாக்ஸில் வைத்துக் கொண்டு இருவரிடமும் சொல்லிக் கொண்டு கிளம்பினாள்.

அவள் வெளியே வரவும் அவளுக்காக காத்திருந்த பட்டாபிராமனை ஸ்கூட்டியில் ஏற்றிக் கொண்டு அவள் திருவல்லிக்கேணியை நோக்கிச் செல்ல ரகுநந்தன் அவள் கிளம்பிய சிறிது நேரத்திலேயே அலுவலகத்-திற்குக் கிளம்பினான்.

****

ஹர்சவர்தனுக்கு அன்று ஹோட்டலுக்குச் சென்ற பிறகும் ரகுநந்-தனின் வார்த்தைகளே காதில் ஒலித்தது. அவனது விழிகள் சுற்றுபு-றத்தை நோட்டமிட்டாலும் மனம் முழுவதும் தனது வாழ்க்கையை எப்படி சீரமைக்கப் போகிறோம் என்பதிலேயே இருந்தது. அப்போது வெளியே ஏதோ சத்தம் கேட்க அவனது அலுவலக அறையில் இருந்து வெளி-யேறி என்னவென்று பார்க்க விரைந்தான் அவன்.

அவன் சென்றபோது ஒரு முதியவரும் மூதாட்டியும் கைகூப்பியபடி நின்றிருந்தனர். அவர்களிடம் ஹோட்டலின் சூப்பர்வைசரில் ஒருவர் கடு-மையானக் குரலில் பேசிக்கொண்டிருந்தார்.

அவர் பேசுகிற விதம் ஹர்சவர்தனின் மனதை நெருட வேகமாக அவர் அருகில் சென்றவன் "என்னாச்சு? ஏன் ரவி வயசானவங்க கிட்ட இப்பிடி வாய்ஸ் ரெய்ஸ் பண்ணி பேசிட்டிருக்கிங்க? அவங்க என்ன பண்ணுனாங்க?" என்றுக் கேட்க

சூப்பர்வைசர் ரவி "சார் இந்த பெருசும், அதோட நிக்கிற அம்மாவும் சாப்பிட்டிட்டு பில் கட்டச் சொன்னா காசு காணாம போயிடுச்சுனு டிராமா போடுதுங்க. எனக்கு இவங்களைப் பார்த்தா சந்தேகமா இருக்கு.

ஒரு வேளை இங்கே ஏதும் திருட வந்திருப்பாங்களோனு விசாரிச்சிட்டி-ருக்கேன்" என்று கூற அவரது வார்த்தையைக் கேட்ட முதிய தம்பதியி-னர் கண்ணீர் வடித்தனர்.

அந்தப் பெரியவரோ ஹர்சவர்தனை நோக்கி கைகூப்பி "சத்தியமா அவர் சொல்லுற மாதிரிலாம் இல்ல தம்பி. நாங்க ஊருல இருந்து பையனைப் பார்க்கிறதுக்காக வந்தோம். எப்போ எங்க பர்ஸ் காணாம போச்சுனு எனக்கே தெரியல. நாங்க திருட வரலை தம்பி. அந்தப் பணத்துக்காக நீங்க எந்த வேலை குடுத்தாலும் நான் செய்யுறேன். ஆனா திருட வந்தோம்னு மட்டும் சொல்லாதிங்க" என்று தளர்ந்த குர-லில் கூற ஹர்சவர்தனுக்கு அவர்களைப் பார்த்தாலே பாவமாக இருக்க சூப்பர்வைசரை நோக்கித் திரும்பினான்.

"லிசன் ரவி! நீங்க வேலை பார்க்கிற இடத்துக்கு இவ்ளோ உண்-மையா இருக்கிறது ரொம்ப சந்தோசமா இருக்கு. ஆனா அவங்க வயசுக்காச்சும் மரியாதை குடுத்திருக்கலாம். இவங்க ஒருத்தவங்க பணம் குடுக்காம சாப்பிடறதால இந்த ஹோட்டலுக்கு வர்ற வருமானம் நின்னுட போகுதா? முதல்ல இங்கே திருடறதுக்கு என்ன இருக்கு? கிச்சன்ல இருக்கிற வெசல்ஸ், இந்த ஃபர்னிஷர்ஸ் தவிர விலை போற பொருள்னு இங்கே எதுவும் இல்ல. பெரியவங்களை இப்பிடி பேசறது தப்பு. முதல்ல சாரி கேளுங்க" என்று இறுகிய குரலில் கூற சூப்பர்வைசரும் மன்னிப்பு கேட்டார்.

அந்த முதியவர் "மன்னிக்கிறதுக்கு நான் யாரு தம்பி? ஊருல ஏக்கர் கணக்குல நிலம் வச்சு விவசாயம் பண்ணுறவன், இன்னைக்கு பட்ட-ணத்துல சாப்பிட்டதுக்கு பணம் குடுக்க வழியில்லாம திருடன்ங்கிற பழி-யோட நிக்கிறேன். இது தான் வாழ்க்கை தம்பி. அது யாரை எங்கே வேணும்னாலும் நிறுத்தும். தெருவுல பிச்சை எடுக்கிறவங்களுக்கு கூட சுயமரியாதைனு ஒன்னு இருக்கும். அதை என்னைக்கும் அசிங்கப்ப-டுத்திடாதிங்க. வார்த்தை முக்கியம் தம்பி. பேச வேண்டிய இடத்துல பேசாம இருக்கிறதும் தப்பு. அதே நேரம் நம்ம பேச்சால மத்தவங்களை வருத்தப்பட வைக்கிறதும் தப்பு. அது ஏற்படுத்துற காயம் எப்போவுமே ஆறாது. அதை எந்த மன்னிப்பாலும் ஆறவைக்க முடியாது" என்று வருத்தத்துடன் உரைக்க சூப்பர்வைசர் தலைகுனிந்தபடி அங்கிருந்து நகர்ந்தார்.

ஹர்சவர்தனுக்கு அந்த வார்த்தைகள் ஒவ்வொன்றும் தனக்கும் தன் தாயாருக்கும் சொல்லப்பட்டதைப் போலவே இருக்க அவரிடம் திரும்பியவன் "அவர் பேசுனதை தப்பா நினைச்சுக்காதிங்க. நீங்க ரெண்டு பேரும் எங்கே போகணும்னு சொன்னா நானே டிரைவரை விட்டு உங்களை டிராப் பண்ணச் சொல்லுறேன்" என்க

அந்த முதியவர் "நான் பஸ் ஸ்டாண்டுக்குப் போகணும் தம்பி. ஆனா கையில சல்லிக்காசு இல்ல" என்று நைந்தகுரலில் கூற அவரது மனைவியான அந்த மூதாட்டி இங்கே நடந்த உரையாடல்களை வேடிக்கை மட்டும் பார்த்துக் கொண்டிருந்தார்.

ஹர்சவர்தன் மோகனுக்கு போன் செய்து அவன் தந்தையின் கார் டிரைவரை அனுப்பி வைக்குமாறு சொல்லிவிட்டு இருவரிடமும் திரும்பியவன் "நீங்க ஒன்னும் கவலைப்படாதிங்க. நான் டிரைவரை வரச் சொல்லிருக்கேன். அவரு உங்களை பஸ் ஸ்டாண்டுல விட்டுருவார். அப்புறம் இது என்னோட கார்ட். உங்க கிட்டவோ இல்ல உங்க ஊருல யார் கிட்டவோ போன் இருந்துச்சுனா நீங்க ரெண்டு பேரும் ஊர் போய் சேர்ந்ததும் எனக்குக் கொஞ்சம் இன்பார்ம் பண்ணுங்க" என்று தண்மையானக் குரலில் கூற அந்த முதியவர் அவன் கையைப் பிடித்துக் கொண்டார்.

"நீங்க நூறு வருசத்துக்கு நல்லா இருக்கணும் தம்பி. இவளையும் வச்சிட்டு ஆளு தெரியாத இந்த ஊருல இருந்து எப்பிடி என் வீட்டுக்குப் போக போறேனு பயந்துகிட்டே இருந்தேன். கடவுளா பார்த்து உங்களை அனுப்பி வச்சிருக்கார்" என்று சொல்ல

ஹர்சவர்தன் "பெரிய வார்த்தைலாம் சொல்லாதிங்க. எங்க வீட்டுலயும் பெரியவங்க இருக்காங்க. உங்களைப் பார்த்ததும் எனக்கு அவங்க நியாபகம் தான் வந்துச்சு. இவங்க ஏன் அமைதியாவே இருக்காங்க?" என்று அவரது மனைவியைக் காட்டி கேட்க

அந்த முதியவர் "அவளுக்கு வாய் பேச வராது தம்பி. காதும் கேக்காது. அதனால தான் எங்கே போனாலும் கூடவே கூட்டிட்டு போறேன். பிள்ளைங்க எல்லாரும் அவங்க அவங்க குடும்பத்தைப் பார்த்துட்டு போயிட்டாங்க. இனி இவளுக்கு நான், எனக்கு இவளு தான் வாழ்க்கையை ஓட்டணும். வாலிபத்துலயும் சரி! வயோதிகத்திலயும் சரி, கணவனுக்கு மனைவியும் மனைவிக்கு கணவனும் எங்கேயும் எப்போவும் உறுதுணையா இருக்கணும்கிறது என்னோட கொள்கை" என்று அவர்

கூற ஹர்சவர்தனுக்கு அவர் சொன்ன வார்த்தைகள் கல்வெட்டில் பதிந்-
ததைப் போல மனதில் பதிந்துவிட்டது.

சிறிது நேரம் அவர்களிடம் பேசி கொண்டிருந்தவன் டிரைவர் வரவும்
அவர்களை காரில் ஏற்றிவிட்டுத் தனது அலுவலக அறைக்குச் சென்ற-
வனின் சிந்தனை முழுவதும் அவரின் வார்த்தையிலேயே இருந்தது.

"வாலிபத்துலயும் சரி! வயோதிகத்திலயும் சரி, கணவனுக்கு மனை-
வியும் மனைவிக்கு கணவனும் எங்கேயும் எப்போவும் உறுதுணையா
இருக்கணும்"

எவ்வளவு பெரிய உண்மையை போகிற போக்கில் சொல்லிவிட்டுச்
சென்றார் அந்த பெரியவர் என்று யோசித்தவன் தன்னையும் நினைத்துக்
கொண்டான்.

முதல் பார்வையிலேயே கிருஷ்ணஜாட்சியிடம் மனம் படிந்தாலும்
அவளைத் தவிர்க்க எண்ணி தோற்றது முதற்கொண்டு அவன் நினை-
வில் வந்தது. அவளை மறக்க முடியாத இயலாமையைக் கூட அவளி-
டம் கோபமாய் வெளிப்படுத்திய தன்னை நினைத்து அவன் இப்போது
வருத்தப்பட்டுக்கொண்டான்.

அவள் தன் மனைவியாக கிடைத்த போதும் அவளுடன் இக்கட்-
டான நிலையில் துணை நிற்காத தனது கையாலாகத்தனம் அவனுள்
மீதே சீற்றத்தை ஏற்படுத்த முன்னே கிடந்த மேஜையில் கைகளை ஓங்-
கிக் குத்தி தனது ஆத்திரத்தை தீர்க்க முயன்றான்.

அடுத்து என்ன என்ற கேள்வியே பூதாகரமாக அவனைப் பயமுறுத்த
நீண்டநேரமாக யோசனையில் ஆழ்ந்தவனின் கை கம்ப்யூட்டரின்
கீபோர்ட் மீது பட்டு அவன் லாகின் செய்து வைத்திருந்த அவனது மின்-
னஞ்சலில் பழையது ஒன்று திறந்து கொண்டது.

அது அவர்கள் வீட்டு கிருஷ்ணஜெயந்தியில் எடுக்கப்பட்ட புகைப்ப-
டங்கள் அடங்கிய மின்னஞ்சல். அதை மெதுவாகப் பார்த்தவனின் விழி-
யில் விழுந்த முதல் புகைப்படமே கிருஷ்ணஜாட்சி வெள்ளை சுடிதாரில்
கையில் தீபத்துடன் நிற்கும் படம் தான்.

அது பழைய புகைப்படமாக இருந்தாலும் அதன் நினைவுகள் இன்-
னும் அவன் மனதில் பசுமையாக இருந்தது. அன்று போலவே இன்றும்
திரையில் தெரிந்தவளின் பிம்பத்தை வருடிக் கொடுத்தது அவனது
விரல்.

• 234 •

"அம்மா உன்னை பேசியே கஷ்டப்படுத்துனாங்க. ஆனா நான் உன்னை பேசாம இருந்து கஷ்டப்படுத்திட்டேன். ஐ அம் சாரி கிருஷ்ணா. நேக்கு நீன்னா ரொம்ப பிடிக்கும். ஒவ்வொரு தடவையும் உன் கிட்ட இதை சொல்லணும்னு நினைக்கிறப்போ அம்மா முகம் நினைவுக்கு வந்துடும். ஆனா இப்போ நீ என்னோட ஆம்படையாளா இருந்தும் கூட உன்னண்ட ஏதோ அன்னியமான ஆள் மாதிரி நடந்துக்க வேண்டியதா இருக்கறது. இதுக்கும் நான் தான் காரணம். ஆனா இன்னைக்கு அந்த பெரியவர் பேசுனாரில்லையா, அது நூத்துக்கு நூறு சரி கிருஷ்ணா. எந்த நிலமையிலயும் கணவனும் மனைவியும் ஒருத்தருக்கொருத்தர் உறுதுணையா இருக்கணும். இது வரைக்கும் நான் உனக்கு எதுலயும் துணை நின்னது இல்ல. ஆனா இனிமே நிக்க ஆசைப்படுறேன். நான் பண்ணுன தப்புக்கு உன்னண்ட மன்னிப்பு கேக்க ஆசைப்படறேன் கிருஷ்ணா. அதுக்கு எவ்ளோ நாள் ஆனாலும் சரி, உன்னோட மன்னிப்புக்காக நான் காத்திருப்பேன்" என்று உறுதியுடன் உரைத்தான் ஹர்சவர்தன்.

கணவன் மனைவி என்பவர்கள் ஒரே அச்சில் வார்க்கப்பட்ட பிரதிகள் அல்ல. அவர்களின் சந்தோசமான வாழ்க்கைக்கு அடையாளம் அவர்கள் எல்லா விதத்திலும் ஒரே மாதிரியாக இருப்பது அல்ல! அவர்களின் மாறுபட்ட குணாதிசயங்களைப் புரிந்து கொண்டு அதற்கேற்ப அவர்கள் வாழ்க்கையை வாழ்வது தான்.

முதல் பாகம் முடிவுற்றது! இரண்டாம் பாகத்தில் சந்திப்போம்!